AF658867

ഗ്രീൻ ബുക്സ്

ജനിക്കാത്തവരുടെ ശ്മശാനം

എസ്. ദേവമനോഹർ

ആലപ്പുഴ ജില്ലയിൽ ചുനക്കരയെന്ന ഗ്രാമത്തിൽ ജനനം.
തിരുവനന്തപുരത്ത് താമസം.
അച്ഛൻ: ശിവരാമ പിള്ള
അമ്മ: ലക്ഷ്മിക്കുട്ടിയമ്മ
വിദ്യാഭ്യാസം: ധനതത്ത്വശാസ്ത്രത്തിലും മലയാളത്തിലും ബിരുദാനന്തര ബിരുദം, എൽ.എൽ.ബി, എം.ബി.എ.
കേരള പൊലീസിൽ, പൊലീസ് സൂപ്രണ്ട് ആയി ജോലി. നാല് പുസ്തകങ്ങൾ പ്രസിദ്ധീകരിച്ചിട്ടുണ്ട്.

Email: devamanohar10@gmail.com

**ഗ്രീൻ ബുക്സ് പ്രസിദ്ധീകരിച്ച
ഗ്രന്ഥകർത്താവിന്റെ ഇതര കൃതി**

ഇവിടെയൊരാളുണ്ട്
(കവിത)

കഥ

ജനിക്കാത്തവരുടെ ശ്മശാനം

എസ്. ദേവമനോഹർ

ഗ്രീൻബുക്സ്

green books private limited
gb building, civil lane road, ayyanthole,
thrissur- 680 003, kerala, ph: +91 487-2381066, 2381039
website: www.greenbooksindia.com
e-mail: info@greenbooksindia.com

branches:
thrissur 8589095302
thiruvananthapuram 8589095301
calicut 8589095307

malayalam
janikkathavarude smasanam
story
by
s. devamanohar

published december 2023

cover design : s. mahendra

printed in india
manipal technologies ltd

isbn : 978-81-19486-78-6

₹ 200.00
GBPL/1337/2023

ഉള്ളടക്കം

ആമുഖം

എന്റെ അറിവിൽ ഏറ്റവും ധിഷണശാലിയായ ഗുരുനാഥൻ, ഓലപ്പള്ളിക്കൂടത്തിൽ എന്നെ അക്ഷരം പഠിപ്പിച്ച കിട്ടു വാശാനാണ്. ഒറ്റമുണ്ടുടുത്ത്, തോളിൽ ഒരു കുറിയ മുണ്ടുമിട്ട്, കാലിളകിയ സോഡാകുപ്പിക്കണ്ണാടിയും വച്ച് ഇപ്പോഴും എന്റെ ഉള്ളിലേക്ക് നടന്നുവരുന്ന മഹാഗുരു. ഓലയിൽ നാരായം കൊണ്ട് അക്ഷരപ്പൂട്ടുകൾ തുറക്കുന്ന കളരിയാശാൻ. ഓലപ്പള്ളിക്കൂടത്തിന്റെ മൺതറയിൽ കൊരണ്ടിപ്പുറത്ത് ഇരുന്ന് വള്ളപ്പാട്ടും ഭജനപ്പാട്ടും പാടുന്ന ഭാഗവതർ...

മുറുക്കാൻതുപ്പലിന്റെ കൂടെ പുറത്തേക്കൊഴുകുന്ന സ്വരങ്ങളും വ്യഞ്ജനങ്ങളും പൊടിമണ്ണിൽ അമർത്തി എഴുതിവച്ച നാളുകളാണ്, എഴുത്തിൽ എന്റെ ആദ്യ ഓർമ.

അക്ഷരങ്ങൾ, പിന്നീട് അത്ഭുതമായി, അർത്ഥങ്ങളായി പടർന്നിറങ്ങുന്ന വാക്കടുക്കുകളായി, എന്റെ രാപകലുകളിലേക്ക് നൂണ്ടുകയറിയത് ഏതൊക്കെ വഴികളിലൂടെ എന്നത് ഓർമയില്ല.

അസംഖ്യം മനുഷ്യാവസ്ഥകളെ എഴുത്തുകാർ അനുസ്യൂതം പകർത്തിക്കൊണ്ടിരിക്കുന്നു. അവയിൽ ഭൂതവും വർത്തമാനവും ഭാവിയും ഉജ്ജ്വലിച്ചു നിൽക്കുന്നു. എന്നിട്ടും പ്രകൃതിയും ജീവിതങ്ങളും ബാക്കിയാകുന്നു.

ഉള്ളുനോവിച്ച ചില സംഭവങ്ങളും തോന്നലുകളും നിറഞ്ഞുനിൽക്കുന്ന ജീവിതാവസ്ഥയുടെ പകർത്തലോ പൂരണമോ എളുപ്പമല്ലെന്നറിഞ്ഞിട്ടും അതിനുള്ള ശ്രമമാണ് ഈ കഥകൾ.

എസ്. ദേവമനോഹർ

അവതാരിക

പി.കെ. രാജശേഖരൻ

ആഹ്ലാദവും പ്രത്യാശയും പ്രകാശവും നിറഞ്ഞ മനുഷ്യ ജീവിതത്തിന്റെ മറുവശത്ത് വിഷാദവും നിരാശയും ഇരുളിമയും നിറഞ്ഞ മറ്റൊരു ലോകം കൂടിയുണ്ട്. ദാരിദ്ര്യം, രോഗം തുടങ്ങിയവ മുൻനിർത്തി നാം സാമാന്യേന പറയാറുള്ള ഗ്രഹപ്പിഴയുടെയും കഷ്ടതയുടെയും ലോകത്തിൽ നിന്നു വ്യത്യസ്തമായ, തിക്തവും തീക്ഷ്ണവും തിമിരവുമായ അനുഭവങ്ങളുടെ ഒരു അപരലോകം. അക്രമത്തിന്റെയും കുറ്റവാസനയുടെയും അനീതിയുടെയുമൊക്കെ ഇരകളായിത്തീരുന്ന മനുഷ്യരുടെ ദുരന്താത്മകമായ അനുഭവങ്ങളുടെ ലോകമാണത്. സമകാലികജീവിതത്തിൽ ഭീഷണമായ സാന്നിധ്യമായി, വേദനയുടെയും വിലാപത്തിന്റെയും ഇടമായി ഈ അപരലോകം നമുക്കൊപ്പമുണ്ട്. വാർത്തയിലും വർത്തമാനത്തിലുമെല്ലാം അത് നിറഞ്ഞുനിൽക്കുന്നു. ദാരുണം, രുഗ്ണം എന്നൊക്കെ മാത്രം വിശേഷിപ്പിക്കാൻ കഴിയുന്ന അതിതീക്ഷ്ണമായ മനുഷ്യാനുഭവങ്ങളുടെ ആ ലോകത്തേക്കുള്ള സഞ്ചാരങ്ങളാണ് ദേവമനോഹറിന്റെ 'ജനിക്കാത്തവരുടെ ശ്മശാന'ത്തിലെ കഥകൾ.

കടുത്ത സംഭീതിയിലും മാനസികമായ തകർച്ചയിലും വിഭ്രാന്തിയിലും മനുഷ്യരെ കൊണ്ടുചെന്നെത്തിക്കുന്ന ദുരനുഭവങ്ങൾ മുമ്പും ചെറുകഥാസാഹിത്യത്തിനു വിഷയമായിട്ടുണ്ട്. പീഡയും സഹനവും നിറഞ്ഞ ആ ലോകത്തെ അതേ തീവ്രതയിൽത്തന്നെ ആവിഷ്കരിക്കുന്ന സവിശേഷമായ കഥാഖ്യാനരീതിയാണ് ദേവമനോഹറിന്റെ കഥകളുടെ വ്യത്യസ്തത. അത്യന്തത(excess)യുടെ ആഖ്യാനകങ്ങൾ എന്ന് അവയെ വിശേഷിപ്പിക്കാം. ജീവിതാനുഭവങ്ങൾ, പശ്ചാത്തലങ്ങൾ, വൈകാരികപ്രതിസന്ധികൾ തുടങ്ങിയവ പ്രമേയസന്ദർഭത്തിൽ എത്രത്തോളം തീക്ഷ്ണമാണോ അതേ

അളവിൽത്തന്നെ കഥയിലും അവ പ്രകാശിപ്പിക്കുന്നതിനു വേണ്ടി സവിശേഷമായൊരു കഥപറച്ചിൽരീതിയും ഭാഷയും സ്വീകരിക്കുന്നതാണ് അത്യന്തതയുടെ ആഖ്യാനസമ്പ്രദായം. കൂടുതൽ വിശേഷണങ്ങളും ബിംബങ്ങളും വിന്യസിച്ചു കൊണ്ട് 'ജനിക്കാത്തവരുടെ ശ്മശാന'ത്തിലെ കഥകൾ സമ കാലികമനുഷ്യജീവിതത്തിലെ ദുരവസ്ഥയുടെ അത്യന്തതാ സ്വഭാവം ആവിഷ്കരിക്കുന്നു.

കുറച്ചു വാക്കുകൾ മാത്രം ഉപയോഗിക്കുകയും വൈകാ രികമിതത്വം സൂക്ഷിക്കുകയും ചെയ്യുന്ന ലളിതസൂക്ഷ്മ ശൈലിയിൽനിന്ന് വ്യത്യസ്തമായ അത്യന്തതയുടെ ആഖ്യാനം അത് ആവിഷ്കരിക്കുന്ന ജീവിതസന്ദർഭത്തിന്റെയും ഇതി വൃത്തത്തിന്റെയും തീക്ഷ്ണതയത്രയും ഭാഷയിൽ വെളി പ്പെടുത്താനാണ് ശ്രമിക്കുന്നത്. വികാരനിയന്ത്രണത്തിനു പകരം അത് വികാരത്തിന്റെ തീവ്രത തുറന്നു വിടുന്നു. വായനക്കാരിൽ വൈകാരികക്ഷോഭവും ചിത്തോദ്വേഗവും സൃഷ്ടിക്കുന്ന തരത്തിൽ വിവരണകല ഉപയോഗിക്കുന്നു. സമകാലികമലയാളചെറുകഥയിൽ രൂപപ്പെട്ടിട്ടുള്ള പല ശൈലി കളിൽ ഒന്നാണിത്. ഏതാനും കഥാകൃത്തുക്കളും അവരുടെ ശൈലികളും മാത്രം ഉൾപ്പെടുന്ന ഒരു ഏകമുഖപ്രകൃതിയ ല്ലല്ലോ സമകാലിക ചെറുകഥാസാഹിത്യം. പൊതുസമ്മതി യുള്ള ലളിതസൂക്ഷ്മശൈലി മാത്രമല്ല മറ്റു ശൈലികളും കൂടി ഉൾപ്പെടുന്ന ബഹുമുഖവ്യവഹാരമാണ് സമകാലിക ചെറുകഥ എന്നുകൂടി വെളിപ്പെടുത്തുന്നു, 'ജനിക്കാത്തവ രുടെ ശ്മശാനം'.

അത്യന്തതയുടെ ശൈലി ദേവമനോഹറിന്റെ കഥകളിൽ കടന്നുവരുന്നത് യാദൃച്ഛികമായല്ല, മറിച്ച് ആ കഥകളിലെ പ്രമേയലോകവും ജീവിതസന്ദർഭങ്ങളും മനുഷ്യമാതൃക കളും അത് ആവശ്യപ്പെടുന്നതു കൊണ്ടാണ്. ഉഗ്രതയോടെ വന്നുവീണ് സാധാരണക്കാരായ മനുഷ്യരുടെ ജീവിതങ്ങളെ ശമനമില്ലാത്ത വേദനയിലേക്കു വലിച്ചെറിഞ്ഞു തകർത്തു കളയുന്ന സംഭവങ്ങളുടെ ലോകമാണ് 'ജനിക്കാത്തവരുടെ ശ്മശാന'ത്തിലെ കഥകളിലുള്ളത്. നമ്മുടെ നിത്യജീവിത യാഥാർഥ്യങ്ങളായിത്തീർന്നു കഴിഞ്ഞിരിക്കുന്ന സമകാലിക സംഭവങ്ങളാണ് അവയ്ക്ക് ആധാരമെന്ന് ആദ്യവായനയിൽ ത്തന്നെ വായനക്കാർക്കു തിരിച്ചറിയാൻ കഴിയും. മാധ്യമ വാർത്തകളിൽ പ്രത്യക്ഷപ്പെടുമ്പോൾ പൊടുന്നനെ സാമൂഹി കമായ ആഘാതവും ക്ഷോഭവും സൃഷ്ടിക്കുകയും പിന്നീട്

പൊതുസമൂഹം മറന്നുപോവുകയും ചെയ്യുന്ന ദാരുണമായ സംഭവങ്ങളിൽ നിന്ന് സമകാലികസമൂഹത്തിന്റെ വിമർശ നാത്മകമായ ചിത്രം ദേവമനോഹർ സൃഷ്ടിക്കുന്നു. പുതിയൊരു തരം യാഥാതഥ്യമാണിത്. ഇവിടെ, മനുഷ്യപ്രശ്ന ങ്ങളുടെ കാരണം വർഗസങ്കല്പത്തിൽ തേടിയിരുന്ന പഴയ യാഥാതഥ്യരചനയുടെ സ്വഭാവമില്ല. പുതിയ സമൂഹവും അതിന്റെ സാമൂഹിക കാരണങ്ങളുമാണ് ഈ കഥകളിൽ മനുഷ്യപ്രശ്നങ്ങൾക്കു ഹേതു. വർഗപ്രതിനിധികളായ മനുഷ്യ മാതൃകകളല്ല, ഇന്നത്തെ ജീവിതത്തിൽ നിന്നു പറിച്ചെടുത്ത മനുഷ്യരാണ് ഇവിടത്തെ കഥാപാത്രങ്ങൾ. അവിടെ വേട്ട ക്കാരും ഇരകളുമുണ്ട്, ജീവിതത്തിലെ സ്ഥിതിവിപര്യയങ്ങളും യാതനാനുഭവങ്ങളുമുണ്ട്, മനുഷ്യപ്രകൃതിയുടെ പൈശാ ചികതയുണ്ട്, അനുതാപത്തിന്റെ വെള്ളിവെളിച്ചവും.

അത്യന്തതയുടെ ആഖ്യാനകത്തിന്റെ മികച്ച മാതൃക കളാണ് 'നായാട്ട്', 'ഹോം കോഷൻ', 'മരണം കോരുന്നവർ', 'എപ്പിലെപ്സി', 'ജനിക്കാത്തവരുടെ ശ്മശാനം' തുടങ്ങിയ കഥകൾ. ഒരു മൃഗവേട്ടയുടെ കഥപറയുന്ന 'നായാട്ട്' വേട്ട യാടപ്പെടുന്ന മനുഷ്യന്റെ കഥ കൂടിയാണ്. കാട്ടിൽ മാനുകളെ വേട്ടയാടുന്ന സംഘത്തിനൊപ്പം സഹായിയായി പോകുന്ന ആദിവാസി പൊക്കനും മകൻ ഉണ്ണനും വനപാലകരുടെ പിടിയിൽപ്പെടുന്നു. അവരെ കൂട്ടിക്കൊണ്ടുപോയ നാട്ടുകാര നായ അല്ലെങ്കിൽ കുടിയേറ്റക്കാരനായ വേട്ടക്കാരനെ രക്ഷി ക്കാൻ അയാളുടെ ഭാര്യ വനപാലകന്റെ പേരിൽ ബലാത്സംഗ ശ്രമം പോലും ആരോപിക്കുന്നു. പിന്നീട് യഥാർത്ഥപ്രതികളെ പിടികൂടിയെങ്കിലും പൊക്കനും മകനും ജയിലിലായി. കോടതി യുടെ കനിവിൽ ജാമ്യം നേടാൻ പൊക്കനു കഴിഞ്ഞെങ്കിലും ജയിലിൽ അയാൾ കടുത്തപീഡനങ്ങൾക്ക് ഇരയായിക്കഴി ഞ്ഞിരുന്നു. സഹാനുഭൂതിയോടെ അയാളെ മാപ്പുസാക്ഷി യാക്കി രക്ഷിക്കാൻ വനപാലകൻ ശ്രമിക്കുന്നു.

വനമേഖലകളിൽ പലപ്പോഴും ഉണ്ടാകാറുള്ള മൃഗവേട്ട കളിൽ യഥാർത്ഥ വേട്ടക്കാർ മിക്കപ്പോഴും രക്ഷപ്പെടുന്നതും ആദിവാസികൾ പ്രതിചേർക്കപ്പെടുന്നതും പതിവാണ്. പിടിക്ക പ്പെട്ടാൽത്തന്നെ യഥാർത്ഥ പ്രതികൾ ചെറിയ ശിക്ഷയുമായോ ശിക്ഷിക്കപ്പെടാതെയോ രക്ഷപ്പെടുന്നതും സാധാരണമാണ്. പലപ്പോഴും പത്രവാർത്തകളിൽ പ്രത്യക്ഷപ്പെടുന്ന ഇത്തര മൊരു പരിചിതസംഭവം മുൻനിർത്തി വേട്ടയുടെ അന്ത രീക്ഷത്തിലേക്കും ഭീതിദമായ രക്ഷപ്പെട്ടോടലിലേക്കും വന പാലകരുടെയും വേട്ടക്കാരുടെയും ജീവിതങ്ങളിലേക്കും

നിയമവ്യവഹാരത്തിലേക്കും നീങ്ങുകയാണ് 'നായാട്ട്'. അവിടെ വായനക്കാർക്കു മുന്നിൽ അപരിചിതമായൊരു ലോകം തുറക്കുന്നു. വന്യതയുടെയും അക്രമാസക്തിയുടെയും ഇരയാക്കപ്പെടലിന്റെയും ലോകമാണത്. വേട്ടയുടെയും വനപാലകരുടെ തിരച്ചിലിന്റെയും കോടതിവ്യവഹാരത്തിന്റെയും ചിത്രങ്ങളിലൂടെ അപരിചിതമായ ആ ലോകത്തിന്റെ തീക്ഷ്ണത കഥാകൃത്ത് വായനക്കാരിലേക്കു പകരുന്നു. അതിനു ചേരുന്ന ആഖ്യാനരീതിയും ഭാഷയും പ്രയോഗിക്കുകയും ചെയ്യുന്നു.

കായലിൽ വീഴുന്ന അനാഥശവങ്ങൾ പൊലീസിനുവേണ്ടി കോരിയെടുത്തു കരയ്ക്കു കയറ്റുന്നവരുടെ ജീവിതമാണ് സാമാന്യമായിപ്പറഞ്ഞാൽ 'മരണം കോരുന്നവരി'ലെ പ്രമേയം. മൂക്കറ്റം കുടിച്ചുകൊണ്ട് അവർ അഴുകിയ ശവങ്ങൾ കൈകൊണ്ടു വലിച്ചെടുത്തു കയറ്റുന്നു. സുഹൃത്തുക്കളോടൊപ്പം കായലിൽ ഉല്ലാസയാത്ര പോകാനെത്തുന്ന രാമചന്ദ്രൻ യാദൃച്ഛികമായി ആ കാഴ്ച കാണുന്നു. അജ്ഞാതയായ ഒരു പതിനേഴുകാരിയുടെ അളിഞ്ഞ ശവം കരയ്ക്ക് കയറ്റുന്നതിന്റെ ഭയാനക ദൃശ്യം അയാളെ ഒരു വിഭ്രാന്താവസ്ഥയിൽ എത്തിക്കുന്നു. ബലാത്സംഗം ചെയ്ത് കായലിൽ എറിഞ്ഞിരിക്കാവുന്ന ആ പെൺകുട്ടിയുടെ മൃതദേഹം അയാളിൽ സ്വന്തം മകളെക്കുറിച്ചുള്ള ആധികളാണ് ഉണർത്തിയത്. കഥാപാത്രമായ രാമചന്ദ്രന്റേതു മാത്രമല്ല ആ വിഭ്രാന്താവസ്ഥ, സമകാലിക സമൂഹത്തിലെ ഓരോരുത്തരുടേതുമാണ്. ശവംകോരികൾ പ്രവർത്തിക്കുന്നതിന്റെ ദൃശ്യത്തിന്റെ അവതരണത്തിലെ അത്യന്തതയിലൂടെ കഥാകൃത്ത് ആ വിഭ്രാന്തിയുടെയും സന്ദർഭത്തിന്റെയും തീക്ഷ്ണത വായനക്കാരിലേക്കു പകരുന്നു.

ഉള്ളെരിഞ്ഞിറങ്ങിയ പൊള്ളൽ പൊട്ടിച്ചിരിയായി ആമിട്ടനിലും ലോറനിലും നിറഞ്ഞു. കാലിയായ കുപ്പി കായലിലേക്കെറിഞ്ഞ് നിമിഷനേരംകൊണ്ട് ശരീരം പ്ലാസ്റ്റിക് വിരിപ്പിനു മേലേ കിടത്തി. ചില കഷണങ്ങൾ കായലിൽ നഷ്ടപ്പെട്ടിരുന്നു. കൂടിനിന്നവരെ ഒരു നാലുവാരയെങ്കിലും അടിച്ചുതെറിപ്പിച്ച മനുഷ്യഗന്ധം അദൃശ്യമായ ഒരു മതിൽകെട്ടി അതിനുള്ളിൽ വിളഞ്ഞു. അതിർത്തി ഭേദിച്ചു കടന്നവർ ആമിട്ടൻ ലോറൻ, സുബ്രഹ്മണ്യൻ, മധു, രാമചന്ദ്രൻ. കീറിത്തുന്നിയ പ്ലാസ്റ്റിക് ചാക്കിൽ, പരാജയപ്പെട്ട ഒരു സ്വപ്നം പഴുവരിച്ച് മണ്ണിലേക്കു കമിഴ്ന്നു കിടക്കുന്നു. ഒരു മരവിപ്പ് രാമചന്ദ്രന്റെ പെരുവിരലിൽ

നിന്ന് പെരുത്ത് ഉച്ചിയിലെത്തി പൂത്തു. ഒരു മനുഷ്യശരീരത്തിന്റെ ശിഥിലീകരണം അയാൾ ആദ്യമായി കാണുകയായിരുന്നു. എല്ലാ ദ്വാരങ്ങളിലൂടെയും പുഴുക്കൾ നുരച്ചു പൊന്തുന്നു. തല മരവിപ്പിക്കുന്ന ദുർഗന്ധം അവിടമാകെ പൊന്തിപ്പരന്നതിനാൽ അയാൾക്ക് ശ്വാസം ഉള്ളിൽ നൊന്തു കേറി, കണ്ണുകളിൽ മൂടാപ്പായി. സർറിയലായ ഈ വിവരണം കഥാപാത്രത്തിന്റെ മാനസിക വിഭ്രാന്താവസ്ഥ കൂടി പ്രതിഫലിപ്പിക്കുന്നു. സാമൂഹികാവസ്ഥയെക്കുറിച്ചുള്ള തീക്ഷ്ണാവബോധം വായനക്കാരിൽ സൃഷ്ടിക്കുകയാണ് ആഖ്യാനത്തിലെ അത്യന്തതയ്ക്ക് ഇവിടെയുള്ള ധർമം.

വർത്തമാനകാല സമൂഹത്തിന്റെ ദാരുണമായ വശങ്ങളിലേക്കു കൺതുറക്കുന്നവയാണ് ഈ സമാഹാരത്തിലെ മറ്റു കഥകളും. ലഹരിറാക്കറ്റിൽപ്പെട്ട് കൊല്ലപ്പെടുന്ന മകളുടെയും അതിന്റെ ആഘാതത്തിൽ മരിക്കുന്ന അമ്മയുടെയും ജീവിതം അവതരിപ്പിക്കുന്ന 'എപ്പിലെപ്സി'യിലും മകളും കുഞ്ഞും പ്രസവത്തിൽ മരിക്കുന്നത് നിസ്സഹായമായി കണ്ടിരിക്കേണ്ടിവരുന്ന പിതാവിന്റെ ചിത്രം അവതരിപ്പിക്കുന്ന 'ജനിക്കാത്തവരുടെ ശ്മശാന'ത്തിലും അനാഥത്വഭയത്താൽ റെയിൽപ്പാളത്തിൽ തലവച്ചു മരിച്ച സഹായിപ്പയ്യന്റെ ഓർമയിൽ വിഭ്രാന്തിയനുഭവിച്ചുകൊണ്ട് തീവണ്ടിയോടിക്കുന്ന ലോക്കോ പൈലറ്റിനെ ചിത്രീകരിക്കുന്ന 'ഹോംകോഷ'നിലുമെല്ലാം വ്യഥിതമായ മനുഷ്യാവസ്ഥയുടെ പലമുഖങ്ങൾ നമുക്കുകാണാം.

ഈ പൊതുധാരയിൽ നിന്ന് വേറിട്ടുനില്ക്കുന്നവയാണ് 'മനോയാനം', 'ഒരു ബോംബും കുറേ മനുഷ്യരും', 'അരിവാൾത്തലയിലെ രാത്രി' എന്നീ കഥകൾ. ആളുകൾ പൊതുവേ പുറത്തുപറയാൻ മടിക്കുകയും നെഞ്ചിൽച്ചുമന്ന് വേദനിക്കുകയും ചെയ്യുന്ന നിത്യജീവിതയാഥാർത്ഥ്യങ്ങളുമായി ഇടപെടുന്നവയാണ് ഈ സമാഹാരത്തിലെ കഥകൾ. ആ യാഥാർത്ഥ്യത്തെ അതിന്റെ തീക്ഷ്ണതയത്രയും വെളിപ്പെടുത്തുന്ന പുതിയൊരു യഥാതഥശൈലിയിൽ ദേവമനോഹർ ആവിഷ്കരിക്കുന്നു. വായനക്കാരുടെ മനസ്സിൽ ആഞ്ഞു കൊത്തുന്ന സമകാലികയാഥാർത്ഥ്യങ്ങളാണവ. നിർമമത്വമല്ല, വൈകാരികമായ വിക്ഷോഭം സൃഷ്ടിക്കലാണ് കഥാകൃത്തിന്റെ ഉദ്ദേശ്യം. അതിലൂടെ ഈ കഥകളുടെ കണ്ണാടിയിൽ വായനക്കാർ സമകാലികസമൂഹത്തിന്റെ ഇരുണ്ട ലോകങ്ങൾ കാണും.

■

നായാട്ട്

തേമ്പാവിന്റെ, കിളരത്തിലുള്ള കവിട്ടയിൽ ഇരുളിന്റെ അനന്തത യിലേക്ക് കണ്ണു നട്ടിരുന്ന പൊക്കൻ പെട്ടെന്ന് മുന്നോട്ടാഞ്ഞ് കണ്ണും കാതും കൂർപ്പിച്ചു. അടുത്ത ക്ഷണത്തിൽ വിരലുകൾ വായിലോട്ട് കയറ്റി നാവിനെ മെരുക്കി മലയണ്ണാൻ ചിലയ്ക്കുന്നതുപോലെ മൂന്നു തവണ ശബ്ദമുണ്ടാക്കി. കൈയിലിരുന്ന മടാളെടുത്ത് മര ത്തിൽ ആഞ്ഞു വെട്ടി. മറുപടിക്കു കാത്തു. ഒരു മറുവെട്ട് ഏതോ കാട്ടുമരത്തിന്റെ തേങ്ങലായി വന്ന് കാതിലലച്ചപ്പോൾ തേമ്പാവിന്റെ കൊമ്പിൽ നിന്ന് അയാൾ നൂണ്ടിറങ്ങി.

ദൂരെ, കാടിന്റെ അങ്ങേത്തലയ്ക്കൽ രാവിന്റെ പത്തായപ്പുരയിൽ നിന്ന് മൂന്നു നാലു മിന്നാമിനുങ്ങുകൾ വെളിച്ചത്തിന്റെ കാൽ കുത്തി മുന്നോട്ട് വരുന്നതു കണ്ടാണ് പൊക്കൻ അടയാളം കൊടുത്തത്.

പൊക്കൻ കൊടുത്ത ആദ്യവെട്ടിനുതന്നെ മണ്ണിൽ കുത്തി നടന്ന വെളിച്ചങ്ങൾ വലിയ തീവെട്ടങ്ങളായി മരങ്ങളിലേക്ക് പടർന്നു. അതിനുമുമ്പേ പൊക്കൻ ഓടി. ഇരുട്ടു കാർന്നുതിന്ന വഴികളിൽ കൂടി നിശ്ശബ്ദനായി, നിഷ്കളങ്കനായ ഒരു ആദിദ്രാവിഡൻ തന്റെ യജമാനന്മാരുടെ ചൊല്പടിയിലേക്ക് പറപറന്നു.

വെടിവച്ചു വീഴ്ത്തിയ മാനിന്റെ അറുത്തുമാറ്റിയ തല ഒരു കാട്ടു പൂവായ് തിളങ്ങി. കഴുത്തിൽനിന്ന് ഒരു കാടിന്റെ ദൈന്യം ഇറ്റുവീണു പടർന്നു. മണ്ണ് ചോപ്പായി. വയറു പൊളിച്ച് കുടൽ എടുത്തു മാറ്റി യിരുന്നു. കാലുകളും കൈകളും വെട്ടിമാറ്റി. ഉടൽ പലർക്കായി തുണ്ടമാക്കി. ആർക്ക് ഏത് എന്ന സന്ദേഹത്തിൽ ഉലഞ്ഞ ടോമി യുടെയും അനിയന്മാരായ വർക്കിയുടെയും ഈപ്പന്റെയും മുന്നി ലെത്തി പൊക്കൻ വിറച്ചു.

"പെട്രോളിയം പാർട്ടിയാ വെരുന്നേന്ന്...തോന്നുന്ന്. അങ്ങ്ന്ന് കേറി വെരുന്നേന്ന്... ടോമിച്ചാ തമ്പാട്ടിത്തേക്കു കയിഞ്ഞപ്പഴാ വെട്ടം ഞാങ്കണ്ടേന്ന്.. എറച്ചി ബേകം കെട്ടിക്കന.... ഞാക്ക് ബേകം പൂവാം" പൊക്കൻ പിടഞ്ഞു.

അഞ്ഞൂറാണ്ടു കാലത്തെ കാടിന്റെ കനം തിടം വച്ചു നിൽക്കുന്ന തമ്പാട്ടിത്തേക്ക്.... അതിന്റെ മൂട്ടിൽനിന്ന് ഇത്രത്തോളമെത്താൻ സമയമെടുക്കും. പിന്നെ മാനെ അറുത്തത് ഉള്ളിലെ പൊന്തയുടെ എടേലാ. സാധാരണ പെട്രോളിംഗ് പാർട്ടി ഇതിലെ വരാറില്ല. സമാധാനിച്ചെങ്കിലും ഒരു വെള്ളിടി ഉള്ളിൽ മിന്നിയ ടോമിയും വർക്കിയും ഈപ്പനും വിയർത്തു.

''എടാ ഈപ്പാ, ഇത് പെട്ടെന്ന് വീട്ടിക്കൊണ്ടുപോ. ഫ്രീസറിൽ വയ്ക്കാൻ പറയണം'' അനിയന്റെ ചെവിയിലേക്ക് ടോമി മുരണ്ടു.

രണ്ടു തുണ്ടം ഇറച്ചി ഒരു മാരുതി ഓമ്നി വാനിൽ ടോമിയുടെ വീട്ടിലേക്ക് പറന്നു.

''വർക്കീ... ജീപ്പ് അപ്പറത്തെ എറക്കത്തു വരാമ്പറ. ഈ രണ്ടു തുണ്ടം നീ പെട്ടെന്ന് കൊണ്ടു പൊയ്ക്കോ. ഇതൊന്നിച്ച് കെട്ട്. ഞാൻ ചൊമന്നോണ്ട് വരാം''

കൈകാലുകളും തലയും കുറച്ച് ഇറച്ചിയും മാറ്റിവച്ച് പൊക്കനു നേരെ നോക്കി ടോമി ദയാലുവായി.

''ഇതു നീയെടുത്തോ. തല സൂപ്പു വച്ചാൽ പിന്നെ ഒരു കറീം അതിനടുത്തു വരൂല്ല. സൂപ്പേൽ കൊറച്ച് എനിക്കൂടെ തരണം.''

പൊക്കൻ മൗനിയായി. അവനെപ്പോഴും മൗനിയായിരുന്നു. ഉള്ളു കത്തുമ്പോഴേ എന്തെങ്കിലും സംസാരിക്കൂ. കാടിന്റെ നിഷ്കളങ്കത ഉള്ളിൽ എപ്പോഴും നിറഞ്ഞുനിന്നതിനാൽ ഭാഷ അവനിൽനിന്ന് വഴിമാറിപ്പോയിരുന്നു.

''നീ അത് പെട്ടെന്ന് കെട്ട്.'' തനിക്കുള്ള ഇറച്ചി ഇലകളിൽ പൊതിഞ്ഞു കെട്ടുന്ന പൊക്കനെ നോക്കി വർക്കി ധൃതിപ്പെട്ടു. അങ്ങു ദൂരെ വെളിച്ചം വലിയ വൃത്തങ്ങളായിക്കൊണ്ടിരുന്നു.

''നീ വേഗം പൊക്കോ. അവരിപ്പഴെത്തും.'' ഇറച്ചി ചൊമന്നു കൊണ്ടു പോകുന്ന പോക്കിൽ വർക്കി ഉപദേശിച്ചു. ''അഥവാ പിടിച്ചാൽ നീയൊറ്റയ്ക്കാന്നു പറയണം. ഒറ്റല്ലേ.'' ഒരു നിമിഷത്തിന്റെ ഇടവേളയിൽ ദൂരെ എവിടെ നിന്നോ വന്ന മറ്റൊരു ഉപദേശം വന്ന് പൊക്കനെ തൊട്ടു.

''ഉണ്ണാ കീളെ ബാ, ബേകം...'' മരത്തിന്റെ പൊക്കത്തെ ചില്ലയിൽ ഇരുന്ന മകനെ നോക്കി പൊക്കൻ വിളിച്ചു പറഞ്ഞു.

ആകാശം തൊട്ട മരത്തിന്റെ മുകളിലെ ചില്ലയിൽ ഉണ്ണനെ കയറ്റി വിട്ടിട്ട് മണിക്കൂർ ഒന്നിൽ കൂടുതലായി. അവൻ അവിടിരുന്ന് മയങ്ങിപ്പോയി. വിളി കേട്ട മാത്രയിൽ ഉണ്ണൻ താഴോട്ട് ഊർന്നിറങ്ങി. പൊക്കനും മകനും ഇറച്ചിയുമായി പൊന്തകൾ നിറഞ്ഞ കുറുക്കു വഴിയിലൂടെ പാഞ്ഞു.

വലിയ കാട്ടുമരങ്ങൾ പുതച്ചു നിന്ന ഇരുട്ടിന്റെ മറവിലൂടെ ജീവൻ കൈയിൽ വാരിപ്പിടിച്ചു പായുന്ന രണ്ട് ആദിദ്രാവിഡർ. ജീവൻ നിറഞ്ഞു പൂത്ത പച്ചപ്പുകളിൽ, തെളിഞ്ഞു ചിന്നിയ കാട്ടുചോല കളിൽ, മണ്ണു മദിച്ച കാടകങ്ങളിൽ തളിർത്തു പൂത്ത ആദിമസംസ്കൃ തിയുടെ പിൻമുറക്കാർ കരിയിലകൾ ഒളിപ്പിച്ച കാട്ടുവഴികളിലൂടെ ഇരുൾഗർഭങ്ങളിലേക്ക് ജീവനു വേണ്ടി ഭയന്നോടിക്കൊണ്ടിരിക്കുന്നു. പെട്ടെന്ന് മിന്നൽപോലെ ശക്തമായ പ്രകാശം മുഖത്തടിച്ചപ്പോൾ കണ്ണുകൾ ചിമ്മിപ്പോയ പൊക്കൻ ഒരു നിമിഷം ഞെട്ടി അനക്കമറ്റു നിന്നുപോയി, കൂടെ ഉണ്ണനും. അടുത്ത നിമിഷം അപകടം തിരി ച്ചറിഞ്ഞ് അവർ ജീവനുംകൊണ്ട് ഓടി.

''ഓടരുത്... ഓടിയാൽ വെടിവയ്ക്കും. എടാ... ഓടരുതെന്നാ പറഞ്ഞത്.''

മിന്നലിനു പിന്നാലെ ഇടിവെട്ടുന്ന പോലെ ഒരലർച്ച വന്ന് കാതു തുളച്ചു. ഉള്ളം നടുങ്ങിത്തെറിച്ചു. താഴത്തെ തിട്ടയിലേക്ക് എടുത്തു ചാടി മരങ്ങളുടെ ഇടയിലൂടെ കാടിന്റെ രണ്ടുമക്കൾ ജീവനു വേണ്ടി പാഞ്ഞു. ചെവിക്കരികിലൂടെ മൂളിപ്പറന്ന ഒരു വെടിയുണ്ട തൊട്ടു മുന്നിലെ മരത്തിൽ തറഞ്ഞു കേറി.

''അയ്യോ...'' ഉണ്ണൻ ഭയന്നു നിലവിളിച്ചു.

''ഒച്ചയിടാടാ... ബേകം പാഞ്ഞോ.''

തലയിലിരുന്ന ഇറച്ചി ഒരു മരത്തിന്റെ കവിട്ടയിൽ വച്ചിട്ട് പൊക്കനും ഇരുട്ട് വിളഞ്ഞു നിൽക്കുന്ന കാടിന്റെ ഉള്ളിലൂടെ ഓടി. ആനത്താര കൾ കടന്ന് അപ്പുറം മുളങ്കാടുകൾക്കിടയിലെത്തി നിന്നു. വാ തുറന്ന് ശ്വാസമെടുത്തു. ചങ്കിൽ ആരോ ഇരുന്ന് പെരുമ്പറ കൊട്ടുന്നു. പിറകെ ഫോറസ്റ്റുകാർ വരുന്നില്ലെന്ന് ഉറപ്പു വരുത്തി. രാത്രിയിൽ കാട്ടിലെ ഇലയനക്കങ്ങൾ കേട്ടാൽപ്പോലും ഏതു ജീവിയാണെന്ന് തിരിച്ചറിയാൻ കാട്ടുവാസികൾക്ക് കഴിയും. അവർ ചെവി ഒന്നുകൂടി വട്ടംപിടിച്ചു.

ആരുമില്ലെന്ന് ഉറപ്പു വരുത്തിയശേഷം മുളങ്കാടുകൾക്കിടയിൽ കൂടി ഉൾവനത്തിലേക്ക് കടന്നു. തേനെടുക്കാനും വിറകു പെറുക്കാനും വല്ലപ്പോഴും പോകുന്ന ഒരു വഴിയേ അവർ അതിവേഗം താഴോട്ട് നടന്നു. തട്ടുകളൊന്നൊന്നായി ശരവേഗത്തിൽ ഓടിയിറങ്ങി. അടുത്ത മലയും കയറിയിറങ്ങിയാൽ നടപ്പാതയുണ്ടെന്നും അവിടുന്ന് ഊരി ലേക്ക് പോകാൻ എളുപ്പമാണെന്നും പൊക്കൻ ഓർത്തു.

തിരുനെല്ലിക്കാടിന്റെ കൂടാരത്തിൽനിന്ന് ഇരുളഴിഞ്ഞിറങ്ങി ഉൾ വനമാകെ അട്ടികളായി കട്ട പിടിച്ചു കിടന്നു. മൂങ്ങകളും ചീവിടു കളും കാട്ടുജീവികളും അവരുടെ സാമ്രാജ്യത്തിൽ അസമയത്ത്

കടന്നു കയറിയവർക്കെതിരെ പ്രതിഷേധിച്ചു. പൊക്കന് കാടിനെയോ കാട്ടുമൃഗങ്ങളെയോ പേടിയില്ലായിരുന്നു. അയാൾക്ക് മനുഷ്യനെ ഭയമായിരുന്നു. ഫോറസ്റ്റുകാരെയാണെങ്കിൽ തീ പോലെ പേടി. മരച്ചില്ലയിൽനിന്ന് ഒരു കാറ്റ് തണുത്തു താഴെയിറങ്ങി വന്നു. മല കയറിയിറങ്ങി നടപ്പാതയോട് അടുത്തപ്പോൾ ദൂരെ മരത്തിന്റെ മറവിൽ ഒരനക്കം.

''ഉണ്ണാ... അബ്ടെന്തോ...''

അവർ ഒരു നിമിഷം നിന്നു. കാതു കൂർപ്പിച്ചു. മൂക്കു വിടർത്തി മണത്തു. വീണ്ടും മുന്നോട്ട് നടന്നു.

''അയ്യോ...''

മുഖമടച്ച് കിട്ടിയ ഒരടിയിൽ പൊക്കൻ താഴോട്ട് മറിഞ്ഞു.

വാരിപ്പിടിച്ച് പൊക്കി വിരലുകൾ പെനച്ച് പൊക്കിളിലെ മർമ്മത്തിൽ കുത്തിക്കയറ്റി പിരിച്ചു കറക്കിയുള്ള ഒരു വലിയിൽ അവൻ മൂത്രമൊഴിച്ചുപോയി.

''എടാ പട്ടീ...'' എവിടെടാ അവമ്മാര്? എറച്ചി എവിടെടാ?'' റേഞ്ചർ ഖാദർ അലറി.

''അയ്യോ സാറേ... കൊല്ലല്ലേ.'' പൊക്കൻ എഴുന്നേറ്റു തൊഴുതു. എന്നിട്ട് വയറ്റിൽ കൈ താങ്ങിനിലത്തിരുന്നു. കഥയുടെ കൂടെ വേദനയും അവനിൽ നിന്നൊഴുകി കാട്ടിൽ നിറഞ്ഞു. അപ്പോഴേക്കും ഉണ്ണനെ താഴെ കിടന്ന ജീപ്പിൽ കയറ്റിക്കഴിഞ്ഞിരുന്നു.

''സർ, രണ്ടു പേരെ കിട്ടി. വെടിയാ. അവമ്മാര് വേറെയാ. നേരത്തെ ഈ പണിയൊള്ളോരാ. ഇതുവരെ കേസ്സെടുക്കാൻ പറ്റിയിട്ടില്ല. ഇത്തവണ കുടുങ്ങി. മ്മടെ പഴയ പഞ്ചായത്ത് മെമ്പർ ഗ്രേസിക്കുട്ടീടെ ഭർത്താവ് ടോമിയില്ലേ? അവനും ടീമുവാ.''

റേഞ്ചർ ഖാദർ ഫോണിൽ ആരോടോ സംസാരിച്ചുകൊണ്ടിരുന്നു.

''ശരി സർ. ഇപ്പം തന്നെ സെർച്ച് നടത്താം. എന്റെ ഫുൾ ടീമിനോട് വരാൻ പറയാം, സാർ. ഞാൻ കോർഡിനേറ്റ് ചെയ്തോളാം, സർ.''

''ഇല്ല സർ, ഇത്തവണ അവമ്മാരു പോവൂല്ല. കിട്ടും സർ''

ഖാദർ പറഞ്ഞുകൊണ്ടിരുന്നു.

''ലോറൻസേ നീയും പാർട്ടിയും പൊക്കനെ കൊണ്ടു പോയി കാട്ടിൽ വച്ചിരിക്കുന്ന ഇറച്ചി മഹസ്സർ എഴുതിയെടുക്കൂ. താമസിച്ചാൽ വല്ല കുറുക്കനോ കടുവയോ കൊണ്ടുപോകും. തോക്കു കയ്യിലെടുത്തോണം.''

മുന്നിൽപ്പോയ ജീപ്പിലുണ്ടായിരുന്ന ലൈഫ്‌വാർഡൻ ലോറൻസി നോട് ഖാദർ പറഞ്ഞതുപ്രകാരം പൊക്കൻ വീണ്ടും കാടുകയറി.

ടോമിയുടെ വീട് കാണിച്ചുതരുന്നതിനായി ഉണ്ണനെ ജീപ്പിൽ കയറ്റി ഖാദറും ടീമും ടോമിയുടെ വീട്ടിലേക്ക് പാഞ്ഞു. പോകുന്ന വഴിക്ക് ഡെപ്യൂട്ടി റേഞ്ചർ മോഹൻദാസിനെ വിളിച്ച് റെയിഡിന്റെ വിവരവും എവിടെ ഒന്നിച്ചുചേരണമെന്നും എങ്ങനെ ഓപ്പറേഷൻ നടത്തണമെന്നും ചർച്ച ചെയ്തു. ഒരു മാനിന്റെ കൊലപാതകി കളെ തേടി, കാടു കാക്കുന്നവന്റെ വണ്ടി ഓടിക്കൊണ്ടിരുന്നു.

''ലൈറ്റ് ഓഫ് ചെയ്തു കൊറച്ചുകൂടെ പോ.''

ഒരു ഫർലോങ്ങു കൂടി ഇരുട്ടുകീറി മുറിച്ച് ജീപ്പ് മുന്നോട്ട് പോയി നിന്നു. പിറകെ വന്ന ഡെപ്യൂട്ടി റേഞ്ചറിന്റെ ജീപ്പും ലൈറ്റണച്ചി രുന്നു. വന്യമൃഗങ്ങൾ ഇരപിടിക്കാൻ പതുങ്ങി പോകുന്നതുപോലെ ടോമിയുടെ വീട്ടിലേക്ക് അവർ ഇഴഞ്ഞുനീങ്ങി. കാടിന്റെ ചരിവിൽ നിവർന്നു നിൽക്കുന്ന കോൺക്രീറ്റ്‌വീടിന്റെ ചുറ്റിലും മരിച്ചുകൊണ്ടി രിക്കുന്ന കാടിന്റെ രോദനം തളം കെട്ടി നിന്നു.

കനത്തു നിന്ന മരങ്ങളുടെ ഇടയിൽ ഒളിപ്പിച്ച ഒരു ജീപ്പ് ടോർച്ച് വെട്ടത്തിൽ കുറ്റിച്ചെടികൾക്കിടയിൽകൂടി തെളിഞ്ഞു വന്നു. ജീപ്പി ലേക്ക് രണ്ടു ഫോറസ്റ്റുദ്യോഗസ്ഥർ പതുങ്ങിക്കേറി. കാട്ടുചോര മണത്തു. വീടു വളയാൻ അടയാളം കൊടുത്തിട്ട് അവർ ജീപ്പ് പരി ശോധിച്ചു.

പാഞ്ഞടുത്ത ഫോറസ്റ്റുകാരുടെ നെഞ്ചിലേക്ക് ഇരുട്ടിലെവിടെ നിന്നോ വന്ന കൊടുവാളുകൾ തറഞ്ഞ് കേറി. അഞ്ച് ഫോറസ്റ്റു കാർ രക്തത്തിൽ കുളിച്ചു. മുറിഞ്ഞു തീർന്ന മാനിന്റെ ശേഷിപ്പു കളുമായി വേറൊരു ജീപ്പ് അലറിക്കുതിച്ചു പോയി. തടുക്കാനായി ഉയർന്ന അലർച്ചയും ഉതിർന്ന വെടിയും കാടിന്റെ മൗനത്തിലെവി ടെയോ ഉടഞ്ഞുപോയി

''എടാ ടോമീ... നിന്നെ ഞാൻ വിടൂല്ല. നിന്നെ ഞാനെടുത്തി ല്ലേൽ ഞാൻ റേഞ്ചർ ഖാദറല്ല. ഞാനീ ജോലി രാജിവയ്ക്കും.''

സത്യസന്ധനായ ഒരു റേഞ്ചറിന്റെ ആത്മരോഷം കാടിന്റെ ഗർഭ ത്തിൽ ഉഗ്രസ്ഫോടനമായി. കഷ്ടം, ഡെപ്യൂട്ടി റേഞ്ചറിന് നെഞ്ചി ലാണ് വെട്ടേറ്റിരിക്കുന്നത്. ഇത്തിരി സീരിയസ് ആണ്. ഖാദറിന്റെ മനസ്സ് നൊന്തു. പരിക്കേറ്റവരെ ജീപ്പിൽക്കേറ്റി ആശുപത്രിയിലേക്ക് വിട്ടു. ആശുപത്രിയിൽ വിളിച്ച് വേണ്ട ഏർപ്പാട് ചെയ്തു. ഡി.എഫ്. ഒ.യെ രണ്ടു പ്രാവശ്യം വിളിച്ചിട്ടും എടുത്തില്ല. സ്വല്പം കഴിഞ്ഞ് അദ്ദേഹം തിരിച്ചുവിളിച്ച് റേഞ്ചറിന് എന്തൊക്കെയോ നിർദ്ദേശങ്ങൾ കൊടുത്തു.

''ദിനേശാ... വേഗം വാ. നമുക്കാ വീടൊന്ന് സെർച്ച് ചെയ്യണം''

''സാറേ... നമ്മൾ രണ്ടും മാത്രേയുള്ളൂ. ബാക്കിയുള്ളോര് ആശുപത്രിയിലേക്ക് പോയി.'' ഗാർഡ് ദിനേശൻ മുരണ്ടു.

അടുത്ത നിമിഷത്തിൽ റേഞ്ചർ ഖാദർ ഓടി ടോമിയുടെ വീട്ടുപടിക്കൽ എത്തി. ദിനേശൻ പിന്നാലെയും. ചവിട്ടിത്തുറന്ന വാതിലിനു പിന്നിൽ കൊടുവാളുമായി പഴയ പഞ്ചായത്ത് മെമ്പർ ഗ്രേസി.

തോക്കെടുത്ത് അവളുടെ നെറ്റിയിൽ കുത്തി, ഖാദർ അലറി. ''എവിടെടീ... മാനെറച്ചി?''

വിറച്ചുപോയ ഗ്രേസിയുടെ കൈയിൽനിന്ന് കൊടുവാൾ താഴെ വീണു. ഫ്രിഡ്ജിലെ ഫ്രീസർ തുറന്നെടുത്ത ഇറച്ചി ഖാദറിന്റെ കയ്യിലിരുന്നു വിറച്ചു. പിച്ചള കെട്ടിയ ഇരട്ടക്കുഴൽ തോക്ക് ഭിത്തിയിൽ നെടുങ്ങനെ വച്ചിരിക്കുന്നിടത്തേക്ക് ഖാദർ നീങ്ങി. തോക്കെടുക്കാനാഞ്ഞ ഖാദറിന്റെ കൈയിൽ കടന്നുപിടിച്ച് ഗ്രേസി ഒച്ചവച്ചു.

''സാർ അതെടുക്കല്ലേ. അതെന്റെ വല്യപ്പാപ്പന്റെയാ. പാലാമുട്ടത്തെ ഇട്ടിമാപ്ളേടെ. നൂറു വർഷം പഴക്കൊണ്ട്. ഉപയോഗിക്കുന്നതല്ല.''

''മാറെടീ...''

അവളെ വടിച്ചെറിഞ്ഞിട്ട് അയാൾ തോക്കെടുത്തു. കുട്ടികൾ പിറകിൽകൂടി പുറത്തു ചാടിക്കയറുന്നതു പോലെ അവൾ അയാളുടെ പുറത്തോട്ട് ചാടിക്കയറി ഇടതു കൈ തൊണ്ടയിൽ അമർത്തി വലതു കൈകൊണ്ട് കത്രികപ്പൂട്ടിട്ട് പൂട്ടി. പിടുത്തത്തിനിടയിൽ രണ്ടുപേരും മറിഞ്ഞു താഴെ വീണു. ഗുസ്തിയിൽ ഗ്രേസിയുടെ നൈറ്റി പരാജയപ്പെട്ട് പലയിടത്തും പിഞ്ഞിപ്പോയി. ഗോദായിലെ മല്ലൻമാരെപ്പോലെ ഖാദറും ഗ്രേസിയും പിടുത്തവും മറിച്ചിലുമായി. പെൺപുലിയെപോലെ ചാടിമറിഞ്ഞ് ആക്രമിക്കുന്ന ഗ്രേസിയെ എങ്ങനെ നേരിടണമെന്നറിയാതെ ദിനേശൻ വിരണ്ടു നിന്നു. ഗ്രേസി തന്റെ നഗ്നതയെക്കുറിച്ച് ബോധവതിയല്ലെന്ന് ദിനേശന് മനസ്സിലായി. പിടിച്ചുമാറ്റാൻ പറ്റാത്തവിധം രണ്ടു പേർ തറയിൽ കിടന്നു മറിയുകയാണ്. അവളിപ്പോഴും ഖാദറിന്റെ തൊണ്ടയിലെ പിടി വിട്ടിട്ടില്ല. ദൈവമേ... ഇവൾ സാറിനെ കൊല്ലുമോ...

''എടീ... വിടെടീ...'' ദിനേശൻ അലറി.

പെട്ടെന്ന് ഒരു ജീപ്പ് മുറ്റത്തെത്തി നിന്നു. മുറിക്കകത്തേക്ക് കയറി വന്ന ഇൻസ്പെക്ടറും പൊലീസുകാരും വനിതാ പൊലീസും ചേർന്ന് അവരെ ഇരുവരെയും പിടിച്ചുമാറ്റി. ഖാദറിനെ താങ്ങിയെണീപ്പിച്ച് കസേരയിലിരുത്തി. അയാൾ വല്ലാതെ കിതയ്ക്കുന്നുണ്ടായിരുന്നു.

ശ്വാസമെടുക്കാൻ വിഷമിച്ചു. ഗ്രേസിയുടെ ദേഹത്ത് അവിടവിടെ പരിക്കുകൾ. നൈറ്റി മുക്കാലും പിഞ്ഞിപ്പോയിരുന്നു. അർദ്ധനഗ്ന യായ അവൾ അലമുറയിട്ടുകൊണ്ട് കളം നിറഞ്ഞു.

രണ്ടുപേരെയും ആശുപത്രിയിൽ അഡ്മിറ്റാക്കി.

അപ്പോൾ വന്ന ഫോറസ്റ്റ് ഉദ്യോഗസ്ഥർ മാനിറച്ചി മഹസ്സറിൽ വിവരിച്ച് ബന്തവസ്സിൽ എടുത്തു. പരിശോധന ഊർജ്ജിതമാക്കി.

‘‘സാറേ... റേഞ്ചർ ഖാദർ എന്നെക്കേറിപ്പിടിച്ചു. ബലാൽസംഗം ചെയ്യാൻ നോക്കി. ഇതു കണ്ടോ...’’

ഇട്ടിരുന്ന നൈറ്റി ഊരി അവർ മാറിടവും കഴുത്തും പുറവും വനിതാ പൊലീസുകാരിയെ കാണിച്ചു. നിറയെ പരിക്കുകൾ. ദേഹ സ്ഥിതി നോട്ടുചെയ്യവേ വനിതാ പൊലീസുകാരിയുടെ മനസ്സിൽ ഒരു അസ്വസ്ഥത നിഴലിച്ചു വന്നു.

‘‘അയാൾ എന്നെ ബലാത്സംഗം ചെയ്യാം വന്നതാ. തള്ളിത്താഴെ യിട്ടു. പിന്നെ. നൈറ്റി വലിച്ചു കീറി. ആ സമയത്ത് പൊലിസു വന്നില്ലാരുന്നെങ്കി...’’ ഗ്രേസി പറഞ്ഞുകൊണ്ടേയിരുന്നു.

എഴുതിയെടുത്ത മൊഴി വായിച്ചുനോക്കിയ ഗ്രേസി തിളച്ചു. ‘‘ഇതിൽ ബലാൽസംഗം ചെയ്തെന്ന് എഴുതിയിട്ടില്ലല്ലോ സാറേ.’’

‘‘അതിന് അങ്ങേരു നിങ്ങളെ ബലാത്സംഗം ചെയ്തിട്ടില്ലല്ലോ’’

എഴുതിയ വനിതാപൊലീസ് അനിത ആശ്വസിപ്പിക്കാൻ നോക്കി.

‘‘സാറേ... അർദ്ധരാത്രി കാടിന്റെ ചരിവിൽ, ഒറ്റപ്പെട്ട വീട്ടിൽ, ഒറ്റയ്ക്കൊരു സ്ത്രീ. കാമം മൂത്ത ഒരുത്തൻ തോക്കുമായി വന്ന് അവളെ കേറിപ്പിടിച്ച് തള്ളിമറിച്ചിട്ട് ചുണ്ടിലും മൊലയ്ക്കും...’’

‘‘മതി മതി.’’ വായ കൊണ്ടുള്ള ബലാത്സംഗം അനിത വാക്കാൽ തടഞ്ഞു.

‘‘നിങ്ങൾ പറയൂ. അതുപോലെ എഴുതാം’’

അനിതയിലെ പൊലീസുദ്യോഗസ്ഥ കൃത്യനിർവഹണത്തിൽ ജാഗരൂകയായി. അന്വേഷണത്തിൽ സത്യം പുറത്തു വരുമല്ലോയെ ന്നോർത്ത് അവർ നിശ്വസിച്ചു. മൊഴി വായിച്ചു താഴെ ഒപ്പിട്ടപ്പോൾ ഒരു വഷളൻചിരി ഉള്ളിൽ നിന്നിറങ്ങിവന്ന് ഗ്രേസിയുടെ മുഖത്ത് വിരിഞ്ഞു.

* * *

‘‘**തി**രുനെല്ലി റേഞ്ച് ഫോറസ്റ്റ് കേസ് സി.സി 185/2018 സാക്ഷി..... നാലാം പ്രതി പൊക്കൻ, അഞ്ചാം പ്രതി ഉണ്ണൻ...’’

മാനന്തവാടി ഫസ്റ്റ് ക്ലാസ് മജിസ്ട്രേറ്റ് കോടതിയിലെ ക്ലാർക്ക് ഉറക്കെ വിളിച്ചു. റിമാന്റ് നീട്ടണമെന്ന അപേക്ഷ സമർപ്പിച്ച പ്രോസി ക്യൂട്ടറുടെ മുഖത്തേക്ക് മജിസ്ട്രേറ്റിന്റെ കണ്ണുകൾ എറിഞ്ഞ ചോദ്യം അയാളെ പൊള്ളിക്കുന്നുണ്ടായിരുന്നു.

''മറ്റു പ്രതികളെ അറസ്റ്റ് ചെയ്യാൻ വൈകുന്നതുകൊണ്ട് നാലും അഞ്ചും പ്രതികളുടെ റിമാന്റ് നീട്ടുന്നതെന്തിന്?''

പ്രോസിക്യൂട്ടറെ മൗനം പൊതിഞ്ഞു കാത്തു.

''ആദിവാസികളായ പ്രതികൾക്ക് വക്കീലില്ലേ?''

''ഇല്ല.''

''ഫ്രീ ലീഗൽ സർവീസ്?''

''ആവശ്യപ്പെട്ടിട്ടില്ല.''

''കഷ്ടം, അവർക്കതറിയില്ലല്ലോ. അഡ്വ. തോമസ്...''

''യെസ്, സർ...''

''പ്രതിഭാഗം കൗൺസെലായി നിങ്ങളെ ചുമതലപ്പെടുത്തിയി രിക്കുന്നു.''

''ശരി.''

''കേസ് നാളത്തേക്ക് മാറ്റി.''

ജാമ്യത്തിലിറങ്ങി വീട്ടിൽ എത്തിയ ദിവസം പൊക്കനും ഉണ്ണനും ജയിലറകളിലെ നടുക്കുന്ന ഓർമ്മകളിൽ പിടഞ്ഞുപോയി. ചീറി യടുത്ത കടുവയുടെ മുന്നിലും കൊടുങ്കാറ്റുപോലെ ചിന്നം വിളിച്ചു പാഞ്ഞടുത്ത കാട്ടുകൊമ്പന്റെ മുന്നിലും ഇത്ര ഭയന്നിട്ടില്ല. ഒറ്റ കാട്ടു കമ്പിന്റെ ബലത്തിൽ അലറി നിന്ന് എത്രയോ തവണ ജീവിതം തിരിച്ചുപിടിച്ചിരിക്കുന്നു. എന്നാൽ മനുഷ്യരുടെ കൂടെ ജീവിക്കാൻ, ഉറങ്ങാൻ പൊക്കന് ഭയമായിരുന്നു. ജയിലിൽക്കഴിഞ്ഞ 28 ദിവസ ത്തിൽ ഒരു ദിവസംപോലും ഉറങ്ങിയില്ല. അടിയും തൊഴിയും ഭയ പ്പെടുത്തുന്ന നോട്ടവും തെറിയും. സെല്ലിന്റെ ഒരു മൂലയിൽ ഒച്ചു ചുരുളുന്നപോലെ ചുരുണ്ടിരുന്ന് കരഞ്ഞ രാത്രികൾ.

ഓ... ഓർക്കാൻ വയ്യ. അയാളുടെ മനസ്സിലും കിടക്കപ്പായിലും ജയിലോർമ്മകൾ നിന്നെരിഞ്ഞു.

പെട്ടെന്ന് കാട് ഒരു കൊടുങ്കാറ്റിനെ കെട്ടഴിച്ചു വിട്ടു. മരങ്ങളാടി യുലഞ്ഞു. എവിടൊക്കെയോ ചില്ലകൾ ഒടിയുന്നു. ചിന്നിനിന്ന നിലാവിലേക്ക് കാർമേഘങ്ങൾ കടപുഴകി വീണു. അടുത്ത നിമിഷ ത്തിൽ തുള്ളിക്കൊരു കുടമായി മാനം പൊട്ടിയടർന്നു വീണു. വെന്തുനിന്ന ഓർമ്മകളിലേക്ക് ഒരു തണുപ്പ് ഇരച്ചുവന്നു. ഒരു ശാന്തത.

കണ്ണുകളിലേക്ക് രാത്രി ഒഴുകിയിറങ്ങി. തണുത്ത കാറ്റ് സാക്ഷിയായി. ഒരു കാറ്റിന്റെ തലോടലിൽ പൊക്കൻ ഉറങ്ങിപ്പോയി. മഴയിൽ മുങ്ങിയ രണ്ടാൾരൂപമടുത്തു വന്നു വിളിച്ചു.

''പൊക്കാ... ഞാനാ ടോമി. വർക്കീമൊണ്ട്''

''ടോമിച്ചാ... എവിടാന്നു? ഞാമ്പേടിച്ചു പോയ്. എന്നെ ജയിലിലാക്കീല്ലേ...''

''പറ്റിപ്പോയി പൊക്കാ. മനപ്പൂർവമല്ല. നിന്റേം ഞങ്ങടേം പേരിൽ കേസൊണ്ട്. ശിക്ഷിച്ചാ നമ്മളെല്ലാം പത്തുകൊല്ലമെങ്കിലും അകത്താകും.''

''യ്യോ...'' പൊക്കൻ ഞെട്ടി നിലവിളിച്ചു. പത്തുകൊല്ലം ജയിലിൽ.... അവൻ വിറച്ചുപോയി. ജയിലിനെക്കുറിച്ചോർത്തപ്പോൾ തൊണ്ട വരണ്ടുപോയി.

''പൊക്കാ... നിനക്കറിയുവോ? നിന്റച്ഛൻ ചിണ്ടൻ ഞങ്ങടെ തോട്ടത്തിലെ പണിക്കാരനാരുന്നു. നിനക്ക് കുടി കെട്ടിത്തന്നതും മംഗലം നടത്തിത്തന്നതും എന്റപ്പനാ. നീ പട്ടിണിയില്ലാതെ കഞ്ഞിവച്ചു കുടിച്ച് കെടക്കുന്നത് ഞങ്ങളൊള്ളോണ്ടാ.''

''എല്ലാമെനിക്ക് ഉള്ളിലൊണ്ട്. നന്ദിയൊണ്ട്. ചാവുന്നവരെ മറക്കൂല്ല.''

''എന്നാ നീ ഞങ്ങൾക്ക് ഒരുപകാരം ചെയ്യണം.''

''എന്താ ടോമിച്ചാ?''

''നീ ഒരു കാര്യം ചെയ്യ്. കേസ് ഞങ്ങൾ നടത്താം. നിന്റെ കുടുംബത്തിന്റെ കാര്യോം ഞങ്ങൾ നോക്കാം. കൂടാതെ നിനക്ക് ഒരു ലക്ഷം രൂപായും തരാം.'' ഒരു മൗനത്തിന്റെ ഇടവേളയ്ക്കു ശേഷം ടോമി ആവശ്യമറിയിച്ചു.

''നീ കുറ്റമേക്കണം. നീയും ഉണ്ണനും കൂടിയാ ഇതു ചെയ്തേന്നു പറയണം. നീ ഞങ്ങളെ രക്ഷിക്കണം പൊക്കാ. നീയല്ലാതെ ഞങ്ങക്കാരുമില്ല. ഞങ്ങൾ നിന്നെ കേസീന്ന് ഊരിത്തരാം.''

മൗനം ഒരു കടലായി ഇടയിൽ നിറഞ്ഞു കവിഞ്ഞു. എല്ലാവരും അതിൽ മുങ്ങിപ്പോയി.

''ഈ കാശ്... ഞാൻ... ഇവിടെ ഇരിക്കട്ടെ.''

കത്തുന്ന മണ്ണെണ്ണവിളക്കിന്റെ തീനാളത്തിന്റെ തുഞ്ചത്ത് കുറച്ച് നോട്ടുകൾ കൊരുത്തിട്ട് ടോമിച്ചനും വർക്കിയും യാത്ര പറഞ്ഞു.

''വേണ്ടാ. എനിക്കു കാശ് വേണ്ട.'' ടോമിച്ചൻ കേട്ടില്ല.

''അപ്പം, പറഞ്ഞപോലെ. എറങ്ങുവാ.''

അവർ പോയിക്കഴിഞ്ഞു. പൊക്കന്റെ കണ്ണുകളിലേക്ക് വീണ്ടും ഇരുട്ടിഴഞ്ഞു വന്ന് നിറഞ്ഞു.

മഴ കനത്തു. കാടു നെടുകെ പിളരുന്നപോലെ പെട്ടെന്ന് കൊള്ളിയാൻ മിന്നി. പിറകെ ഇടിയും. കണ്ണുകളിലെ ഭയത്തിന്റെ ചാലുകളിൽ വഴങ്ങാൻ നിദ്രയ്ക്ക് മടിയായിരുന്നു. ഒരു നിശ്വാസത്തിന്റെ തിരിവിൽ വച്ച് കോഴി കൂവുന്നതുപോലെ. ഒരു പുലരിയുടെ വരവ്. കോഴി കൂവിത്തീർന്നപ്പോൾ മുറ്റത്തൊരു കാൽപ്പെരുമാറ്റം.

''പൊക്കാ... പൊക്കാ...'' പാവം നല്ല ഉറക്കത്തിലാണല്ലോ.

''പൊക്കാ...'' ഒച്ചയിലുള്ള ഒരു വിളിയിൽ പൊക്കൻ ഞെട്ടിയുണർന്നു.

''നേരം വെളുത്തെടാ. എഴുന്നേറ്റില്ല്യോ.''

''അയ്യോ സാറേ... എപ്പ വന്നു? അവരു പോയല്ലോ.''

''ആര്? ''

പൊക്കൻ കണ്ണു തിരുമ്മി ചുറ്റിലും നോക്കി. എരിയുന്ന വിളക്ക് തിരഞ്ഞു. വിശ്വാസം വരാതെ കണ്ണുതിരുമ്മി ഒന്നുകൂടി നോക്കി.

''ആര്?''

''ആ ടോമിച്ചനും വർക്കിച്ചനും. കുറെ കാശും ഇവിടെ വച്ചാ പോയത്.''

''പോടാ.'' ഖാദർ ചിരിച്ചു.

''അല്ല... അവരു വന്നാരുന്നു. വന്നു.''

''പോടാ. അവരെല്ലാം ഇന്നലെ അറസ്റ്റിലായി.''

വിശ്വാസം വരാതെ പൊക്കൻ എണീറ്റ് മുറ്റത്തേക്കിറങ്ങി. കിനാവാണെന്ന് അവന് അപ്പഴും ഉറപ്പില്ല. പകച്ചു നിന്ന പൊക്കന്റെ തോളിൽ സ്നേഹത്തിന്റെ ഒരു സാന്ത്വനം.

''നിനക്കിതിൽ പങ്കില്ലെന്ന് എനിക്കറിയാം. നിന്നെയും മോനെയും മാപ്പുസാക്ഷിയാക്കാൻ വേണ്ട ഏർപ്പാടു ഞാൻ ചെയ്തിട്ടൊണ്ട്. നീ വാ...''

പൊക്കൻ, റേഞ്ചർ ഖാദറിന്റെ പിന്നാലെ നടന്നു. കാടിന്റെ ഇരുളറയിൽനിന്ന് സൂര്യൻ ഉയർന്നുപൊങ്ങി. കിഴക്ക് പുലരി ചുവന്നു പടർന്നു. ആ തേജസ്സിലേക്ക് പൊക്കൻ നടന്നുനീങ്ങി.

■

മരണം കോരുന്നവർ

ജനുവരിയിലെ രണ്ടാമത്തെ ഞായറാഴ്ച. ഒരു നവോഢയെപ്പോലെ പൂത്തുലഞ്ഞു നിന്ന രാവിന്റെ ലാളനമേറ്റ് പ്രഭാതം ഉണരാൻ താമസിച്ചുപോയി.

ശ്ശേ... ഇത്.... ഒരുമാതിരി കഥയാണല്ലോ. നടന്നു തേഞ്ഞ വഴികളിലൂടെ, നാണമില്ലാതെ നടക്കുന്നവരെ വെല്ലുവിളിച്ചു നടന്നവൻ, കൊടിച്ചിപ്പട്ടിയെപ്പോലെ വാലാട്ടി അതേ വഴിയിലൂടെ...

അയാൾ ഡയറിയിൽ എഴുതിയത് ആർക്കും ഒരിക്കലും വായിക്കാനാവാത്തവിധം പേനകൊണ്ടു കരിമ്പടമിട്ടു മൂടി. എന്നത്തേതുപോലെ അന്നും പത്ത് മിനിട്ട് കൊണ്ടു സർഗ്ഗപ്രവർത്തനം അവസാനിപ്പിച്ച് രാമചന്ദ്രൻ എണീറ്റു. പരിപൂർണസ്വാതന്ത്ര്യം മോഹിച്ച യാത്ര ബാത്റൂമിൽ അവസാനിച്ചു. മനുഷ്യന്റെ സ്വാതന്ത്ര്യം ബാത്റൂമിൽ അടക്കം ചെയ്യപ്പെട്ടതിനെപ്പറ്റി ഒരു കഥയെഴുതിയാലെങ്ങനെയിരിക്കുമെന്ന് ആലോചിച്ചുകൊണ്ട് കണ്ണാടിയിൽ നോക്കവെ, നരപിടിച്ച വയറുന്തിയ ഒരു വികൃതസത്വം തന്നെ നോക്കി പല്ലിളിക്കുന്നതുകണ്ടു ഞെട്ടി. കുളിമുറിവാസം പെട്ടെന്ന് അവസാനിപ്പിച്ച് വെളിയിൽ വന്ന് ചിന്താഗ്രസ്തനായി. പ്രായമായിരിക്കുന്നു!

മരിക്കുന്നതിനുമുൻപ് ഒരു കഥയോ കവിതയോ എഴുതണമെന്നുള്ള കലശലായ മോഹത്താൽ വലഞ്ഞ് അയാൾ കസേരയിലേക്ക് അയഞ്ഞിറങ്ങി.

പകുതി എഴുതിവിട്ട പകൽക്കഥകൾ കൊടുത്താൽ വല്ല അവിയലോ സാമ്പാറോ കിട്ടുമോ എന്ന് നോക്കാലോ എന്ന സമാധാനത്തിൽ വാട്ട്സ്ആപ്പ് സന്ദേശങ്ങൾ പരതി. പതിവുപോലെ ശുഭദിനാശംസകളും ഗുഡ്മോർണിംഗ് സന്ദേശങ്ങളും കെട്ടിപ്പിടിക്കാനാഞ്ഞാഞ്ഞു നിൽക്കുന്നു. കൂട്ടത്തിൽ ഒരു സന്ദേശത്തിൽ കണ്ണുടക്കി.

പറഞ്ഞതുപോലെ കൃത്യം രണ്ട് മണിക്കുതന്നെ എംബാർക്കേഷൻ ജെട്ടിയിൽ. അനദാരീസ് കരുതാൻ മറക്കരുത്. എന്ന് ബി.ആന്റ്.എം.

ഓ... മറന്നു. കുടിക്കാനും തിന്നാനുമുള്ളതൊന്നും (അനദാരീസ്) വാങ്ങിയിട്ടില്ല. ടി.വിയിൽ ജോൺസൺ മാഷിന്റെ ഓർമ്മ ദേവരാഗങ്ങളായി ഒഴുകി വരുന്നു.

''ദേവാംഗണങ്ങൾ കയ്യൊഴിഞ്ഞ താരകം...

സായാഹ്നസാനുവിൽ വിലോലമേഘമായി...''

യേശുദാസ് പെയ്തിറങ്ങുന്നു. അതു ചോർന്ന് ഉള്ളിൽ കടലിരമ്പുന്നു. അനദാരീസ് പോകുന്ന വഴിക്കു വാങ്ങാം. അയാൾ വീണ്ടും ജോൺസണിലേക്ക് വീണു. വരുന്നു.... ''പൊന്നുരുകും പൂക്കാലം...'' ഹൊ! ഇയാൾ എന്നെ തകർക്കും. രാമചന്ദ്രൻ ബൈക്കിന്റെ ചാവിയെടുത്തു പകൽത്തിളപ്പിലേക്ക് പാഞ്ഞു.

എംബാർക്കേഷൻ ജെട്ടിയുടെ തിട്ടയിൽ വാകമരച്ചോട്ടിൽ നിഴലിനെ വെയിൽ കോർത്തെടുക്കുന്ന മനോഹാരിത കണ്ണിൽ ഓളം വെട്ടി. കായലാഴങ്ങളിലേക്ക് തറഞ്ഞിരുന്നിട്ട് 20 മിനിട്ട് കഴിഞ്ഞു. പൊള്ളുന്ന പകലിന്റെ ഉച്ചിയിലേക്ക് മാനം പെട്ടെന്നടർന്ന് ജലരൂപത്തിലലിഞ്ഞു. വെയിലിൽ കുഴഞ്ഞ മഴ കായൽപ്പരപ്പിന്റെ മൗനങ്ങളിൽ മാനത്തിന്റെ രഹസ്യങ്ങൾ നിറച്ചു.

തലങ്ങും വിലങ്ങും ബോട്ടുകൾ ഓളപ്പരപ്പിലൂടെ ഒഴുകിയടുക്കുകയും അകലുകയും ചെയ്തുകൊണ്ടിരുന്നു. സ്വദേശികളും വിദേശികളുമായ സഞ്ചാരികൾ പൊട്ടിച്ചിരികളുടെ അഴിമുഖത്തേക്ക് ഹൃദയങ്ങളിൽ പൂത്തിരി കത്തിച്ചുപിടിച്ച് കടന്നുപൊയ്ക്കൊണ്ടിരുന്നു.

അപരിചിതർ തമ്മിൽ ചിരിച്ചുകൊണ്ട് കൈ കാട്ടി അഭിവാദ്യം ചെയ്തു സന്തോഷിച്ചപ്പോൾ, സാർവ്വലൗകികമായ മനുഷ്യത്വം, മതങ്ങൾക്കും ഇസങ്ങൾക്കും അതീതമായി മനുഷ്യനിൽ അന്തർലീനമായിക്കിടപ്പുണ്ട് എന്ന ജൈവസത്യത്തിന്റെ തണുപ്പ് ഉള്ളിലൂറി. പേരോ മതമോ ദേശമോ മനുഷ്യന് ഒരുമിച്ച് സന്തോഷിക്കുന്നതിന് തടസ്സമാകുന്നില്ലെന്നുള്ള പ്രപഞ്ചസത്യം ആ പകൽ അയാൾക്കു മുന്നിൽ തുറന്നുവച്ചു.

ഫോട്ടോയ്ക്ക് പോസ് ചെയ്യാൻ അവർ കായലിനെ ലാളിച്ച് നിർബന്ധിക്കുന്നുണ്ട്. ക്യാമറയിൽ കായലിനെയെടുത്ത് മാനത്തെ മുട്ടിച്ചപ്പോഴൊക്കെ ഓളങ്ങളിലൊടിഞ്ഞു ചിരിച്ച കായൽ കടലിലേക്ക് തെന്നിപ്പോയി. തുള്ളിത്തെറിക്കുന്ന അഴകിലും ആഹ്ലാദത്തിന്റെ കൊടിയേറ്റത്തിലും ആ സഞ്ചാരികൾ ചിരിച്ചുകൊണ്ടിരുന്നു. അതെ, സഞ്ചാരികളാണ് സന്തോഷം കണ്ടുപിടിച്ചവർ. പുതിയ ലോകം, ഭാഷകൾ, ആഹാരം, പ്രണയം, ആളുകൾ, ഉത്സവങ്ങൾ, മഴ ഇവയിൽ കൂടിയൊക്കെ സഞ്ചരിക്കണം. ഒന്നിനും പറ്റിയില്ലല്ലോ,

പറ്റുന്നില്ലല്ലോ എന്നോർത്തപ്പോൾ ഒരു കാർമേഘം വന്ന് അയാളെ മൂടി. എല്ലാ വർഷവും ഒരു യാത്രപോകാനുള്ള സമ്പാദ്യം മാറ്റി വയ്ക്കണമെന്ന് അയാൾ വീണ്ടും തീരുമാനിച്ചു.

മഴയൊന്നു മങ്ങി. മാനമടർന്ന വിടവ് ഒരു കാറ്റു വന്ന് മെഴുകി യടച്ചു. മഴപ്പേടി മാറിയ മണ്ണ് മദിച്ചു വന്ന് അയാളെ തൊട്ടു. കാറ്റ് സാക്ഷി. മുഖവും മൂക്കും തുടച്ചുകൊണ്ട് അയാൾ മഴയിൽ നിന്നു ണർന്നു.

ശ്ശോ അവർ വന്നില്ലല്ലോ, ബിജുവും മാത്യുവും. മണി 2.30 ആയി. ബുക്ക് ചെയ്തെന്നു പറഞ്ഞ ബോട്ടും വന്നിട്ടില്ല. ഫോൺ വിളിച്ചിട്ട് പരിധിക്കു പുറത്തെന്ന അശരീരി. അവിടെ പരന്ന അസ്വസ്ഥത വലിച്ചെടുത്ത് അയാൾ മൗനത്തിൽ മറഞ്ഞു.

''സാറേ... ഇതു പഴമാ വാരിയെടുക്കണം.''

കായലിൽനിന്ന് പൊന്തിവന്ന ശബ്ദത്തിന് പിന്നാലെ കണ്ണുകൾ അമ്പുകളായി പാഞ്ഞു. പിറകിൽ പടിക്കെട്ടിനു താഴെ കായലിൽ അരയോളം വെള്ളത്തിൽ ഒരാൾ. പാറിപ്പറക്കുന്ന ചെമ്പിച്ച തലമുടി യോടെ, ബട്ടൺസ് തുറന്നിട്ട് നെഞ്ചുകാണിച്ച് ഒരു ഇരുൾരൂപം. സൂക്ഷിച്ചു നോക്കി. മീശയും കൃതാവുമായി ചേരുന്നിടത്ത് രണ്ടു കടലുകൾ സംഗമിക്കുമ്പോഴുള്ള അടിയൊഴുക്കുകൾ പിണഞ്ഞു കിടക്കുന്നു. കൂപ്പിലെ ആനയുടെ തുമ്പിക്കയ്യിൽ നെടുങ്ങനെ നിൽ ക്കുന്ന കാട്ടുതടി പോലെ നെറ്റിക്കൊരു വടു. കുറ്റിമുല്ല കനത്തതു പോലെ പുരികം തിങ്ങി കൺപോളയിലേക്ക് ഞാന്ന്... രാമചന്ദ്രൻ ഒന്നു ഞെട്ടി. കൺപോളകൾ ഇറുക്കിയിട്ടു തുറന്നു. മുഖവും കണ്ണും തുടച്ചു. വീണ്ടും നോക്കി. കായലരികത്ത് റോഡിൽ ഒരു പൊലീസ് ജീപ്പ്.

''നീയതിങ്ങ് വലിച്ചു കേറ്റെടാ. അടന്നു പോകാതെ നോക്കണേ. ലോറാ നീയൂടിറങ്ങ്. അവനെക്കൊണ്ട് ഒറ്റയ്ക്ക് പാടാ.''

ഒച്ചവയ്ക്കുന്ന എച്ച്.സി സുബ്രഹ്മണ്യന്റെ അടുത്തു നില്ക്കുന്ന ആളെ രാമചന്ദ്രൻ ശ്രദ്ധിച്ചു. ഇരുൾ പെറ്റൊരാൾ പകലിനോടൊത്ത് വന്ന് സുബ്രഹ്മണ്യന്റെ കൈയകലത്തിൽ നിഴലായി നില്ക്കുന്നു.

സുബ്രഹ്മണ്യന്റെ ശബ്ദം ഇരുൾരൂപത്തിന്റെ ചെവിയിലേക്ക് തറഞ്ഞുകയറി. അധികാരത്തിന്റെ ശബ്ദം ശവംകോരി ലോറനെ അടിമയാക്കി. അവന്റെ തലക്കെട്ടഴിഞ്ഞിറങ്ങി. പാളയണ്ടർവെയറിന്റെ പകുതി കാണത്തക്കവണ്ണം ലുങ്കി മാടിക്കുത്തി. അതിന് മുകളിൽ തോർത്ത് വട്ടം മുറുക്കിക്കെട്ടി.

അമാവാസി കഴിഞ്ഞെത്തുന്ന ചന്ദ്രശകലത്തിൽ വിരിയിച്ചെടുത്ത ദേഹവുമായി ലോറൻ കായലിലേക്കൊഴുകി. ലുങ്കിക്കു മുകളിൽ

അരയിൽ തോർത്തു വട്ടം കെട്ടി ലോറൻ കാലുകൊണ്ട് കായലിനെ ഒന്നു തഴുകി. തിരിഞ്ഞുനിന്ന് ഏഡിന്റെ കണ്ണിലേക്ക് ഒന്നു പാളി നോക്കി മുരടനക്കി.

''പോയിട്ടുണ്ടെടാ. വരും. നീയങ്ങോട്ടിറങ്ങ്.''

ആ വാക്കുകളിൽ പുളച്ചിരുന്ന ലഹരി ഊറി ലോറൻ ചെളിയിലേക്ക് പുതഞ്ഞു. മദ്യത്തിന്റെ കാര്യത്തിൽ സുബ്രഹ്മണ്യനെ അയാൾക്ക് വിശ്വാസമായിരുന്നു. പ്രത്യേകിച്ച് അഴുകിയ ശവങ്ങൾ വാരിയെടുക്കാൻ ശ്വാസം വിലങ്ങി നിൽക്കുന്ന കായലിന്റെ വഴുക്കലുകളിലേക്ക് തെന്നിയിറങ്ങുമ്പോൾ...

കണങ്കാൽ മച്ചം ചെളിയിൽ ലോറൻ പുതഞ്ഞു നിന്നു.

നീന്താൻ മുട്ടി നിന്ന ശവശരീരത്തെ ഇടതുകൈകൊണ്ട് തടഞ്ഞു നിർത്തിയിട്ട് ആമിട്ടൻ ഒന്നു നിവർന്നു. ആദ്യത്തെ പിടിയിൽ വലതു കയ്യിൽ അടർന്നു കിട്ടിയ കഷണങ്ങൾ കുടഞ്ഞെറിഞ്ഞു. കായൽ വകഞ്ഞ് കൈ കഴുകി. വായിൽ വെള്ളം കൊണ്ടു കുപ്ലിച്ചു തുപ്പി. അരയിൽ തിരുകിയിരുന്ന റം എടുത്ത് നാലു കവിൾ ഒറ്റയടിക്ക് അകത്താക്കി. ബാക്കി അരയിൽ തിരുകി. വീണ്ടും കായൽപ്രസാദം വായിൽകൊണ്ടു കുറച്ചു നേരം കുപ്ലിച്ചു തുപ്പി.

''ഏഴെട്ട് ദിവസമെങ്കിലും പഴക്കം കാണും. വീർത്ത് അടർന്നു തുടങ്ങി ലോറാ.''

ചെളി ചവിട്ടി ഒതുക്കി, അഴുക്കു വകഞ്ഞ് വഴി വെട്ടി വരുന്ന ലോറനോട് നാലു കവിൾ റമ്മിന്റെ നിരീക്ഷണറിപ്പോർട്ട് എറിഞ്ഞു കൊടുത്തിട്ട് ആമിട്ടൻ ഉഷാറായി നിന്നു. ലോറനടുത്തു. മൂക്കു പൊത്തി കാർക്കിച്ചു തുപ്പി. എത്ര ദേഹങ്ങൾ എടുത്തിട്ടുണ്ട്. ഇതിലും പഴുത്തതും ഇറുന്നുവീഴുന്നതുമായ എത്രയോ ശവങ്ങൾ! ഇത്രയും വാട.... ഹൊ!

''എന്താടാ പൊലയാടിമോനേ കാർക്കിച്ചു തുപ്പുന്നേ. ഇത്മ്മടെ ചോറല്ലിയോ.'' ആമിട്ടൻ ചീറി.

''ഒരു തുള്ളി ഇന്ന് കിട്ടിയിട്ടില്ല. പിന്നെ ഞാനെങ്ങനിവിടെ നിക്കും? സുബ്രഹ്മണ്യൻ സാറ് എന്തോ ഏർപ്പാട് ചെയ്തെന്നാ പറഞ്ഞത്. എറങ്ങാൻ മടിച്ച് ഞാനതാ കരേത്തന്നെ നിന്നേ.''

ആമിട്ടൻ ഒന്നുലഞ്ഞു. കഷ്ടം. ഇപ്പണിക്ക് മറ്റവനില്ലെങ്കി പറ്റില്ല. അരയിൽ ബാക്കിയിരുന്ന റം എടുത്ത് രണ്ടിറക്കു കൂടി വായിൽ കമിഴ്ത്തിയിട്ട് ബാക്കിയുള്ളത് ലോറന് നീട്ടി.

''ഒരഞ്ഞൂറെടുത്തതാ. രണ്ടെണ്ണമുണ്ട്. ഇത് നീ പിടി. ഒന്നു സാറാവ്. ബാക്കി മറ്റേത് വരുമ്പോളാട്ടെ,''

കൈ കായലിൽ കഴുകി ഷർട്ടിൽ തുടച്ചു. ഷർട്ടിന്റെ പോക്കറ്റിൽ തടഞ്ഞത് എടുത്തു നോക്കി. ഒന്നൂടെ നോക്കി. ആമിട്ടൻ ഒന്നു ഞെട്ടി. എടുത്ത് കായലിലേക്ക് എറിഞ്ഞുകളഞ്ഞു.

''എന്താടാ?''

ഒറ്റവലിക്കു കുപ്പി കാലിയാക്കിയ ലോറു, കായൽ വായിലേക്കിറ്റിച്ചുകൊണ്ട് തെരക്കി.

''കുഞ്ഞുവിരലടന്ന് പോക്കറ്റിക്കെടന്നതാ. നീ അത് സാറമ്മാരോട് പറയാൻ നിൽക്കണ്ട.''

മുന്നിൽ കമിഴ്ന്നു കിടക്കുന്ന ശരീരത്തെ ആമിട്ടൻ ഒന്നുകൂടി നോക്കി. പതിനേഴു പതിനെട്ടു വയസ്സു കാണും. വെളുത്ത നിറമായിരിക്കണം. മദ്യത്തിന്റെ തേരോട്ടത്തിൽ ഒരു കൊലപാതകവും ബലാത്സംഗവും ആത്മഹത്യയും ഒന്നിച്ച് വെള്ളിടി വെട്ടി.

ഏഴെട്ടു ദിവസം കായലിന്റെ ഒഴുക്കിനെയും മീനുകളെയും ചെറുത്തതിന്റെ അടയാളങ്ങൾ വീർത്തും മുറിഞ്ഞും അടർന്നുമൊക്കെ ശരീരത്തിലുണ്ട്. പുഴുവരിക്കുന്നു.

''എടാ ഇത് കൊന്നെറിഞ്ഞ പോലൊണ്ടല്ലോ.''

ആമിട്ടൻ മിന്നൽവേഗത്തിൽ ചൂണ്ടുവിരൽ അന്തരീക്ഷത്തിൽ കുത്തി ലോറന്റെ വായടച്ചു.

''നമ്മൾ ശവംകോരികൾ. പഠിക്കാത്തവർ. തെണ്ടികൾ. മുകളിൽ നിൽക്കുന്ന മനുഷ്യന്മാർ നമ്മളെ കൊല്ലും. അല്ലേലും വായ തൊറക്കരുതെന്ന് സാറന്മാരു പറഞ്ഞിട്ടൊണ്ടല്ലോ. തുണികൾ എപ്പോഴാണ് നഷ്ടപ്പെട്ടതെന്ന് മൃതദേഹത്തോട് ചോദിക്കാനാവില്ലല്ലോ.''

അടി മുതൽ മുടിവരെ പുഴുക്കൾ കുന്തളിക്കുന്നു. പുഴുക്കളെ വാരി അവർ കായലിൽ എറിഞ്ഞു. എറിയുന്തോറും പുഴുക്കൾ പൊന്തി വന്നുകൊണ്ടിരുന്നു.

ആറ്റുനോറ്റൊരു പൊന്നു മുഴുവൻ പുഴുവാകുന്നതു നോക്കി ആമിട്ടൻ നൊന്തു. തന്റെ മോടെ പ്രായം കാണും. ദൈവവിശ്വാസിയല്ലെങ്കിലും ദൈവമേയെന്ന് അറിയാതെ വന്ന ഒരു തേങ്ങൽ അയാളുടെ കണ്ണുകളിലൂടെ കായലിലേക്കിറങ്ങി.

പിടിച്ചപ്പോൾ ഇറുന്നു വന്ന മാംസക്കഷണങ്ങൾ കുടഞ്ഞെറിഞ്ഞ് അവർ വെള്ളം വകഞ്ഞ് കൈ കഴുകി.

''ലോറാ, വാടാ കൊരുത്തു താങ്ങെടാ.''

അടിയിൽക്കൂടി ഇരു കൈകളും കൊരുത്ത് താങ്ങി ഒരു താലത്തിലെന്നവണ്ണം അവർ മുന്നോട്ട്...

ജീവനങ്കുരിച്ച ആദിമഗർഭപാത്രത്തിന്റെ ഉള്ളറകളിൽ നിന്ന് മൃതിയോടൊപ്പം മണ്ണിന്റെ പ്രാചീനതയിലേക്ക് അവർ നീന്തിയടുത്തു.

ജീവൻ അളിഞ്ഞു നീറിയ മണം പടിക്കെട്ടിൽ ഇഴഞ്ഞു കയറി അവിടമാകെ കനത്തു. കണ്ടു നിന്നവർ മൂക്കുപൊത്തി പിറകോട്ടു മാറി കഥകൾ മെനഞ്ഞു. ഏഡ് സുബ്രഹ്മണ്യനും ഡ്രൈവർ മധുവും മുന്നിലെ പടിയിലിറങ്ങി നിന്നു.

''പൊക്കിയിങ്ങു കേറ്റെടാ.'' നിലത്തു വിരിച്ചിരിക്കുന്ന പ്ലാസ്റ്റിക് ചാക്കുകൾ തുന്നിയ പായ ചൂണ്ടി ഏഡ് ഉത്തരവിട്ടു. ലോറൻ കണ്ണു കൊണ്ടെറിഞ്ഞ ചോദ്യം പിടിച്ച് സുബ്രഹ്മണ്യൻ അരക്കുപ്പി റം പ്രസാദമായി എറിഞ്ഞു കൊടുത്തു.

ഉള്ളെരിഞ്ഞിറങ്ങിയ പൊള്ളൽ പൊട്ടിച്ചിരിയായി ആമിട്ടനിലും ലോറനിലും നിറഞ്ഞു. കാലിയായ കുപ്പി കായലിലേക്കെറിഞ്ഞ് നിമിഷനേരംകൊണ്ട് ശരീരം പ്ലാസ്റ്റിക് വിരിപ്പിനുമേലേ കിടത്തി. ചില കഷണങ്ങൾ കായലിൽ നഷ്ടപ്പെട്ടിരുന്നു. കൂടി നിന്നവരെ ഒരു നാലു വാരയെങ്കിലും അടിച്ചു തെറിപ്പിച്ച മനുഷ്യഗന്ധം അദൃശ്യമായ ഒരു മതിൽ കെട്ടി അതിനുള്ളിൽ വിളഞ്ഞു. അതിർത്തി ഭേദിച്ചു കടന്നവർ ആമിട്ടൻ, ലോറൻ, സുബ്രഹ്മണ്യൻ, മധു, രാമചന്ദ്രൻ. കീറിത്തുന്നിയ പ്ലാസ്റ്റിക്ചാക്കിൽ പരാജയപ്പെട്ട ഒരു സ്വപ്നം പുഴുവരിച്ച് മണ്ണിലേക്ക് കമിഴ്ന്നു കിടക്കുന്നു. ഒരു മരവിപ്പ് രാമചന്ദ്രന്റെ പെരുവിരലിൽനിന്ന് പെരുത്ത് ഉച്ചിയിലെത്തി പൂത്തു. ഒരു മനുഷ്യശരീരത്തിന്റെ ശിഥിലീകരണം അയാൾ ആദ്യമായി കാണുകയായിരുന്നു. എല്ലാ ദ്വാരങ്ങളിലൂടെയും പുഴുക്കൾ നുരച്ചു പൊന്തുന്നു. തല മരവിപ്പിക്കുന്ന ദുർഗന്ധം അവിടമാകെ പൊന്തിപ്പരന്നതിനാൽ അയാൾക്ക് ശ്വാസമുള്ളിൽ നൊന്തു കേറി. കണ്ണുകളിൽ മൂടാപ്പായി. ഹോ.... എന്റെ ദൈവമേ... നെഞ്ചിനുള്ളിൽ ഒരു ഉരുൾപൊട്ടൽ. തന്റെ മോളേക്കാൾ നാലോ അഞ്ചോ വയസ്സിനിളപ്പം. അയാളും ഇറുന്നു തുടങ്ങി.

''ഒന്നു മലത്തെടാ. ആളറിയാമ്പറ്റ്വോന്ന് നോക്കട്ടെ.''

സുബ്രഹ്മണ്യന്റെ നിർദ്ദേശം കേട്ട് പതിനേഴിന്റെ നിശ്ചേതനത്വം ഒരു ക്വിന്റൽ പുഴുക്കളുമായി മലർന്നു. നഗ്നത മറയ്ക്കാൻ ഒരു തുണി വന്ന് മാറു മുതൽ കീഴോട്ട് മുട്ടുവരെ നിവർന്നു. ചില പരിശോധനകൾ പൊലീസ് നടത്തുന്നുണ്ട് ബാഹ്യമായ എന്തെങ്കിലും പാടുകൾ (കായലിന്റെയും മീനുകളുടെയും ആക്രമണത്തെ അതിജീവിച്ചിട്ടുണ്ടെങ്കിൽ) ചരടുകൾ, മാല മുതലായ തിരിച്ചറിയൽ അടയാളങ്ങളിലൊന്നുപോലും കാണാഞ്ഞതിനാൽ സുബ്രഹ്മണ്യൻ പൊലീസ് ദീർഘമായി നിശ്വസിച്ചുകൊണ്ടു നിവർന്നു. തെളിവ്

കമ്മിയായ ഒരു കേസുകൂടി അന്വേഷിക്കുന്നതിന്റെ ഭാരം കൊണ്ട് അയാൾ വീണ്ടും കുനിഞ്ഞു പരിശോധിച്ചു.

ദുർഗന്ധമതിൽ ഭേദിച്ച് ആൾക്കാർ ശവത്തിനടുത്ത് വന്ന് കൂടി നിൽക്കുന്നു. ഓരോരുത്തരും അവർക്ക് ഇഷ്ടപ്പെട്ട കഥകൾ പറഞ്ഞ് കേസ് തെളിയിക്കുന്നുണ്ട്. കഥയെത്രമാത്രം ചുരുക്കുന്നവരും ഒരു ബലാൽസംഗം ഒഴിവാക്കുന്നില്ല.

കണ്ണിൽ മൂടാപ്പു തളം കെട്ടിയതിനാൽ രാമചന്ദ്രന് കാഴ്ചകൾ നനഞ്ഞുപോയിരുന്നു. പ്ലാസ്റ്റിക് ചാക്കിൽ ചിന്നിക്കിടക്കുന്ന വേദനയിലേക്ക് അയാൾ കുനിഞ്ഞു വിങ്ങി.

സ്കൂളിൽ നിന്ന് തിരികെപ്പോകുന്ന ഒരു പതിനേഴുകാരി ലഹരിക്കടിമപ്പെട്ട് വെറളിപിടിച്ചു പായുന്ന നാലഞ്ചു ചെറുപ്പക്കാർക്കിടയിൽപ്പെട്ട് പിടയുന്ന ഒരു കാഴ്ച അയാളുടെ കണ്ണുകളിൽ പൊട്ടിയൊലിച്ചു.

ഒരു കുരുന്നുതൊണ്ടയിൽ തടഞ്ഞുടഞ്ഞ, 'കൊല്ലല്ലേ...'' എന്നുള്ള വിലാപം ദിഗന്തങ്ങളെ ഭേദിച്ച് ഇരച്ചു കേറി വന്ന് പിടച്ചിലുകളായി അയാളെ ശ്വാസം മുട്ടിച്ചു. പ്രതിരോധത്തിന്റെ അവസാന ഇഴ വലിഞ്ഞു പൊട്ടുന്ന ശബ്ദം അന്തഃകരണത്തിൽ അണുസ്ഫോടനമായി. ഊഴം നോക്കുന്നതിന്റെ മുരൾച്ചയും അട്ടഹാസങ്ങളും തണുത്തു തീരുന്ന ഒരു നിശ്വാസവും രാമചന്ദ്രനെ ചുറ്റിവരിഞ്ഞു.

''അച്ഛാ...''

ചെവി പൊട്ടുന്ന നിലവിളിയോടെ അവസാനത്തെ ശ്വാസത്തിലുയർന്ന്, അയാൾക്ക് നേരെ നീണ്ട കൈ പിടിക്കാനായവെ, അയാളുടെ തലയിൽ എങ്ങനെയോ ഒരട്ടഹാസം വീണമരുന്നു. ദിക്കുകൾ മങ്ങുന്നു. ഒരു ചോരപ്പാച്ചിലിൽ തെന്നിവീഴുന്നു. ബോധത്തിന്റെ ഇറക്കത്തിൽ കാലത്തിന്റെ മാറിൽ മരണത്തിന്റെ ബോർഡ് തൂങ്ങിക്കിടക്കുന്നത് അയാൾ വായിച്ചെടുത്തു.

''എടാ രാമാ... നീയിവിടെ കെടക്കുവാ. ഞങ്ങൾ വരുന്നതിനു മുൻപേ ഫിറ്റ് ആയോ? എണീറ്റുവാടാ. ഭയങ്കര ട്രാഫിക് ബ്ലോക്ക് ആരുന്നു. അതാ ലേറ്റ് ആയേ.''

മാത്യു അയാളെ കുലുക്കി വിളിച്ചു. കൽക്കെട്ടിന്റെ വീതിയിൽ നിന്ന് കായലിന്റെ സമൃദ്ധിയിലേക്ക് ഉണർന്ന രാമചന്ദ്രൻ വിവശനായി. ചുറ്റിലും നോക്കി വെപ്രാളപ്പെട്ടു.

''അയ്യോ ആ കുഞ്ഞിന്റെ ബോഡി എവിടെ? പൊലീസ് എവിടെപ്പോയി? ഇവിടെ നിന്നവർ എല്ലാം എങ്ങോട്ടു പോയി? എവിടെ ആ രണ്ടു പേർ?''

ആമിട്ടനോടും ലോറനോടും ഒന്നും സംസാരിക്കാൻ പറ്റിയില്ലല്ലോ. ആയിരം ചോദ്യങ്ങൾ നെടുകെയും കുറുകെയും പാഞ്ഞു. രാമചന്ദ്രന്റെ വെപ്രാളം പടവുകളിറങ്ങി കായലിൽ തിങ്ങി. അയാൾ കാലുകൊണ്ട് കായലിനെ തൊട്ടു. കായൽ സത്യമാണ്. തിരിഞ്ഞു നോക്കി. മഴ പെയ്തിരിക്കുന്നു. മണ്ണു മദിച്ച മണം ഇപ്പോഴും.... പൊട്ടിച്ചിരിച്ചുകൊണ്ടു ബോട്ടുകൾ കായലിന്റെ താരാട്ടിനെ പകുത്തെടുക്കുന്നു. അപ്പോൾ എല്ലാം സത്യമാണല്ലേ. എവിടെ?

''നിനക്ക് ഉച്ചക്കിറുക്കാ. വന്നു ബോട്ടേക്കേറടാ ഡാഷേ...'' ബിജു ചീറി. ''ബാക്കിയെല്ലാരും ഹൈക്കോർട്ട് ജെട്ടിയിൽ കാത്തുനിൽക്കുവാ.''

ബിജു, രാമചന്ദ്രന്റെ കൈപിടിച്ചു വലിച്ച് ബോട്ടിലേക്ക് കൊണ്ടുപോയി.

അയാൾ തിരിഞ്ഞു നോക്കി. വിശ്വാസത്തിന് എവിടെയോ ഒരു മങ്ങൽ. കാഴ്ചയുടെ അതിരിൽ വെയിൽ കുടിച്ചു വിരിഞ്ഞ ഒരു വാകയുടെ നിഴൽസദ്യയുണ്ട് രണ്ട് പേർ സ്വസ്ഥരാകുന്നുണ്ട്. പൊട്ടിച്ചിരിയും കൊച്ചുവർത്തമാനവും തൊട്ടുനക്കി റം കുടിക്കുന്നുണ്ട്. കാലിക്കുപ്പി പറന്നുവന്ന് ഓളങ്ങളിലാടുന്നു.

ദാ... അവർ അവിടെയുണ്ട്. എനിക്കവരോടൊന്ന് സംസാരിക്കണം. കോരിയെടുത്ത മരണങ്ങളിൽ നിന്നടർത്തിയെടുത്ത ആ ചിരിക്കൂട്ടുകൾ. അവർക്കതെങ്ങനെ സാധിക്കുന്നു. വേദനയിൽ കുളിച്ചുതോർത്തുമ്പോഴും പൊട്ടിച്ചിരിക്കാൻ അവർക്കെങ്ങനെ കഴിയുന്നു.

എനിക്കു കൂടി പങ്കു വയ്ക്കാനാവുമോ. ആമിട്ടൻമാരേ... ലോറൻമാരേ... മരണങ്ങളിൽ... വിലാപങ്ങളിൽ... നിസ്സംഗനാകാനെങ്കിലും....

''പ്ലീസ് മാത്യു... എനിക്കവരോട് ഒന്നു ചോദിക്കാനുണ്ട്.''

രാമചന്ദ്രന്റെ വിലാപം വഴിമുട്ടി തൊണ്ടയിൽ നിന്ന് വിറയ്ക്കവേ ബോട്ടു നീങ്ങി.

''ചിയേഴ്സ്... വാരിക്കൊഴഞ്ഞെടാ. എന്റെ കണ്ണിലും മൂക്കിലും വരെ പുഴുവായി. അല്ലേലും ശവത്തോടൊപ്പം കുളിച്ചു കുളിച്ചങ്ങ് വെളുക്കും.''

അയാളുടെ മനസ്സ് കൈവിട്ടു കൽക്കെട്ടിലേക്കോടി. ബോട്ടിൽ അയാൾക്ക് ചുറ്റും ആമിട്ടൻമാരും ലോറന്മാരും ചിരിക്ക് തീകൊളുത്തി.

■

സാക്ഷി

കോരിച്ചൊരിയുന്ന മഴയെ മെതിച്ചും വകഞ്ഞും കോടതിയുടെ മുറ്റത്തെത്തിയ ശാമുവൽ, ഒരു കാൽ വരാന്തയുടെ പടിയിൽ വച്ച് നനയാത്ത കുറച്ചു ശ്വാസം മൂക്കു വിടർത്തി വലിച്ചു കുടിച്ചൊന്നു വിടർന്നു. മഴയെ തടഞ്ഞ കുടയുടെ ദളങ്ങളെ കമ്പികളിലേക്ക് ചുരുക്കി. മേൽക്കൂരയെ ഉഴിഞ്ഞു വന്ന ഒരു കുടം മഴയെ ഉച്ചിയിലേറ്റുവാങ്ങി അയാൾ വരാന്തയിലേക്കു കയറി.

സമയം 11 ആകുന്നതേയുള്ളൂ. കോടതിമുറി നിറഞ്ഞു കവിഞ്ഞ് ആൾക്കാർ വാതിലിൽ കട്ടപിടിക്കാൻ തുടങ്ങി. വരാന്തയിൽ ആവലാതികൾ ഉരുവിട്ടു നിന്ന ആളുകൾക്കിടയിലേക്ക് മഴയെ വടിച്ചെടുത്ത് എറിഞ്ഞുകൊണ്ട് കാറ്റ് റോന്തുചുറ്റി.

പരിചിതമുഖങ്ങളെ തിരഞ്ഞ് തിരക്കിലൂടെ അയാൾ കണ്ണോടിച്ചു. എല്ലാവരുടെ കണ്ണുകളിലും കനത്ത ഒരു മഴ കുടുങ്ങിക്കിടക്കുന്നുണ്ടായിരുന്നു. ചിരി അസ്തമിച്ചുപോയ ഏതോ താഴ്‌വാരത്തിൽ നിന്നിറങ്ങി വന്നവർ. അവർക്കിടയിൽക്കൂടി കറുത്ത കോട്ടിട്ട വക്കീലന്മാർ ഞെങ്ങിയും ഞെരുങ്ങിയും നടന്നു. പെട്ടെന്ന് മുഴങ്ങിയ ഒരു നീണ്ട ബെൽ കൊളുത്തിയ നിശ്ശബ്ദതയിൽ കോർട്ട് ഹാൾ തൊഴുതു നിന്നു. ഹൃദയം പെരുമ്പറ കൊട്ടുന്നു. പേരറിയാത്ത ഒരസ്വസ്ഥത അയാളുടെ ദേഹമാകെ ഇഴഞ്ഞു നടന്നു.

അതെ, എല്ലാവരും അസ്വസ്ഥരാണ്. കഴിഞ്ഞ കാലത്തിന്റെ സങ്കടപ്പെയ്ത്തുകളിൽനിന്ന് പതഞ്ഞുപൊന്തിയ തേങ്ങലിന്റെ ഒരു പുതപ്പ് അയാളെ പൊതിഞ്ഞു.

കഥ തുടങ്ങുകയായി.

''സി.സി 1415/13 ഒന്നാം സാക്ഷി രാജശേഖരൻ...''

ബഞ്ചുക്ലാർക്ക് ഉച്ചത്തിൽ പറത്തിവിട്ട വാക്കുകളെ ഒരു കറുത്ത കോട്ടുകാരൻ എഴുന്നേറ്റുനിന്ന് അടക്കം ചൊല്ലിയൊതുക്കി. ബഞ്ചുക്ലാർക്ക് വിളിച്ചുകൊണ്ടിരുന്ന കേസുകളിൽ കൊരുത്തിട്ടിരിക്കുന്ന

കർത്താവേ എന്റെ കേസ്... കാത്തോളണേ.... വരുന്ന കുരുത്തോലപ്പെരുന്നാളിന്...

''സി സി 2855 /17 ആറാം സാക്ഷി
ഡോ. ഏബ്രഹാം ലൂക്കോസ്''

പ്രാർത്ഥന തീരുന്നതിനു മുൻപ് ബഞ്ച്ക്ലാർക്കിന്റെ ശബ്ദം. നെഞ്ചിൽ ഒരു കൊട്ട തീ മിന്നി. മനസ്സിൽ കുരിശു വരച്ചു. എന്റെ കേസ്... കാത്തോളണേ.... കർത്താവേ....

''ദൈവം സാക്ഷിയായി കോടതി മുമ്പാകെ സത്യം ബോധിപ്പിച്ചുകൊള്ളാം'' ബഞ്ച്ക്ലാർക്ക് ചൊല്ലിക്കൊടുത്ത തിരുവാചകം ഏറ്റുചൊല്ലി, ഡോക്ടർ.

''റോഡ് ആക്സിഡന്റ് ആയിരുന്നു. പതിനഞ്ചാം തീയതി രാത്രി 9.45ന് തീയറ്ററിൽ ഞാനാണ് പേഷ്യന്റിനെ ഓപ്പറേഷൻ ചെയ്തത്. അടിയന്തിര ശസ്ത്രക്രിയ ആവശ്യമായ കേസ് ആയിരുന്നു. വാരിയെല്ലൊടിഞ്ഞ് ലങ്ങ്സ് പങ്ചേർഡ് ആയിരുന്നു. ഇന്റേണൽ ഹെമറേജ് ഉണ്ടായിരുന്നു. എമർജൻസി ഓപ്പറേഷൻ നടത്തിയെങ്കിലും സക്സസ് ആയില്ല. രാത്രി 10.45ന് പേഷ്യന്റ്ഡെത്ത് ആയി.''

ട്രീറ്റ്മെന്റ് സർട്ടിഫിക്കറ്റ് നോക്കി ഡോക്ടർ പറഞ്ഞത് നൂറ്റിയമ്പത് മൈൽ സ്പീഡിൽ പേപ്പറിൽ പകർത്തി, മജിസ്ട്രേറ്റ്.

''ഹോസ്പിറ്റലിൽ എത്തിച്ചതിനുശേഷം എത്ര മണിക്കൂർ കഴിഞ്ഞാണ് അയാൾ മരിച്ചത്?''

''ഒരു മണിക്കൂർ.''

''കുറച്ചുകൂടി നേരത്തെ എത്തിച്ചിരുന്നെങ്കിൽ ജീവൻ രക്ഷിക്കാനുള്ള സാധ്യത ഉണ്ടായിരുന്നോ?''

''തീർച്ചയായും ഉണ്ടായിരുന്നു.''

''ക്രോസ്.''

മജിസ്ട്രേറ്റ് എഴുത്തു നിർത്തി പ്രതിഭാഗം വക്കീലിനെ നോക്കി പ്പറഞ്ഞു.

''ഡോക്ടർ, നിങ്ങൾ പരിശോധിക്കുമ്പോൾ അപകടത്തിൽപ്പെട്ടയാൾക്ക് ബോധമുണ്ടായിരുന്നോ?''

''ഇല്ല.''

''കണ്ടീഷൻ വളരെ സീരിയസ് ആയിരുന്നു, അല്ലേ?''

''അതെ.''

''അതെ എന്നു പറഞ്ഞാൽ എങ്ങനെ? വിശദീകരിക്കാമോ?''

''പ്രൊഫൗണ്ട് ബ്ലീഡിംഗ്, ലങ്ങ്സ് പങ്ചേർഡ് ബൈ ബ്രോക്കൺ

റിബ്സ് റിസൾട്ടഡ് ഇൻ ബ്രീത്തിംഗ് ഡിഫിക്കൽട്ടി ആൻഡ് ഇന്റേണൽ ഹെമറേജ് ആൾസൊ....''

''നേരത്തെ വന്നിരുന്നെങ്കിലും മരിച്ചുപോകാനുള്ള സാധ്യത ഉണ്ടായിരുന്നു. അല്ലേ?''

''അതെ, ഉണ്ടായിരുന്നു.''

''ദാറ്റ്സ് ആൾ.''

''സി.സി 2855/17 ഏഴാം സാക്ഷി ഡോ.ജോർജ്- ജേക്കബ്''

അനുസരണയോടെ സാക്ഷിക്കൂട്ടിലേക്ക് അടിവച്ച ഡോക്ടർ സത്യവാചകം ചൊല്ലി.

''ഐ വാസ് വർക്കിംഗ് അസ് എ പൊലീസ് സർജൻ. കണ്ടക്ടഡ് പോസ്റ്റ്മാർട്ടം ഓൺ ദി ബോഡി ഓഫ് എ മോഡറേറ്റ്ലി ബിൽറ്റ് മെയിൽ അഡൾട്ട് ഏജ്ഡ് 20 ഇയേഴ്സ് ബൈ നെയിം അഗസ്റ്റിൻ ശാമുവൽ.''

''ക്രോസ്''

''ആട്ടെ ഡോക്ടർ, അഗസ്റ്റിൻ ശാമുവൽ എങ്ങനെയാ മരിച്ചത്? ഐ മീൻ ദി എക്സാക്റ്റ് കോസ് ഓഫ് ഡെത്ത്...''

''ഡെത്ത് വാസ് ഡ്യൂ ടു ഇന്റേണൽ ഹെമറേജ്.''

ആക്സിഡന്റിൽ മരിച്ച സ്വന്തം മകനെ ഒരു നിമിഷം ഓർത്ത ഡോക്ടർ നിശ്ശബ്ദനായി.

''ലങ്സ് വാസ് സിവിയർലി പങ്ചേർഡ് ബൈ ബ്രോക്കൺ.''

''രണ്ടാമത്തെയും മൂന്നാമത്തെയും വാരിയെല്ലുകൾ ഒടിഞ്ഞ് ശ്വാസകോശത്തിൽ തുളച്ചു കയറിയതും തുടർന്നുണ്ടായ ആന്തരിക രക്തസ്രാവവുമാണ് മരണകാരണം, ശരിയല്ലേ?''

''അതെ.''

''റോഡപകടത്തിൽപ്പെട്ട് വാരിയെല്ലുകൾ ഒടിഞ്ഞാൽ ശ്വാസകോശത്തിൽ തറഞ്ഞുകയറാനുള്ള സാധ്യത എത്രയാണ്?''

''നല്ല സാധ്യതയുണ്ട്.''

''ഒരാളുടെ വാരിയെല്ലുകൾ ഒടിഞ്ഞാലും ശ്വാസകോശത്തിൽ തുളച്ചുകയറണമെന്നില്ല എന്നു പറഞ്ഞാൽ ശരിയല്ലേ?''

''അതെ ശരിയാണ്.''

''വാരിയെല്ലുകൾ ഒടിഞ്ഞ അവസ്ഥയിൽ വീണ്ടുമൊരു ഹാർഡ് എക്സ്റ്റേണൽ പ്രഷർ. ഐമീൻ, ഒരു ആഘാതം ഒടിഞ്ഞ വാരിയെല്ലുകൾക്ക് ഏറ്റാൽ ശ്വാസകോശത്തിന് പരിക്കേൽക്കാൻ സാധ്യതയില്ലേ?''

''സാധ്യത നിലനിൽക്കുന്നു.''

വക്കീലിന്റെ ചുണ്ടിൽ ഒരു വഷളൻ പുഞ്ചിരി പീലി വിടർത്തി.

''റീ ഉണ്ടോ?''

''ഇല്ല.''

''ശരി ഇറങ്ങിക്കോളൂ.''

മജിസ്ട്രേറ്റിനെ വണങ്ങി ഡോക്ടർ സ്വാതന്ത്ര്യത്തിലേക്കിറങ്ങി.

കോടതി ഉച്ചയ്ക്കു പിരിഞ്ഞു. ഒരു ചങ്കിടിപ്പ് ചവച്ചുകൊണ്ട് കോടതിമുറ്റത്തുള്ള പെട്ടിക്കടയിലെ ചായമണത്തിലേക്ക് ശാമുവൽ നടന്നെത്തി. അടുത്ത ബെല്ലിന്റെ ഒച്ചയും ക്ലാർക്കിന്റെ വിളിയും അയാളെ സാക്ഷിക്കൂട്ടിലെത്തിച്ചു. പ്രോസിക്യൂട്ടർ എഴുന്നേറ്റു. പേപ്പറിലേക്ക് അക്ഷരങ്ങളെ തെറിപ്പിക്കാൻ തുളുമ്പി നിൽക്കുന്ന പേനയുമായി മജിസ്ട്രേറ്റ് സീറ്റിലൊന്നമർന്ന് മുന്നോട്ടാഞ്ഞു. ഉള്ളിൽ തിങ്ങിനിറഞ്ഞതൊക്കെ നിശ്വാസത്തോടൊപ്പം അലച്ചുവീണു. ശാമുവലിൽ വിങ്ങിനിന്ന പിതാവ് പെയ്തുകൊണ്ടിരുന്നു. അത് മജിസ്ട്രേറ്റ് പേനത്തുമ്പിലേറ്റ് വാങ്ങി.

''20 വർഷം ആൻഡമാൻ നിക്കോബാറിൽ ഇൻഡോ ടിബറ്റൻ ബോർഡർ പൊലീസിൽ ധോബിയായിരുന്നു, ഞാൻ. 2016ൽ പെൻഷനായി നാട്ടിൽ വന്നതിന്റെ പിറ്റേ മാസമായിരുന്നു സാറേ, അത്. എന്റെ പൊന്നുമോനെ ഞാൻ നെറച്ചു കണ്ടിട്ടില്ല സാറേ. ഞങ്ങൾക്ക് അവനല്ലാതെ വേറെയാരുമില്ല. എന്റെ കുഞ്ഞിന് നല്ലൊരു ഭാവി കർത്താവു കൊടുക്കുമെന്നും ഞങ്ങൾ സുഖമായി ജീവിക്കുമെന്നുമുള്ള സ്വപ്നത്തിലായിരുന്നു ഞങ്ങൾ. ടിപ്പറിടിച്ചു തെറിപ്പിച്ച് ചോരയൊലിച്ചു റോഡിൽ കിടന്ന എന്റെ കുഞ്ഞിനെ വാരിയെടുത്തു ഞാൻ വലിയ വായിൽ നെലവിളിച്ചു. വണ്ടികൾ ഒന്നും വന്നില്ല. ഇടിച്ച ടിപ്പറും നിർത്താതെ പോയി. കർത്താവിനെ വിളിച്ചു കരഞ്ഞുകൊണ്ടിരുന്ന ഞാൻ ദൂരെ നിന്ന് ഒരു വണ്ടി വരുന്നതു കണ്ട്, മോനെയും എടുത്ത് റോഡിലേക്ക് ചാടി. സഡൻ ബ്രേക്കിട്ട് വണ്ടി നിർത്തിയിറങ്ങിയ ഡ്രൈവർ എന്നെ ചീത്ത വിളിച്ചു. അടിക്കാൻ വന്നു. കുഞ്ഞിന് അപകടം പറ്റിയെന്നും ഏറെ നേരമായി വണ്ടി കാത്തുനിൽക്കുവാണെന്നും സഹായിക്കണമെന്നും ഞാൻ കരഞ്ഞു പറഞ്ഞുകൊണ്ടിരുന്നു. മുൻ സീറ്റിൽ ഇരുന്ന ആൾ ഇറങ്ങിയില്ല.

എന്റെ ചങ്കുപൊട്ടിയ നിലവിളി തൊഴിച്ചെറിഞ്ഞ് അവർ വണ്ടി വിട്ടു പോയി. പിന്നീട് വന്ന ഓട്ടോറിക്ഷായിലാ ആശുപത്രിയിൽ കൊണ്ടുവന്നേ. എന്നോട് ഒരക്ഷരം മിണ്ടാതെ എന്റെ പൊന്നുമോൻ പോയി സാറേ. എന്റെ ചങ്കു കത്തുന്നു. താമസിച്ചില്ലായിരുന്നെങ്കി, രക്ഷപ്പെട്ടേനേന്നാ ഡോക്ടർ പറഞ്ഞത്. അപകടം അറിഞ്ഞ നിമിഷം

വീട്ടുകാരി സ്ട്രോക്ക് വന്നു വീണതാ. കഴിഞ്ഞ ആറ് മാസമായി അവരെ കക്കൂസിൽ കൊണ്ടുപോന്നത് ഞാനാ സാറേ. എനിക്ക് ഈ ലോകത്തിൽ വേറെ ആരുമില്ല. ചോര വാർന്നു കിടന്ന, എന്റെ ജീവനെ, അല്ല ഞങ്ങളുടെ ജീവിതത്തെ വാരിയെടുത്ത് ചങ്കുപൊട്ടി നിലവിളിച്ച എന്റെ മുന്നിൽ പഞ്ചായത്തിന്റെ വണ്ടി നിർത്തി ചീത്ത വിളിച്ചിട്ട് പോയ പഞ്ചായത്ത് ഡ്രൈവറും അസിസ്റ്റന്റ് എൻജിനീയറു മാണ് ദേ അവിടെ നിൽക്കുന്നത്. എല്ലാരുംകൂടി എന്റെ മോനെ കൊന്നുകളഞ്ഞു സാറേ...''

കരച്ചിൽ ശ്വാസത്തെ വിഴുങ്ങിക്കളഞ്ഞു. വീഴാതിരിക്കാൻ സാക്ഷി ക്കൂടിന്റെ കൈവരികൾ പിടിച്ചുനിൽക്കേ കാഴ്ച മറയ്ക്കുന്ന ഒരു പെരുമഴ അയാളിൽ നിറഞ്ഞു.

''ക്രോസ്.'' പ്രതിഭാഗം വക്കീൽ സടകുടഞ്ഞെണീറ്റു.

''കരഞ്ഞു കാണിച്ചാൽ കോടതിയുടെ അനുകമ്പ കിട്ടുമെന്ന് നിങ്ങളോട് ആരാ പറഞ്ഞത്?''

തുപ്പലു പൊതിഞ്ഞെറിഞ്ഞ ആ ചോദ്യത്തിന്റെ ദുർഗന്ധം നിറഞ്ഞ വഴുക്കലിൽ തെന്നിവീണ ശാമുവലിനു ചുറ്റും ചോരയിൽ കുതിർന്ന ഒരു നിലവിളി പടർന്നിറങ്ങി.

''ഞാൻ കരഞ്ഞിട്ടില്ല. അറിയാതെ ഉരുകിയൊലിച്ചുപോയതാ.''

''നിങ്ങൾ ഏതു സഭക്കാരനാ?''

''റോമൻ കത്തോലിക്കൻ''

''മകൻ അയാളുടെ കോളേജിൽതന്നെ പഠിക്കുന്ന എലിസബത്ത് എന്ന പുലയക്രിസ്ത്യാനിപ്പെണ്ണുമായി പ്രേമത്തിലായിരുന്നല്ലോ. നിങ്ങൾ അവരുടെ ബന്ധത്തിന് എതിരായിരുന്നു. ശരിയല്ലേ?''

''പഠിത്തം കഴിഞ്ഞിട്ടു മതി പ്രേമവും മറ്റെന്തുമെന്ന് ഞാൻ പറഞ്ഞിരുന്നു.''

''നിങ്ങൾ ജീവനോടിരിക്കുമ്പോൾ, മാർക്കംകൂടിയോളെ കെട്ടാൻ സമ്മതിക്കില്ലെന്നും അങ്ങനെ വന്നാൽ രണ്ടിലൊരാളേ ജീവിച്ചി രിക്കൂവെന്നും നിങ്ങൾ മകനെ ഭീഷണിപ്പെടുത്തിയെന്നു പറയുന്നു. ശരിയല്ലേ?''

''അയ്യോ... ഇല്ല സാറേ. അവന്റെ പഠിത്തം, പിന്നെ ജോലി. മോന്റെ ഭാവി... ഊണിലും ഉറക്കത്തിലും അതായിരുന്നു എന്റെ ചിന്ത.''

കാറ്റത്ത് എവിടെയോ മരക്കൊമ്പൊടിഞ്ഞ ശബ്ദം അയാളുടെ വാക്കുകളെ നടുവെ ഒടിച്ചുകളഞ്ഞു.

''എലിസബത്തിന്റെ വീട്ടിൽ നിങ്ങൾ ചെന്ന് ബഹളം വച്ചെന്നും

ബന്ധം തുടർന്നാൽ ഭവിഷ്യത്തുണ്ടാകുമെന്ന് ഭീഷണിപ്പെടുത്തിയെന്നും പറഞ്ഞാൽ ശരിയല്ലേ?''

''സർ ഞാൻ പോയിരുന്നു. എന്റെ മകനെ വെറുതെ വിടണമെന്നു പറയാൻ. ഞങ്ങൾക്കവനല്ലാതെ ആരുമില്ല''

''അപകടം നടന്ന ദിവസം രാവിലെയും നിങ്ങൾ തമ്മിൽ വഴക്കിട്ടില്ലേ?''

''ഉവ്വ്.''

''മരിച്ചാലും അഗസ്റ്റിൻ ബന്ധത്തിൽനിന്ന് മാറില്ലെന്നും നിങ്ങൾ സമ്മതിച്ചില്ലെങ്കിൽ അയാൾ എലിസബത്തിനെ രജിസ്റ്റർ മാര്യേജ് ചെയ്യുമെന്നും പറഞ്ഞപ്പോൾ നിങ്ങൾ മകനെ തല്ലിയില്ലേ?''

''വിഷമം സഹിക്കാതെ വന്നപ്പം ഞാൻ അവന്റെ കൈപ്പൊറത്ത് ഒരടി കൊടുത്തതാ. ''

''പുലയക്രിസ്ത്യാനിയെ മരുമകളായി അംഗീകരിക്കാൻ ഒരിക്കലും കഴിയാത്ത നിങ്ങൾ ബന്ധത്തിൽനിന്ന് പിന്മാറാൻ കൂട്ടാക്കാത്ത മകനെ കൊല്ലാൻ ആഗ്രഹിച്ചിരുന്നു, ശരിയല്ലേ?''

''അല്ല, എന്റെ പൊന്നുമോനാ. ഞങ്ങളുടെ നിധിയാ. കൊല്ലുവോ ഞാൻ?''

''മകൻ എലിസബത്തിനെ രജിസ്റ്റർ മാര്യേജ് കഴിച്ചിരുന്നെങ്കിൽ നിങ്ങൾ സമ്മതിക്കുമായിരുന്നോ?''

മിണ്ടാതെ നിന്ന ശാമുവലിനോട് ചോദ്യം ആവർത്തിച്ചുകൊണ്ട് വക്കീൽ ചൊടിച്ചു.

''ഉത്തരം പറയൂ.''

''എനിക്കറിയില്ല എന്റെ കർത്താവേ...''

''ബൈക്കോടിച്ച മകൻ ഹെൽമറ്റ് വയ്ക്കാതെ പിൻസീറ്റിൽ ഇരുന്ന നിങ്ങൾ എന്തിനാണ് ഹെൽമറ്റ് വച്ചത്?''

''അവന് തലവേദനയെടുക്കുന്നെന്ന് പറഞ്ഞ് എന്റെ കൈയിൽ അവൻ തന്നെയാ ഹെൽമറ്റ് തന്നത്.''

അയാൾ വിങ്ങിപ്പൊട്ടിക്കൊണ്ടിരുന്നു.

''അവന്റെ മരണശേഷം ഞാൻ വയറു നിറച്ച് ഉണ്ടിട്ടില്ല. ഉറങ്ങിയിട്ടില്ല. ആരോടും സംസാരിക്കാൻപോലും മടിയാണ്. വീട്ടിൽ എപ്പോഴും മൗനമാണ്. ഞങ്ങളുടെ ജീവനാ പോയത്. ഞാൻ ഇനിയെന്തിനാ ജീവിക്കുന്നത്?''

മെഴുകുതിരി ഉരുകുന്നതുപോലെ അയാൾ സാക്ഷിക്കൂട്ടിൽ നിന്നുരുകി. കണ്ണിൽ ഇരുട്ടു വ്യാപിച്ചു തുടങ്ങി.

തന്റെ മുന്നിലേക്ക് ഒരു ടിപ്പർ ലോറി പാഞ്ഞുവരുന്നു. മോൻ ഓടിക്കുന്ന ബൈക്കിന്റെ പിറകിൽ താൻ ഇരിക്കുകയാണ്. മഴ ചാറുന്നുണ്ട്. ടിപ്പറിന്റെ വരവ് ശരിയല്ല. വളരെ വേഗത്തിലാ. ഇപ്പം ഇടിക്കും.

''മോനേ ചവിട്ടെടാ. അയ്യോ...''

അയാൾക്കു ശ്വാസം മുട്ടി. വാക്കുകൾ തൊണ്ടയിൽ കുടുങ്ങി.

പെട്ടെന്ന് വക്കീലിന്റെ ശബ്ദം അയാളെ വലിച്ചുകുടഞ്ഞു.

''അപകടത്തിൽപ്പെട്ട് റോഡിൽ കിടന്ന മകനെ വാരിയെടുക്കുക വഴി, ഒടിഞ്ഞ വാരിയെല്ലുകൾ മകന്റെ ശ്വാസകോശത്തിൽ തുളച്ചു കയറാനിടവരുത്തിയും അപ്പോൾ അതു വഴി വന്ന പഞ്ചായത്തുവക വാഹനത്തിൽ കയറ്റാൻ സമ്മതിക്കാതെ ആംബുലൻസ് വരുമെന്നു പറഞ്ഞ്, അപകടത്തിൽപ്പെട്ട മകനെ ആശുപത്രിയിലെത്തിക്കാൻ മനപ്പൂർവം താമസിപ്പിച്ചും നിങ്ങൾ മകന്റെ മരണം ഉറപ്പുവരുത്തിയെന്നു പറഞ്ഞാൽ ശരിയല്ലേ? പുലയക്രിസ്ത്യാനിപ്പെണ്ണിനെ വിവാഹം കഴിക്കുന്നതിനേക്കാൾ നല്ലത് മകൻ മരിക്കുന്നതാണ്, എന്ന് നിങ്ങൾ മുറുക്കാൻകട നടത്തുന്ന വറീതുൾപ്പെടെ പലരോടും പറഞ്ഞിട്ടില്ലേ?''

മിണ്ടാതെ നിന്ന ശാമുവലിനോട് ചോദ്യം ആവർത്തിച്ച് വക്കീൽ പൊട്ടിത്തെറിച്ചു.

അയാളുടെ കണ്ണുകൾ അടഞ്ഞു വരുന്നുണ്ടായിരുന്നു.

''സ്വന്തം മകനെ കൊന്ന നിങ്ങൾക്ക് മിണ്ടാൻ സാധിക്കുന്നില്ല. നിങ്ങൾക്ക് മനഃസാക്ഷിക്കുത്തുണ്ട്, ശരിയല്ലേ?''

''എന്റെ കർത്താവേ...''

ഒരലർച്ചയോടെ അയാൾ സാക്ഷിക്കൂടിന്റെ കൈവരികൾക്ക് മുകളിലൂടെ താഴേക്ക് അലച്ചുവീണു.

''മുഖത്ത് വെള്ളം തളിക്ക്...''

''ബോധം തെളിഞ്ഞില്ലേ...''

വാർദ്ധക്യത്തിലെ അനാഥത്വം ഭയന്നുവിങ്ങിയ ഒരു പിതൃസങ്കടം, ആരോ വിളിച്ച ആംബുലൻസിൽ ആശുപത്രിയിലെ മഞ്ഞ വെളിച്ചത്തിലേക്ക് പാഞ്ഞു. കോടതി പിരിഞ്ഞു.

■

ഇടമലക്കുടി

"എടാ ബോധീ..."

അലർച്ചയും അടിയും ഒന്നിച്ച് പെടച്ചു പെടലിയിൽ വീണപ്പോൾ ഒരു പൊന്നീച്ച പറന്ന് ചെന്ന് ബോധിയുടെ കണ്ണിൽ കുത്തി. അവർ ഞെട്ടിയുണർന്നു.

"അയ്യോ... അമ്മാ..."

മറ്റൊരലർച്ചയോടെ വണ്ടി ഇടതുവശം മീഡിയനിൽ ചാരി ഉലഞ്ഞു നിന്നു. ടയറുകൾ കരിഞ്ഞുപൊന്തിയ മണം ഇരുട്ടിൽ നിന്ന് വലിച്ചെടുത്ത് ശെന്തിൽ അലറി.

"തൂക്കം വന്താ... അപ്പം ശൊല്ലവേണ്ടാമോ, തിരുട്ടുറാസ്കൽ"

"എന്താ പറ്റിയേ..." ഉലച്ചിലിൽ പിഞ്ഞിപ്പോയ ഉറക്കത്തിന്റെ ഇഴകളിൽ തൂങ്ങിയാടി മാത്യൂസും വിഷ്ണുവും പാതിയുണർന്നു. ഉറങ്ങാതിരുന്ന ശെന്തിലിന്റെ അലർച്ചയുടെയും അടിയുടെയും തിരുമുറ്റത്ത് അഞ്ചുപേരുടെ ജീവൻ ശ്വാസം ഉറപ്പിച്ച് തൊഴുതു നിന്നു. ഉമ്മവച്ചു വിട്ട കണ്ടയ്നർ ലോറി ദൂരെ രണ്ടു ചുവപ്പു പൊട്ടുകളായി എരിഞ്ഞു മാഞ്ഞു.

"ഉത്രത്തിൽ പൊറന്ന ഒരുത്തൻ വണ്ടിയേലൊള്ളോണ്ടാ എല്ലാന്റേം ശ്വാസം വലിഞ്ഞെങ്കിലും പൊട്ടാണ്ട് തൊണ്ടേല് കുരുങ്ങിക്കെടക്കുന്നേ..."

വണ്ടിക്കകത്തെ കലമ്പലടങ്ങിയ ഇടവേളയെ മയത്തിൽ ഒന്നു പതപ്പിക്കാൻ നോക്കിയ ഫിറോസിന്റെ ചെവിയിലേക്ക് മത്തായി എന്ന മാത്യു വർഗ്ഗീസ് ചന്തപ്പള്ളുമായി പറന്നിറങ്ങി. ചെവി കവിഞ്ഞു പൊന്തിയ പള്ളിന്റെ ചില്ലകളിൽ എല്ലാരും ഊഞ്ഞാലാടി അയഞ്ഞു.

ബോധിയെ കഴുത്തിൽ തൂക്കി പിറകിലത്തെ സീറ്റിൽ വലിച്ചിട്ട ശേഷം മത്തായി ആക്സിലറേറ്ററിൽ ഞെളിഞ്ഞു.

"വണ്ടി അലുവയാ... തൊട്ടാപ്പറന്നു പോം. പതുക്കെപ്പോണേ."

മുൻപിൽ ഇടതുവശം സീറ്റിൽനിന്ന് വിഷ്ണു ശാന്തമായി തള്ളിയ നിർദ്ദേശത്തെ മത്തായി കടിച്ചുമുറിച്ചു.

എടാ പരട്ടപ്പട്ടരേ... നിന്റെയൊരു മൂന്നാംകിട എക്സൂവി... എടാ... ലംബോർഗിനിയാ ഞാൻ പറത്തുന്നേ...

''എടാ പട്ടി മത്തായി... +....'+ ''പട്ടര് ചെന്തമിഴിൽ പീലി വിടർത്തിയാടാൻ തുടങ്ങി.

''ഇതു നേരത്തെയാർന്നെങ്കി ഞാനൊറങ്ങത്തില്ലാർന്നു.'' കിട്ടിയ സമയംകൊണ്ട് ബോധി, വണ്ടി പാളിപ്പോയതിന്റെ ക്ഷീണം തീർത്തു.

കാട്പാടി സേലം നാഷണൽ ഹൈവേയിലൂടെ ഇരുട്ടിനെ വകഞ്ഞു മാറ്റി പായുന്ന കാറിൽ ലേറ്റസ്റ്റ് ട്രെന്റിംഗ് റാപ് മ്യൂസിക്- കാലിഫോർണിയ ബ്രീസ് നിറഞ്ഞു. വി ഹാവ് ബീൻ ഓൺ ദി റൺ ഡ്രൈവിംഗ് ഇൻ ദി സൺ. ലുക്കിംഗ് ഔട്ട് ഫോർ നമ്പർ വൺ കാലിഫോർണിയ ഹിയർ വി കം... ഫാന്റം പ്ലാനെറ്റിന്റെ മോഹിപ്പിക്കുന്ന ഉച്ചസ്ഥായികളിൽ അവർ നാലു പേരും തൂങ്ങിയാടി. ഏതോ ഒന്ന് സിരകളിൽ വീണുടഞ്ഞ് ഉന്മാദമായി പുളയുന്നു:

കാലിഫോർണിയ ഹിയർ വി കം....

ഇടമലക്കുടീ ഹിയർ വി കം.... ഫിറോസ് ഉറക്കെ പാടി.

രാത്രി അതീവസുന്ദരിയായിരുന്നു. മൗനത്തെ ഗർഭം ധരിച്ച രാവ് ഇരുട്ടിനെ പെറ്റുകൂട്ടി റോഡിനിരുവശവും നോക്കെത്താദൂരത്തോളം അട്ടിയിട്ടിരിക്കുന്നു. വണ്ടിക്കകത്തെ ലൈറ്റുകൾ അണച്ച് ഗ്ലാസ്സുകൾ താഴ്ത്തിയ തക്കത്തിന്, പുറത്ത് തണുത്തു വിറച്ചു കിടന്ന ഇരുട്ട് വണ്ടിയുടെ ഉള്ളിലെ മനുഷ്യരുടെ ചൂടിലേക്ക് പാഞ്ഞെത്തി. തണുത്ത രാത്രിയെ ഇരുകൈകളിലും കോരിയെടുത്ത് അവർ പൊട്ടിച്ചിരിച്ചു.

ഫിറോസ് ഉറക്കെ പാടാൻ തുടങ്ങി.

''രാവു മോന്തി മോന്തി
നമ്മൾ തോനെ മോന്തി
കാടു മോന്തി കനവു മോന്തി
പകലു മോന്തി പടവു കേറി
വരുന്നേനയ്യാ പൈതങ്ങൾ...
വരുന്നേനയ്യാ... അയ്യാ...
ഇടമലക്കുടിത്തുടിത്താളം
ഇടനെഞ്ചിലുടയുന്നേ
മുതുവാന്റെ കുലക്കാളിക്കുരുതിക്കു കരിങ്കോഴി...
പകലോനെ കുളിപ്പിച്ച്

പട്ടുടുപ്പിച്ചുള്ളിലാക്കി
ഇരുൾച്ചോല നീന്തി നീന്തി
ഇടമലക്കുടി വേല കാണാൻ
വരുന്നുണ്ടയ്യാ ഞങ്ങളു.....''

''മതിയെടാ കൊല്ലാതെ...'' ഫിറോസിന്റെ വാ പൊത്തിക്കൊണ്ട് ബോധി അമറി.

''ഇനി നിന്റെയീ വൃത്തികെട്ട ശബ്ദത്തിൽ പാടിയാൽ പല്ലടിച്ച് താഴെയിടും.''

ബോധിയുടെ ഭീഷണിയിൽ ഫിറോസ് വാ പൂട്ടി.

ഇടുക്കിയിലെ ഇടമലക്കുടിയിൽ കണ്ണൻദേവൻ തേയിലത്തോട്ടത്തിന്റെ തൊഴിലാളിലയത്തിൽനിന്ന് ആദിമഗോത്രച്ചൂരുമായി ഹൈദരബാദ് സെൻട്രൽ യൂണിവേഴ്സിറ്റിയിൽ പഠിക്കാൻ പോയ ആദ്യ മുതുവാൻ. ഇടുക്കിയിലെ ഒരു ലക്ഷത്തോളം വരുന്ന പ്രോട്ടോ ആസ്ത്രലോയ്ഡുകളിൽ ആന്ത്രപ്പോളജിയിൽ ഗവേഷണം നടത്തുന്ന ഒരേയൊരു ആദിദ്രാവിഡൻ... ശെന്തിൽ.

കാളിയമ്മൻകോവിലിലെ ഉത്സവം കുട്ടിക്കാലത്ത് എന്തു ലഹരിയായിരുന്നു. ഓർമ്മകൾ ശെന്തിലിനെ മൂടി. മീനത്തിലെ ഭരണിനാളിൽ മുതുവാക്കുടികളിൽ തുടിത്താളമുയരും. കാട്ടുപന്നിയെയും മുയലിനെയും കൂരങ്ങനെയും മലയണ്ണാനെയും കെണി വച്ചും അമ്പെയ്തും പിടിച്ച് കറിക്കുള്ളതും ബലിക്കുള്ളതും മാറ്റിക്കെട്ടും. പാട്ടും കൂത്തും ആർപ്പുവിളികളുമായി ഊരിലെ കാളിയമ്മൻകോവിലിലെ ഉത്സവം കണ്ണുകളിൽ നിറയവെ ശെന്തിലിനെ, കഴിഞ്ഞുപോയ ഒരു കാലത്തിന്റെ ഓർമ്മ വന്നു തൊട്ടു.

കഴിഞ്ഞ തിങ്കളാഴ്ച വൈകുന്നേരം ലൈബ്രറി കഴിഞ്ഞ് നോർത്ത് കാന്റീനിൽ ചായ കുടിച്ചുകൊണ്ടിരിക്കേ ഫോൺ ബെല്ലടിച്ചു.

''എന്താ അപ്പാ...''

''എടാ ഇയ്യാണ്ടില് കാളിയമ്മൻ കോവിലില് ഭരണിക്ക് കുരുതിയാ. കഴിഞ്ഞ ഇരുപതാണ്ടില് ആദ്യത്തെയാ. മോനേ നീ വരണം.''

മുനിയാണ്ടി ഫോണിക്കൂടി വെടി പൊട്ടിച്ചു.

''ശരി അപ്പാ?''

നരവംശശാസ്ത്രത്തിൽ ഗവേഷണം നടത്തുന്ന എട്ടുപേരും തൊട്ടുതൊട്ടു നിന്ന് ചായ മോന്തുന്ന നേരം. സാധാരണ നാട്ടിൽനിന്ന് ഫോൺ വന്നാൽ കഴിയുന്നത്ര ദൂരെ പോയി മാത്രമേ എടുക്കാറുള്ളൂ. ചൂടുചായ കൈയിലിരുന്നതുകൊണ്ട് കൂടുതൽ ദൂരം പോകാൻ

പറ്റിയില്ല. അപ്പനോട് സംസാരിക്കുന്നത് തൊട്ടടുത്തു നിന്ന ഫിറോസ് കേട്ടതാ കുഴപ്പമായത്. അവൻ അതിൽ തൂങ്ങി മുകളിലോട്ട് കയറി.

''നിന്റപ്പൻ അവിടെ പഞ്ചായത്ത് മെമ്പറല്ല്യോ. ഞങ്ങൾ നാലഞ്ചു ഗവേഷകവിദ്യാർത്ഥികൾ ഇടമലക്കുടിയിലെ ആദിമഗോത്രങ്ങളുടെ തനതുസംസ്കാരം പഠിക്കാൻ വരുവാന്നു പറയെടാ.''

മൈൻഡ് ചെയ്യാതെ നിന്ന തന്റെ കഴുത്തിനെ ലാളിച്ചുകൊണ്ടിരുന്ന അവന്റെ കൈകൾ മുറുകി. വിടുവിക്കാനായി പാടുപെട്ടു.

''എടാ, എനിക്കു ശ്വാസം മുട്ടുന്നെടാ. വിട്റാ.'' വാക്കുകൾ പിടഞ്ഞു.

''ഞങ്ങളെ കൊണ്ടുപോവാന്ന് പറ.'' കഴുത്തിൽ ഭാരം കനക്കുന്നു.

''ഏറ്റു.'' അടഞ്ഞുപോയ വഴി വെട്ടി ശ്വാസം കയറ്റം കയറി. അല്ലെങ്കിലും സുഹൃത്തുക്കൾ പറയുന്നത് തിരസ്കരിക്കാൻ തനിക്കാവുമായിരുന്നില്ല. പ്രത്യേകിച്ച് ഫിറോസ്. അവനോട് വല്ലാത്ത ഒരടുപ്പം തോന്നിയിരുന്നു. അടുത്ത നിമിഷം ഒരു വിങ്ങൽ ഞെരുങ്ങി വന്ന് തൊണ്ടയിൽ തെന്നി വീണു.

യൂറോപ്യൻ ക്ലോസറ്റിൽ മാത്രം ഇരുന്നു ശീലമുള്ള ഇവരെ അട്ടയുള്ള കാട്ടുപ്രദേശത്ത് എങ്ങനെ കൊണ്ടിരുത്തും?

മലയിൽ കാലം തെറ്റിയ വർഷമുണ്ടെന്നും മലകയറ്റം ബുദ്ധിമുട്ടാണെന്നും കുളിയും തേവാരവും ഒന്നും രണ്ടുമെല്ലാം ആകാശം നോക്കിയാണെന്നും നഗരവാസികളായ ഈ മൂന്നു ഗവേഷകപ്പെണ്ണുങ്ങളോട് എങ്ങനെ പറഞ്ഞു മനസ്സിലാക്കും?

രാത്രി ഒന്നും കഴിച്ചില്ല. വിശപ്പില്ലാരുന്നു. കാടിനെ ചൂഴ്ന്നു നിൽക്കുന്ന ജീവിതങ്ങൾ ഉള്ളിൽ എരിഞ്ഞു കയറി. ഒരു കാലത്ത് ഭൂമിയുടെ ഉടയോന്മാരായിരുന്ന ആദിമവർഗ്ഗം. കാടകങ്ങളിലേക്ക് തുത്തെറിയപ്പെട്ടു. അഴുക്കു പറ്റാത്ത മൊഴിയടുക്കുകളും നടപ്പുശീലങ്ങളുമായി ഉഴവിടങ്ങളിൽ നിന്നകന്ന് ഉൾക്കാടുകളിലേക്ക് ഊർന്നുപോയ തലമുറകൾ. മണ്ണിന്റെ അടരുകളിൽനിന്ന് മന്ത്രണം ചെയ്തെടുത്ത ഒരു തനതുസംസ്കൃതിയുടെ പിൻമുറക്കാരനായതിൽ ഒരു ഉൾനിറവ് തനിക്കുണ്ടെന്ന തിരിച്ചറിവിൽ എന്തോ ഒന്ന് ഉള്ളിൽ കിളിർത്തു. എങ്കിലും ഊരിലെ പട്ടിണിമരണങ്ങൾ. ഓർക്കാൻ വയ്യ. ആദിവാസികളുടെ സ്വാഭാവിക പരിതസ്ഥിതി നിലനിർത്തിക്കൊണ്ടുതന്നെ മെച്ചപ്പെട്ട ജീവിതസൗകര്യങ്ങൾ ഒരുക്കുമെന്ന് വീമ്പിളക്കിയവർ കാട്ടുതേനും വാറ്റുചാരായവും കാട്ടുമാംസവും കടത്തിക്കൊണ്ടുപോയി. ഏകാധ്യാപകവിദ്യാലയങ്ങളിൽ അക്ഷരം പഠിക്കാൻ പോയ കാനനകന്യകകൾ സങ്കരവർഗ്ഗങ്ങളെ പെറ്റുകൂട്ടി. പഞ്ഞമാസങ്ങളിൽ

മുളയരിക്കഞ്ഞിയും കാട്ടുകിഴങ്ങുകളുമാണ് ഇപ്പഴും ശരണം. ആദിവാസിക്കുടിലുകളിലെ ജീവിതം അങ്ങനെ തന്നെ. ഒരു മാറ്റവുമില്ല. കാണാനും കഥയെഴുതാനും നാഗരികർക്ക് ഒരിടം വേണമല്ലോ.

''ഞാൻ വരുന്നില്ല. തണുപ്പുകൊണ്ടാ ആസ്മയെളകും. നിങ്ങക്കെല്ലാർക്കും പണിയാകും''

റസീന പിൻവാങ്ങിയതോടെ ഷേർളിയും ഷിഫയും മൗനത്തിലായി. താമസിക്കാൻ പറ്റിയ ഒരു സൗകര്യമില്ലെന്നു പറഞ്ഞ് അവരെ ഒരുവിധത്തിൽ ഒതുക്കാൻ കൂടെ നിന്നത് വിഷ്ണുവാ. എന്നാലും അവരുണ്ടായിരുന്നെങ്കിൽ മൊത്തം പെരുമാറ്റത്തിൽ ഒരു മാന്യത വന്നേനേ. പിന്നെ ഒരുഷാറും.

''വണ്ടി ഒതുക്കെടാ, ഒരു ചായ കുടിക്കാം.''

വിഷ്ണുവിന്റെ ഒച്ച എല്ലാവരെയും ഓർമ്മകളിൽ നിന്നുണർത്തി.

റോഡരികിലുള്ള ചായക്കടയിൽ പരിപ്പുവട മൊരിഞ്ഞ മണം ചാരി വണ്ടിയൊതുങ്ങി.

''വാങ്കോ സാർ...'' ചായ അടിക്കുന്നതിനിടയിൽ വണ്ടിയിലേക്ക് ഒരു വണക്കമെറിഞ്ഞ് രാക്കമ്മ ചിരിയിൽ പൊതിഞ്ഞു നിന്നു. മുഖത്തും വായിലും കട്ടപിടിച്ചിരുന്ന രാവിനെ ഓരോ ഗ്ലാസ്സു വെള്ളത്തിന്റെ നനവിൽ വടിച്ചുകളഞ്ഞ് അവർ നാലുപേരും ഒരു വെള്ളിയാഴ്ചയിലേക്കിറങ്ങി.

ചൂടുചായയോടൊപ്പം മൊരിഞ്ഞ വടയും കൊച്ചുവർത്തമാനവും കൂടി ചേർന്നപ്പോൾ പുലർകാലത്തെ കുളിരും ഉറക്കവും പമ്പയല്ല പാലക്കാടും കടന്നു. ചൂടുചായ വെട്ടിയ വഴിയേ രണ്ടു വട ഉടഞ്ഞ് ഉള്ളിലെത്തിയ തള്ളിച്ചയിൽ ഫിറോസ് ഉഷാറായി.

''എല്ലാരും കേറെടാ.'' മത്തായി സ്റ്റിയറിംഗ് എടുത്ത് മടിയിൽ വച്ചു. വണ്ടി ഒഴുകിത്തുടങ്ങി

''ഇതെവിടെത്തി?''

''സേലം കഴിഞ്ഞതേ ഉള്ളൂ.''

സ്ഥലത്തിനും കാലത്തിനും വിഷ്ണുവിനെ തോൽപ്പിക്കാനാവില്ല. എല്ലാ യാത്രകളിലും അവനായിരുന്നു അവർക്ക് സ്ഥലവും കാലവും.

''ഇനിയും പത്തുപന്ത്രണ്ടു മണിക്കൂർ പോണല്ലോ.'' മത്തായി നെടുവീർപ്പിട്ടു. ''തമിഴ്നാടിന്റെ വിരിമാറിലെ രാജപാതയിലൂടെ വണ്ടികൾ താനേ പൊക്കോളും. വണ്ടികൾ ഓടുവല്ല, ഒഴുകുവാ. അത്ര സുന്ദരമാ ഈ റോഡുകൾ. കേരളത്തിലെന്നാ ഇങ്ങനത്തെ....''

''എന്റെ ഫോണാ. അതൊന്നെടുക്കടാ ശെന്തിലേ.''

''ഇതു റസീനയാ ഫിറോസേ. നിനക്കുള്ളതല്ല.''

''ശെന്തിലേ മാത്യൂസ് എന്ത്യേ?'' ഫോൺ കിലുങ്ങി.

''വണ്ടി ഓടിക്കുവാ. മാത്യൂസിനെ മാത്രം മതിയോ?'' ഒരു വഷ ളൻചിരി വിളമ്പി, ശെന്തിൽ ഫോൺ ലൗഡ് സ്പീക്കറിൽ ഇട്ടു.

''നിങ്ങൾ എവിടെയെത്തി?'' മറുചിരിയിൽ വാക്കുകൾ ഉട ഞ്ഞെത്തി.

സ്ഥലം തിട്ടപ്പെടുത്താൻ വഴിയിൽ ഏതെങ്കിലും ബോർഡു ണ്ടോന്ന് ശെന്തിൽ നോക്കി.

''നോക്കണ്ട. സേലം കഴിഞ്ഞ്... 18 കി.മീ....''

''ങ്ഹേ...''

''ഞെട്ടണ്ട മോനേ. അവന്റെ കയ്യിലിരിക്കുന്നത് എന്റെ ഐ ഫോണാ. 5ജി യാ. ലോക്കേഷൻ ഓണാ. ഞാനത് ലോക്ക് ചെയ്തി രിക്കുവാ. നിങ്ങളെവിടെപ്പോയാലും ഞാൻ പിറകെയൊണ്ട്.''

ഓ... റസീന തൊട്ടടുത്തു നിന്ന് സംസാരിക്കുന്നു.

''മാത്യൂസ് ഓവറാകാതെ നോക്കിക്കോണേ.''

''എടീ ഫോൺ ലൗഡ് സ്പീക്കറിലാ. നീ വേണ്ടാത്തതൊന്നും പറയല്ലേ. എവന്മാരു പിള്ളാരാ. വെറുതെ കൊതിക്കും.''

''പോടാ.''

''മതിയേ ***# # # നീ കൊടുങ്ങല്ലൂക്കാരിയാന്ന് എടുത്തു പറ യണ്ടാ.'' മത്തായി ഒതുങ്ങിക്കൊടുത്തു. നിങ്ങളവിടെത്തുമ്പം വിളി ക്കണേ. റേഞ്ച് ഉള്ളെടം നേരത്തെ നോക്കി വയ്ക്കണം.''

''ശരി...''

ഇടമലക്കുടിയിലെ ദ്രാവിഡസമസ്യകളിൽ കൊളുത്തിവയ്ക്കാൻ ആയിരം പന്തങ്ങൾ ഉള്ളിലൊരുക്കി വച്ചുകൊണ്ടവർ ഓരോരോ മനോരാജ്യങ്ങളിലായി.

തിളച്ചുപൊന്തി നിന്ന പകലിൽ വെന്തുപോയ നാലുവരിപ്പാത കൾ. അനന്തതയോളം വിളഞ്ഞ് നിൽക്കുന്ന വെയിൽപ്പാടങ്ങൾ. അവയെ വകഞ്ഞ് ഇരുവശങ്ങളിലോട്ടും പാഞ്ഞു പോകുന്ന ജീവിത ങ്ങൾ. സംസ്കാരങ്ങളെ, ജനിമൃതികളെ ചുമന്നുകൊണ്ടുപോയ എത്രയോ കാലങ്ങൾ ഈ ഭൂമിവീഥികളുടെ കറുപ്പിൽ കഥകൾ അടർത്തി വച്ചിട്ടുണ്ടാകും. ഒന്നു പോലെയല്ലെങ്കിലും ഓരോ ജന്മവും മറ്റേതോ ഒരു ജന്മത്തിന്റെ തുടർച്ചയല്ലേയെന്ന് ശെന്തിലിന് തോന്നി.

ഹൈദ്രബാദിലെ ഗവേഷണശാലയിൽനിന്ന് അഞ്ചു പരിഷ്കൃത

ജൈവകണങ്ങൾ മനുഷ്യകുലത്തിലെ ആദ്യപിറവിയുടെ ചൂരും തേടി ദ്രാവിഡപ്രകൃതിയുടെ ഈറ്റില്ലത്തിലേക്കുള്ള യാത്രയിലാണ്.

''നിർത്തെടാ ദാഹിക്കുന്നു.'' വിഷ്ണു മുരടനക്കി.

''ഒകെ... ഓ മണി ഒന്നായി.'' മാത്യു സമ്മതിച്ചു.

കുടിവെള്ളത്തിനായി വണ്ടി ഒന്നമർത്തിച്ചവിട്ടി നിർത്തിയതും പിറകിൽ ഉറക്കത്തിലായിരുന്ന ഫിറോസും ബോധിയും ഞെട്ടിയുണർന്നു.

''എടാ മത്തായി...'' ബോധി മനപ്പൂർവം അലറി പ്രതികാരം തീർത്തു. എങ്കിലും പുറത്തേക്ക് നോക്കിയപ്പോൾ ഒരു ബിൽഡിംഗ് പൂത്തുനിൽക്കുന്നു. മനം കുളിർന്നു.

''വെള്ളം വല്ലോം വേണേൽ എറങ്ങെടാ..''

അടുത്തക്ഷണത്തിൽ അഞ്ചുപേരും ഒരു ടേബിളിൽ അന്തസ്സുള്ളവരായി വെയ്റ്ററെ കാത്തു.

''യെസ് സർ, ഹൗ ക്യാൻ ഐ ഹെൽപ് യു.''

വെയിറ്ററുടെ വിനയം അവരെ കൂടുതൽ അന്തസ്സുള്ളവരാക്കി.

''ത്രീ ചിൽഡ് ബിയർ ഹെനകൻ ആന്റ് വൺ ഹൺഡ്രഡ് പൈപ്പർ മിത്ത്...''

അഞ്ചാമത്തെ ആളിന്റെ ഓഡറിന് വേണ്ടി കാത്ത വെയിറ്ററെ ഫിറോസ് പറഞ്ഞു വിട്ടു.

''ഇവൻ കഴിക്കുന്നില്ല. വണ്ടിയോടിക്കണം.'' മുഴുമിക്കുന്നതിന് മുൻപേ വെയിറ്റർ പോയി.

''നിന്റെ വാപ്പയോട് പറയെടാ വണ്ടി ഓടിക്കാൻ.'' വിഷ്ണു പൊട്ടിത്തെറിച്ചു.

''എടാ വിഷ്ണൂ, ഫിറോസ് പറഞ്ഞേ ശരിയാ. കള്ളുകുടിച്ച് വണ്ടിയോടിച്ച് വല്ലെടവും കൊണ്ടു മുട്ടിയാ. നിന്റെ വണ്ടിയാ. പിന്നെ നീയാ ഇക്കൂട്ടത്തി നല്ല ഡ്രൈവറ്.'' മത്തായിയുടെ സാരോപദേശത്തിൽ വിഷ്ണു വീണു.

''എടാ സീറ്റ് മലത്തിയിട്ട് ഫിറോസിനെ കെടത്തിക്കോ. ഞാനപ്പഴേ പറഞ്ഞതാ ഉച്ചയ്ക്ക് കോക്ക്ടെയിൽ കഴിക്കരുതെന്ന്.''

വിഷ്ണുവിന്റെ നിർദ്ദേശം എല്ലാവരും അംഗീകരിച്ച് വണ്ടിയിൽ കയറി.

''ബോധീ, നീ ഉറങ്ങരുത്. വണ്ടി ശ്രദ്ധിച്ചോണം.''

''ഓകെ അളിയാ. നീ വണ്ടി വിട്റാ വിഷ്ണൂ.''

കാറിൽ മുഹമ്മദ് റാഫിയുടെ ഗസൽ ശാന്തസുന്ദരമായി നിറയുന്നുണ്ട്. മെലഡിയിൽനിന്ന് ഊർന്നു വന്ന നിദ്ര അനുവാദത്തിനായി അവരുടെ കൺകോണുകളിലും അകതാരിലും കാത്തു നിന്നു. കൺപോളകളിൽ അടിഞ്ഞുകൂടിയ ഉറക്കത്തെ ഫിറോസ് കൈ ചുരുട്ടി വടിച്ചുകളഞ്ഞു. ഉറക്കം പോയില്ല. ഉറക്കത്തിന്റെയും ഉണർവിന്റെയും ഇടയിലുള്ള നേരിയ തിരശ്ശീലയിൽക്കൂടി അവൻ പുതിയ കാഴ്ചകളിലേക്ക് പ്രവേശിച്ചു.

ചുവന്ന പട്ടുടുത്ത്, തലയിൽ ചായം തേച്ച ഇലത്തൊപ്പി വച്ച്, ദേഹമാസകലം ചാരം പൂശി തിളച്ചുനിൽക്കുന്ന രണ്ടു മുതുവാൻമാർ നിവർന്നുനിന്ന് ആകാശം നോക്കി അലറി. കുടിലുകൾക്കു മേലെ നെടുനീളത്തിൽ കരിമ്പാറകൾ വളർന്ന് ആകാശം തൊട്ട് നിൽക്കുന്നു. അതിനും മുകളിൽനിന്ന് വേൽകുത്തിമലയിലേക്കുള്ള കയറ്റം തുടങ്ങുകയായി. വഴിക്ക് ഇരുവശവും കുറ്റികളിൽ പന്തം കൊളുത്തി വെളിച്ചം വിരിച്ചിട്ടിരിക്കുന്നു. മലയുടെ മുകളിൽ കരിങ്കാളിയുടെ നടയിൽ തീയാളുന്നുണ്ട്. അതിനു ചേർന്ന് കണ്ണെത്താത്ത കൊക്കയാണ്. കൂർത്ത കരിമ്പാറകൾ നിറഞ്ഞ, ഇരുളടയിരിക്കുന്ന അഗാധഗർത്തം. കരിങ്കാളിയമ്മയുടെ നടയിൽ കുരുതിക്കു മുളയോല കെട്ടി കളം തിരിച്ചിരിക്കുന്നു. കളത്തിൽ കരിയും ചാന്തും വെവ്വേറെ കലക്കി ഭദ്രകാളിയുടെ കോലം വരച്ചിരിക്കുന്നു. ദംഷ്ട്രയിൽ കർപ്പൂരം കത്തിയാളുന്നുണ്ട്. കുങ്കുമവും ഭസ്മവും കാട്ടുതെച്ചിയും അരളിയും തീക്കനൽ പോലെ മിന്നുന്ന പേരറിയാത്ത അനേകം കാട്ടുപൂക്കളും കളത്തിൽ തിങ്ങിയമർന്നു. കളം മുഴുവൻ രക്തത്തിനായി ദാഹിക്കുന്നതു പോലെ.

കളത്തിന് തൊട്ടു താഴെയൊരുക്കിയ തിട്ടയിൽ ബലിക്കല്ല് തിളങ്ങി നിൽക്കുന്നു. നെറ്റിയിൽ കുങ്കുമം തേച്ച് കഴുത്തിൽ മണി കെട്ടിയ കൊഴുത്ത ഒരു മുട്ടനാടിന്റെ ഭയപ്പെട്ട കണ്ണുകൾ ഇരവിന്റെ ആഴങ്ങളിൽ തിളങ്ങി. ഭയവും ഉന്മാദവും വിസ്മയവും കലർന്ന ഒരു ഉൾത്തരിപ്പ് അവന്റെ ഞരമ്പുകളിൽ ഊറാൻ തുടങ്ങി. ഇരുട്ടിന്റെ ഗർഭപാത്രത്തിൽ നിന്നുയിർക്കൊണ്ട് കാടുകുലുക്കി മല ചവിട്ടിയടർത്തി ആർത്തുവരുന്നു, രണ്ടിടിനാദങ്ങൾ. കൊല്ലിയാനെ ചുമന്നുകൊണ്ട് പെട്ടെന്ന് കളത്തിൽ അവർ വന്നു നിറഞ്ഞു നിന്നു. ചുവന്ന പട്ടുടുത്ത് തലയിൽ ചായം തേച്ച ഇലത്തൊപ്പി വച്ച്, ദേഹമാസകലം ചാരം പൂശി തുള്ളിയുറഞ്ഞു നിൽക്കുന്ന രണ്ടു ആദിമമുതുവാന്മാർ. നിവർന്നു നിന്ന് അവർ കൈകളിലെ തീപ്പന്തങ്ങൾ ഉയർത്തി ആകാശത്തിന് തീ കൊളുത്തി. അനന്തവിഹായസ്സിലേക്ക് നോക്കി അലറിത്തെറിച്ചു. മേഘങ്ങൾ പറപറന്നു. ആദിമദ്രാവിഡത്തിലെ ആഭിചാരഭാഷ കേട്ടു കാടിന്റെ വന്യത ലജ്ജിച്ചു. ഭയന്നുപോയ

ആകാശം വേൽകുത്തിമലയിലെ കരിങ്കാളിയെ കുമ്പിടാൻ തിരികൾ കത്തിച്ചു തൊഴുതു നിന്നു.

''കരിങ്കോഴികൾ എങ്കെ?'' കളത്തിന്റെ ഇടംതലയിൽ നിന്ന മുതുവാൻ അലറി. രക്തത്തിൽ മുക്കിയെടുത്ത പൂവും ആടയും തൊങ്ങലിട്ടു നിൽക്കുന്ന രണ്ടു കരിങ്കോഴികൾ ബലിത്തിട്ടയിൽ പോരിനൊരുങ്ങി. ആരോ കെട്ടിവച്ച മൂർച്ചയുള്ള കൂർത്ത ബ്ലേഡുകൾ പൊലിപ്പിച്ച നഖങ്ങളുമായി മെലിഞ്ഞു നീണ്ട കഴുത്തും ഒതുങ്ങിയ ശരീരവുമുള്ള, കാടിന്റെ രണ്ട് മക്കൾ യുദ്ധക്കളത്തിൽ നിരന്നു. അവരുടെ കണ്ണുകളിൽ ജീവനും മൃതിയും തിളച്ചു മറിയുന്നു. താൻ ചുറ്റും കണ്ണോടിച്ചു. കാഴ്ചക്കാരായി ഏറെ ആൾക്കാർ എത്തിയിരിക്കുന്നു. മുൻനിരയിലെ അലങ്കരിച്ച കസേരയിൽ തിളങ്ങുന്ന വേഷധാരി അടുത്തിരിക്കുന്നവരോട് എന്തോ പറഞ്ഞ് ചിരിക്കുന്നുണ്ട്.

നാടുവാഴി തന്നെ.

''അങ്കം തുടങ്ങട്ടെ.'' എവിടുന്നോ വാദ്യങ്ങൾ മുഴങ്ങി. കോഴികൾ അങ്കക്കലി പൂണ്ട് പറന്നു കൊത്തിക്കീറി. വീണ്ടും പറന്നു.

''കരിഞ്ചാ നിർത്ത്.'' നാടുവാഴി എണീറ്റു.

''തമ്പ്രാ...'' ഇടംതലയിൽ നിന്ന മുതുവാൻ മുരണ്ടു.

''ഉശിരു പോരാ... പറക്കുമ്പോൾ ചിറകുകൾ വിടരുന്നില്ല. ചോര വീണു നനഞ്ഞ തൂവലുകൾ പറിച്ചെറിഞ്ഞ് അങ്കം തുടരട്ടെ.''

''ഓമ്പ്രാ...''

അരയിൽ കമുകോല കെട്ടിയ രണ്ടു മുതുവാന്മാർ അങ്കക്കോഴികളുടെ തൂവലുകൾ ഒന്നൊന്നായി പറിച്ചെറിഞ്ഞു. ചോര വീണു നനഞ്ഞ ഓരോ തൂവലും പറിച്ചെറിഞ്ഞപ്പോൾ കോഴികൾ അലറുകയും ബ്ലേഡു കെട്ടിവച്ച നഖങ്ങൾകൊണ്ട് മണ്ണിന്റെ ചങ്ക് മാന്തിപ്പൊളിക്കുകയും ചെയ്തു. കോഴികൾ തമ്മിൽ നോക്കി അലറിക്കൂവി. വീണ്ടും അവർ പറന്നു കൊത്തിക്കീറി.

''ഇപ്പം ഒരുശിരുണ്ട്. കരിഞ്ചാ, അങ്കവീരന്മാരെ ഇങ്ങു കൊണ്ടുവാ.''

''ചെരിമ്പ്രാ.''

മുന്നിൽകൊണ്ടുവന്ന കരിങ്കോഴികൾക്ക് നാടുവാഴി ധാന്യങ്ങൾ വാരിയിട്ടു കൊടുത്തു. ചോരയൊലിപ്പിച്ചുകൊണ്ട് ധാന്യങ്ങൾ കൊത്തിത്തിന്നുമ്പോഴും അന്യോന്യം പോരാടാനായി അവ അലറുന്നുണ്ടായിരുന്നു.

''കുറച്ചു തൂവലുംകൂടി ബാക്കീണ്ടല്ലോ കരിഞ്ചാ. അതും നനഞ്ഞു പോയിരിക്കുന്നു. അതും ഓരോന്നായി പറിച്ചുകളയെടാ. അപ്പഴത്തെ അങ്കമാ ഒരു രസം.''

''ഓമ്പ്രാ... ബ്ലേട് കൊണ്ട് രണ്ടിന്റെം ചങ്ക് പൊളിഞ്ചിട്ടേ. ഇനി പറക്കമാട്ടെ.''

''പൂട പറിച്ചുകളഞ്ഞ് പറത്തെടാ. കാട്ടുകോഴികളാ. ചാവുന്നിടം വരെ അങ്കം വെട്ടട്ടെ.'' നാടുവാഴി വീണ്ടും ധാന്യങ്ങൾ വാരി വിതറി. വേദന മറന്ന് പോരുകോഴികൾ ധാന്യങ്ങൾ കൊത്തി വിഴുങ്ങി. അവയുടെ ചുണ്ടുകളിൽനിന്ന് ചോര തെറിച്ചുവീഴുന്നുണ്ടായിരുന്നു. തിന്നുമ്പോഴും ഇടയ്ക്കിടയ്ക്ക് തലയുയർത്തി അവർ പരസ്പരം വെല്ലുവിളിക്കുകയും ചീറുകയും ചെയ്തു.

അവസാനത്തെ തൂവലും പറിഞ്ഞെങ്കിലും ചോര ചീറ്റി അലറി പ്പൊങ്ങി മലർന്ന് പരസ്പരം ചങ്കിൽ ബ്ലേഡുകൾ തറഞ്ഞ് പോരു കോഴികൾ മണ്ണിൽ കമിഴ്ന്നു. നാടുവാഴി അലറി. കൈകൊട്ടി പൊട്ടി ച്ചിരിച്ചു. കൂടി നിന്ന കാട്ടുവാസികൾ ആർത്തുവിളിച്ചു. ഇടംതല വലംതല മുതുവാന്മാർ തങ്ങളുടെ കോഴികളെ എരിഞ്ഞുകൊണ്ടി രുന്ന തീക്കുണ്ഡത്തിലേക്ക് കാലിൽ തൂക്കിയെറിഞ്ഞു. രണ്ടു കാട്ടു ജീവിതങ്ങൾ ആർക്കോ വേണ്ടി പോരടിച്ച് അഗ്നിയിൽ പിടഞ്ഞ മർന്നു. വെന്ത മാംസത്തിനുവേണ്ടി ആരൊക്കെയോ തീക്കുണ്ഡ ത്തിലേക്കു പാഞ്ഞു. തന്റെ മുഖത്തും കണ്ണിലും ചോര തെറിച്ചു. ചോരയുടെ ചുവന്ന മറയിലൂടെ കാട് മറ്റൊരു ലോകമായി കഴിഞ്ഞു. അതിന്റെ പള്ളയിൽ ഒരു അഗ്നിപർവ്വതം തിളയ്ക്കുന്നുണ്ട്.

തൊട്ടരികത്തിരിക്കുന്ന മത്തായി ഹിസ്റ്റീരിയ ബാധിച്ചപോലെ വിറയ്ക്കുന്നുണ്ടായിരുന്നു. ഇടയ്ക്ക് അവൻ തെറി വിളിക്കുന്നുണ്ട്.

''ബാസ്റ്റാർഡ്സ്... ദാറ്റ് ഫ്യൂഡലിസ്റ്റ് റാസ്കൽ... ഇന്നവന്റെ നെഞ്ച് പൊളക്കും ഞാൻ.'' മാത്യു അലറി.

''മിണ്ടാതിരിയെടാ.'' അവന്റെ ദേഹത്തു വച്ച തന്റെ കൈ പൊള്ളി പ്പോയി. പെട്ടെന്നൊരു ബഹളമുയർന്നു. ആൾക്കാർ പന്തങ്ങൾ ഉ യർത്തി ഇരുട്ടിന്റെ മർമ്മത്തെ പൊള്ളിച്ചുകൊണ്ട് ആർത്തു വിളിച്ചു. ഇരുട്ടു പൊതിഞ്ഞുവച്ച കാടിന്റെ ഉള്ളറകളിൽനിന്ന് ബലിത്തിട്ടയി ലേക്ക് ഒരു മണികിലുക്കം ഓടി വന്നു. മരണം തിളച്ചു നിൽക്കുന്ന കണ്ണുകളുമായി നെറ്റിക്കു കുങ്കുമം തേച്ചുപിടിപ്പിച്ച ഒരു കറുത്ത കാട്ടാട് ബലിക്കല്ലിലേക്ക് തലനീട്ടി. അതിന്റെ കഴുത്തിൽ കിടന്ന അരളിപ്പൂമാലയിൽ നിന്ന് മരണത്തിന്റെ നിറമിറ്റ് കാടകം തിങ്ങി.

അപ്പോഴാണ് ഞെട്ടിക്കുന്ന ആ കാഴ്ച കണ്ടത്. കാട്ടാടിന്റെ പിറ കിൽ പത്തു വയസ്സു തോന്നുന്ന ഒരു ബാലിക. അവൾ മുടി അഴി ച്ചിട്ടിരിക്കുന്നു. തലയിൽ വെള്ളമൊഴിച്ചിട്ട് തോർത്തിയിട്ടില്ല. നെറ്റി യിൽ പൊത്തിയിരിക്കുന്ന ചാന്ത് ദേഹത്ത് രക്തത്തിന്റെ അനേകം ചാലുകൾ തീർത്തിരിക്കുന്നു. കഴുത്തിൽ അരളിപ്പൂ മാല. ചുവന്ന

പട്ടുടുത്തിരിക്കുന്നു. കണ്ണുകളിൽ കൊടുങ്കാടുകൾ തപസ്സു ചെയ്യുന്നു. ബാധ കൂടിയതുപോലെ കുട്ടി ആടുകയും തുള്ളുകയും ചെയ്യുന്നു. വലത്തെ കൈയിൽ വെളിച്ചപ്പാടിന്റെ വാൾ. വാളിന്റെ തുഞ്ചത്ത് നാരങ്ങ കൊത്തിപ്പിടിച്ചിരിക്കുന്നു. അത് ഉയർത്തി അവൾ ഏതോ പ്രാകൃതഭാഷയിൽ ആക്രോശിക്കുന്നു.

''ചെറിയ കുട്ടിയാ. അവളാ മൃഗത്തെ കൊല്ലുന്നേ...''

മത്തായി വീണ്ടും ചീറി.

''മിണ്ടാതിരിയെടാ. പ്രതീകാത്മകമായി ബലിത്തിട്ടയിൽ നിർത്തുന്നതാ. പണ്ട് നരബലി ആയിരുന്നല്ലോ. മൃഗത്തെ ബലിയർപ്പിക്കാൻ വേറെ ആളു വരും.''

മത്തായിയെ തണുപ്പിക്കാൻ പറഞ്ഞെങ്കിലും തനിക്കുറപ്പില്ലായിരുന്നു. പെട്ടെന്ന് നാലുപാടും വാദ്യോപകരണങ്ങൾ മുഴങ്ങി. മന്ത്രോച്ചാരണങ്ങൾ ഉച്ചത്തിലായി. തലങ്ങും വിലങ്ങും തീപ്പന്തങ്ങളുയർന്ന് ആകാശം കത്തി. മലയ്ക്കു ഭ്രാന്തെടുത്ത നിമിഷത്തിൽ ബലിത്തിട്ടയിലേക്ക് ഇരുളു കടഞ്ഞെടുത്ത മറ്റൊരു മുതുവാൻ നടന്നു കയറി. കൈയിൽ തിളങ്ങുന്ന വലിയ വാൾ. പൗരാണിക സങ്കല്പങ്ങളിൽ നിന്നിറങ്ങി വന്ന ഹിഡിംബന്റെ പിൻമുറക്കാരൻ. അയാൾ ബലിത്തിട്ടയിൽ ഒരു കാട്ടുമരംപോലെ കനത്ത് മാനംമുട്ടി നിന്നു. ഉയർത്തിയ ഭാരമേറിയ വാൾ കല്പനയ്ക്കായി കാത്തു. ഇടംതലയും വലംതലയും കാത്ത മുതുവാന്മാർ പ്രാകൃതമന്ത്രങ്ങൾ വാരിയെറിഞ്ഞ് ഊക്കിൽ തുള്ളിയലറി. താണ്ഡവത്തിന്റെ മൂർദ്ധന്യത്തിൽ വലംതല മുതുവാൻ നാടുവാഴിയെ നോക്കി എന്തോ അടയാളം കൊടുത്തു. നാടുവാഴി എണീറ്റു വന്ന് ബലിത്തിട്ടയുടെ മൂലയിൽ കൊക്കയിലേക്ക് തള്ളി നിൽക്കുന്ന ഒറ്റക്കല്ലിൽ പ്രത്യേകം അടയാളപ്പെടുത്തിയ സ്ഥലത്ത് കയറി നിന്ന് കത്തുന്ന പന്തമുയർത്തി അലറി.

''മുനിയാണ്ടീ.... തീർത്ഥം...''

കൊട്ടും മേളവും ആർപ്പുവിളിയും മന്ത്രോച്ചാരണവുംകൊണ്ട് ഉൾക്കാട് കിലുങ്ങി ഉച്ചത്തിലായി. താൻ കണ്ണടച്ചു ശ്വാസം വലിച്ചു പിടിച്ചു.

ഒരു കൊലയും കാണാൻ വയ്യ. ഒരു വെട്ടും കാണാൻ വയ്യ. മനുഷ്യൻ എങ്ങനെ ആരുംകൊലകൾ ആഘോഷമാക്കുന്നു?

കണ്ണു വീണ്ടും മുറുക്കി അടച്ചു. ഒരു നിമിഷം വാൾ ഉയർന്നു താഴുന്ന ശബ്ദം

''അയ്യോ...'' തൊട്ടടുത്ത് മത്തായി അലറി.

താൻ കണ്ണുകൾ മുറുക്കിയടച്ചു. ഹൃദയം പടപടാന്ന്... ചങ്കു പറിഞ്ഞു വരുന്നു. പെട്ടെന്ന് ഒരു വെള്ളിടി വെട്ടി. തൊട്ടടുത്തു നിന്ന് ഒരു കൊടുങ്കാറ്റ് പറന്നുപോയി. ഒരട്ടഹാസവും അലർച്ചയും കൂട്ട നിലവിളിയും പൊങ്ങി. കണ്ണുവെട്ടിത്തുറന്നു. മത്തായി നാടു വാഴിയെയും മുനിയാണ്ടിയെയുംകൊണ്ട് ചീങ്കപ്പാറകൾ നിറഞ്ഞ കൊക്കയിലേക്ക് മറിയുന്നു.

ആട് അരളിമാലയുമിട്ട് പുത്തൻകാഴ്ചകൾ കണ്ട് മുരടന ക്കുന്നു.

ബലിത്തിട്ടയിൽ ഒരു ബാലികയുടെ തലയില്ലാത്ത ശരീരം വെളിച്ച പ്പാടിന്റെ വാളും പിടിച്ച് തുള്ളിയുറയുന്നു. താഴെ, രക്തത്തിൽ കുളിച്ച ശിരസ്സിൽ, തുറിച്ചു നിൽക്കുന്ന കണ്ണുകൾ.

''അയ്യോ... എന്നെ...''

''എന്തവാടാ കെടന്നലറുന്നേ...'' ബോധി ഫിറോസിന്റെ തോളിൽ തട്ടി.

''ഉച്ചയ്ക്ക് എത്രണ്ണമാ കഴിച്ചത് ബോധമില്ലാതെ ഉറക്കത്തിൽ അലറുന്നോ?'' പെട്ടെന്ന് ഒരു തേങ്ങൽ നിലവിളിയായി പൊട്ടി വണ്ടി യിൽ നിറഞ്ഞു.

''വിഷ്ണൂ, വണ്ടി നിർത്തിക്കേ. ഇവൻ എന്തോ പേടിസ്വപ്നം കണ്ടെന്നാ തോന്നുന്നത്.''

''കൊറച്ചു വെള്ളം കുടിയെടാ.'' മത്തായി നീട്ടിയ വെള്ളക്കുപ്പി യിൽ നിന്നൊഴുകിയ കുളിർമ്മയിലും ഫിറോസിന്റെ ഞെട്ടലും തേങ്ങലും ഒതുങ്ങിയില്ല.

''എടാ നമുക്കു തിരിച്ചു പോകാം. എന്തോ ഭയങ്കര ആപത്തുണ്ട്. മല കയറണ്ടാ, ഭീകരമായ എന്തോ...'' ഫിറോസ് വിറയ്ക്കുന്നുണ്ടാ യിരുന്നു.

''നിനക്ക് നാണമില്ലേടാ ഗവേഷകാ. നീ ഏതോ ദുസ്വപ്നം കണ്ടതാ.'' മത്തായി കളിയാക്കി.

''സ്വപ്നമല്ല, വിഷ്ണുവിന്റെ ടാബിൽ എല്ലാമൊണ്ട്. അതൊ ന്നെടുത്തു നോക്ക്.''

''നിനക്ക് ഭ്രാന്താ. നമ്മൾ ഇപ്പം ഇടുക്കിയിലെത്താൻ പോവ്വാ. ഒന്നര മണിക്കൂർ കഴിഞ്ഞാൽ ഊരിലെത്തും.''

''വേണ്ടെടാ.'' ഫിറോസിന്റെ വാക്ക് ഇടറുന്നുണ്ടായിരുന്നു.

''നീ വണ്ടിയേക്കേറ്.''

യാത്ര തുടർന്നു

തികച്ചും അപരിചിതമായ ഒരു മൗനം വണ്ടിയിൽ നിറഞ്ഞു. അതിന്റെ ഗതിവേഗത്തിൽ നാലുപേരും നാലു ദിക്കിലേക്ക് യാത്ര ചെയ്തു.

''ബാ.. എറങ്ങ്. ഇടുക്കിയായി. ഇപ്പം നടന്നാ പത്തുമണിയാവു മ്പഴത്തേക്ക് ഊരിലെത്താം''

ശെന്തിലിന്റെ വാക്കുകളിൽ കാരണമറിയാത്ത ഒരു അസ്വസ്ഥത നിഴലിച്ചിരുന്നു. വണ്ടിയിൽനിന്ന് ബാഗുകൾ എടുത്ത് തോളിലിട്ട് അവർ മലകയറാനൊരുങ്ങി. പെട്ടെന്ന് ശെന്തിലിന്റെ ഫോൺ ബെല്ല ടിച്ചു.

''ശെന്തിലേ... ഇത് ഞാനാ... ചന്ദ്രപ്പനാ. നീ എവിടെത്തി?''

''താഴെയെത്തി.''

''കേറിവാ. ഒരു വിശേഷമുണ്ട്.''

''എന്താ ചന്ദ്രപ്പേട്ടാ?''

''നിന്നോടു പറയരുതെന്നാ എല്ലാരും പറഞ്ഞെ. പക്ഷേ എനിക്ക് താങ്ങാൻ വയ്യ. ബലിക്കല്ലേൽ കുരുതി നടന്നെടാ.''

ശെന്തിലിന്റെയുള്ളിൽ ഒരു കൊല്ലിയാൻ മിന്നിമാഞ്ഞു.

''ങേ... എന്താ...'' അവന്റെ ശബ്ദം വിറച്ചു.

''അപ്പം പോയെടാ.. അന്തിക്ക് ബലിത്തിട്ടേ വച്ച് നെരിയപ്പൻ അപ്പന്റെ തലയ്ക്കു വെട്ടി. ഒറ്റ വെട്ടിന് രണ്ടായി. നീ വേം വാ...''

മാനത്തുനിന്ന് തീഗോളങ്ങൾ അടർന്ന് അവന്റെ തലയിൽ വീണ് ചിതറി.

''അപ്പാ... ''

ഒരലർച്ചയോടെ വീണ അവനെ ഫിറോസ് താങ്ങി.

■

ഹോം കോഷൻ

രാത്രിയുടെ ഗർഭത്തിൽ അവസാനമില്ലാതെ പുതഞ്ഞുകിടന്ന റെയിൽപ്പാളങ്ങളിൽകൂടി വണ്ടി പാഞ്ഞു.

"ഡിസ്റ്റന്റ് കോഷൻ." മറുപടി കിട്ടാഞ്ഞതിനാൽ റിയാസിന്റെ അക്ഷമ ഒരു മുരടനക്കത്തിലേക്ക് വലിഞ്ഞു മുറുകി.

"ഡിസ്റ്റന്റ് കോഷൻ." മറുപടിയായി ഞാൻ റിപ്പീറ്റ് ചെയ്തു. ട്രെയിനിന്റെ വേഗം 25 കിലോമീറ്ററാക്കി കുറച്ചു. എഞ്ചിന്റെ ലൈറ്റ് ഇരുട്ടൊളിപ്പിച്ച പാളത്തെ വകഞ്ഞെടുത്ത് വീലുകൾക്ക് മുന്നിൽ വച്ചുകൊണ്ടിരുന്നു. ഇരുട്ടിന്റെ കനത്തിലേക്ക് പെയ്തുകൊണ്ടിരുന്ന മഴ എഞ്ചിനിലും ബോഗികളിലും ഒരു പ്രത്യേക താളത്തിൽ വീണു ചിന്നി. ചിന്തകൾ പതറിപ്പോകുന്നു. എന്റെ മനസ്സിൽ എന്തിനെന്ന റിയാതെ ഒരു കടൽ അലറിത്തിമിർക്കുന്നു. ഇന്നു കേട്ട വർത്തമാന ങ്ങൾ. ചില വെളിപ്പെടുത്തലുകൾ പാളി വന്ന് മനസ്സിനെ പൊള്ളി ക്കുന്നു.

ഇന്നലത്തെ 16525 ഐലന്റ് എക്സ്പ്രസ്സിൽ ഡ്യൂട്ടി എടുത്ത താണ്. ഇന്ന് ഉച്ചയ്ക്കാണ് സൈൻ ഓഫ് ചെയ്തത്. കണക്കു പ്രകാരം നാളെ രാവിലത്തെ ഡൗൺ ട്രെയിനിൽ ഡ്യൂട്ടി എടുത്താൽ മതി. പക്ഷേ കേരളയിൽ കയറേണ്ട വിനോദിന് പെട്ടെന്ന് സുഖമി ല്ലാതെ വന്നു. റിസർവിനെ കിട്ടിയില്ല. പകരം 12626 കേരളയ്ക്ക് താൻ വോളന്റിയർ ചെയ്തതാണ്. ഇന്ന് ഉച്ചയ്ക്ക് റണ്ണിംഗ് ബംഗ്ലാ വിൽ റെസ്റ്റെടുക്കാനായി ചെന്നപ്പോൾ മുതൽ ശെൽവനെ അന്വേ ഷിച്ചെങ്കിലും കണ്ടില്ല. പറയാതെ തന്നെ ഊണു വാങ്ങി വന്ന് മേശ പ്പുറത്ത് കൊണ്ടുവയ്ക്കുന്ന, ഞങ്ങടെ പയ്യൻ... റണ്ണിംഗ് ബംഗ്ലാവിൽ ഉള്ളവർക്ക് സ്ഥിരമായി ചായയും കടിയും സിഗററ്റും വാങ്ങി വരു ന്നവൻ.

ചെമ്പിച്ച തലമുടിയും ഇരുട്ടു മെഴുകിയ ശരീരവുമുള്ള ഒരു ഉശിരൻ തമിഴൻ. അവന്റെ കണ്ണുകളിൽ പൗരാണികമായ ഒരഴക്

എരിഞ്ഞു നിന്നിരുന്നു. സ്നേഹലാളനത്തിനു വേണ്ടി കരഞ്ഞു തളർന്ന ബാല്യത്തിന്റെ അടയാളം ഇപ്പോഴും അവന്റെ ഭാവത്തിലും ഭാഷയിലും തെളിഞ്ഞു നില്ക്കുന്നു. നഷ്ടപ്പെട്ടുപോയ, എന്റെ അനുജൻ സേതുവിന്റെ മുഖമാണ് ശെൽവനിൽ ഞാൻ കണ്ടത്.

''അണ്ണേ, നമ്മ പയ്യൻ ശെൽവൻ എങ്കെ?''

''പാക്കവേയില്ല സാർ. അവങ്കപ്പാവുക്ക് ഒടമ്പ് സൊഖമല്ലാന്ന് നെനക്കിറേൻ. രണ്ടു നാളാച്ച് ഇങ്കെ ഇല്ല സാർ.''

റൂമിൽ റെസ്റ്റ് എടുത്തിരുന്ന പാസ്സഞ്ചർഗാർഡ് രാമണ്ണ സിഗ റെറ്റിന്റെ കണ്ണിലേക്ക് തീ പായിച്ചു.

പേരറിയാത്ത ഒരു നൊമ്പരം ഉള്ളിൽ താങ്ങിയാണ് ഞാൻ കാന്റീനിലേക്ക് പോയത്. കാന്റീൻ നടത്തുന്ന ചെല്ലപ്പൻപിള്ളയോട് ശെൽവനെക്കുറിച്ച് ചോദിച്ചെങ്കിലും അയാൾക്കുമറിയില്ലായിരുന്നു. അല്ലെങ്കിലും അവന്റെ പോക്കും വരവും ആര് ശ്രദ്ധിക്കാൻ! ഒരു ദിവസം ഞാൻ അപ്രത്യക്ഷനായാൽ തിരയുന്നവരും വ്യാകുലപ്പെടുന്നവരും എത്രയെന്ന് വെറുതെ കണക്കുകൂട്ടി. ഞെട്ടിപ്പോയി. എണ്ണിത്തീരാൻ പത്തു വിരലുകൾ വേണ്ടി വന്നില്ല. കാറ്റ് കെട്ടഴിച്ചുവിട്ട മഴത്തുള്ളികൾ കൂട്ടത്തോടെ വന്ന് മുന്നിലുള്ള ഗ്ലാസ്സ് വിൻഡോയിൽ പെരുമ്പറ കൊട്ടി.

സ്റ്റേഷനിലും റെസ്റ്റ്റൂമിലും ഓടിനടന്നിരുന്ന, ഇല്ലായ്മ പച്ചകുത്തിയിരുന്ന ഒരു പത്തൊൻപതുകാരൻ ശെൽവൻ. അരുതാത്തതെന്തോ... അശുഭമായ ഒരു ചിന്ത മനസ്സിൽ തികട്ടി വരുന്നു. അവൻ അജ്ഞാതമായ ഒരിടത്ത് ദേഹമാസകലം ചോരയൊലിപ്പിച്ചുകൊണ്ട് ഇഴഞ്ഞും പുളഞ്ഞും മനസ്സിൽ അങ്ങനെ... മനസ്സിൽ ആ ചിത്രം ആരോ പതിപ്പിച്ചിരിക്കുന്നു. ആ വേദനയാണ് എന്നെ ചുഴറ്റിയടിക്കുന്നത്.

''ഹോം കോഷൻ.'' ഇത്തവണ റിയാസ് അല്പം ഉറക്കെയാണ് പറഞ്ഞത്.

''ഹോം കോഷൻ.'' പെട്ടെന്നുതന്നെ ഞാൻ റിപ്പീറ്റ് ചെയ്തു. അവന്റെ ചിരിയിൽ ഒരു ജാള്യം നിഴലിച്ചു നിന്നു.

''സർ, നല്ല മഴയുണ്ട്. തിരുവല്ലേന്ന് ഒരു ചായ കുടിച്ചാലോ?''

''നോക്കാം.'' അവന് ഒറ്റവാക്കിൽ മറുപടി കൊടുത്തു.

''യാത്രക്കാർ ദയവായി ശ്രദ്ധിക്കുക.

ന്യൂദൽഹിയിൽ നിന്ന് തിരുവനന്തപുരം വരെ പോകുന്ന 12626-ാം നമ്പർ കേരള എക്സ്പ്രസ്സ് ഒന്നാമത്തെ പ്ലാറ്റ്ഫോമിലേക്ക് വന്നുകൊണ്ടിരിക്കുന്നു.

‘‘യാത്രിയോം കൃപയാ ധ്യാൻ ദീജിയേ....’’

രാത്രിമഴയും തണുപ്പും തുളച്ചുകൊണ്ട് പാഞ്ഞെത്തിയ അനൗൺസ്മെന്റ്, പ്ലാറ്റ്ഫോമിലെ കസേരകളിൽ ഉറക്കത്തിലായിരുന്ന യാത്രക്കാരെ കുലുക്കിയുണർത്തുന്നുണ്ടായിരുന്നു. ട്രെയിൻ പ്ലാറ്റ്ഫോമിലേക്ക് കയറി. ഒരു കാറ്റ് തെന്നി വരുന്നതു കണ്ട് മഴ പാളത്തിൽ നിന്ന് പ്ലാറ്റ്ഫോമിലേക്ക് കയറി ഒതുങ്ങിനിന്നു.

‘‘ശ്ശെ... ഒരു നശിച്ച മഴ.’’ ഉറക്കച്ചടവു പിടിച്ച വാക്കുകൾകൊണ്ട് പ്ലാറ്റ്ഫോമിന്റെ നീളത്തിൽ മഴയുടെ ക്യാൻവാസിലേക്ക് ആൾക്കാർ ദുരിതചിത്രം കോറിയിടുന്നത് എഞ്ചിന്റെ ഗ്ലാസ്സിൽക്കൂടി എനിക്ക് കാണാമായിരുന്നു.

‘‘സാറിനെ എന്തോ വലിയ വിഷമം അലട്ടുന്നുണ്ട്. കയറിയപ്പം മുതലേ ഞാൻ ശ്രദ്ധിക്കുന്നു.’’ ട്രെയിൻ നിന്നപ്പോൾ, സീനിയറിനോടുള്ള ബഹുമാനം സൂക്ഷിച്ചുകൊണ്ട് റിയാസ് പതുക്കെ തുടങ്ങി.

‘‘ങ്ഹും...’’ അവന്റെ മുഖത്തു നോക്കാതെതന്നെ ഉത്തരം ഒരു കനത്ത മൂളലിൽ ഒതുക്കി. സംസാരിക്കാൻ താത്പര്യമില്ലെന്നു കണ്ടപ്പോൾ റിയാസ് പിൻവലിഞ്ഞു. ഇതിനിടയിൽ എപ്പഴോ ചായയുമായി ആളെത്തി.

പുറത്തെ മഴയും തണുപ്പും ഉള്ളിലെ സംഘർഷവുംകൂടി കനത്ത് ചായയുടെ ചൂടിലേക്ക് ആഞ്ഞു. ചായ ഇറങ്ങിപ്പോകുന്ന വഴിയിൽ ഒരു സുഖം തിരതല്ലുന്നുണ്ട്. കടന്നുപോയ 28 വർഷങ്ങൾ... ഓടിത്തീർത്ത ജീവിതപ്പാളങ്ങൾ.... എണ്ണമറ്റ സ്റ്റോപ്പുകൾ... വീണ്ടും യാത്രകൾ... ഹൊ... എത്രയെത്ര ജീവിതങ്ങളാ... മരണങ്ങളാ കണ്ടത്!

‘‘12626 ഗാർഡ് സ്പീക്കിംഗ്, ലോക്കോ പ്ലീസ് കമോൺ ലൈൻ.... ഓവർ...’’

‘‘ലോക്കോ പൈലറ്റ് ആൻസെറിംഗ്... ഓവർ...’’

‘‘മൺസൂൺ പെട്രോൾമാൻ റിപ്പോർട്ടഡ് ലാൻഡ് സ്ലൈഡിംഗ് ഓൺ ദ ലൈൻ.... പാർട്ടി പോയിട്ടേ ഉള്ളൂ. ട്രെയിൻ റെഡിയാകാൻ ഒരു മണിക്കൂറെങ്കിലും താമസിക്കും. ഓവർ...’’

‘‘മെസ്സേജ് റിസീവ്ഡ്... വെയിറ്റിംഗ്... ഓവർ...’’

രമേശനാണ് ഗാർഡ്. അയാൾ ഡ്യൂട്ടിയിലുണ്ടേൽ ഒരു സമാധാനമാ. പാസ്സഞ്ചേഴ്സിന്റെ പ്രശ്നങ്ങളിൽ ഇടപെട്ട് പരിഹാരമുണ്ടാക്കുന്നതിൽ രമേശിനോളം ആത്മാർത്ഥത എന്റെ അറിവിൽ ആർക്കുമില്ല. അയാൾ യൂണിയൻനേതാവാണ്. സഹ്യാദ്രിയിൽനിന്ന് കാടിളക്കി വന്ന ഏതോ കരിവീരനെ മെരുക്കിയെടുത്ത് ട്രെയിൻ ഗാർഡ്

ആക്കിയതായിരിക്കാമെന്ന് ഒരു കഥാകൃത്തിന് അയാളെ വർണിക്കാവുന്നതാണ്. ആറരയടി പൊക്കത്തിൽ വളർന്ന് നൂറു കിലോ തൂക്കത്തിൽ മുറ്റിത്തഴച്ചു നിൽക്കുന്ന രമേശൻ ഒരു കായികാഭ്യാസി കൂടിയാണ്. മഴ കണക്കാക്കാതെ അയാൾ വെളിയിലിറങ്ങി ട്രെയിനിന്റെ സുരക്ഷിതത്വം ഏറ്റെടുത്തു.

ഇടവപ്പാതി തുടങ്ങിയാൽ ഇത് പതിവാ... ട്രാക്കിൽ മണ്ണിടിഞ്ഞു വീഴും. ചിലപ്പോൾ മരങ്ങൾ ഒടിഞ്ഞോ പിഴുതോ വീഴും. എല്ലാം മാറ്റി ട്രാക്ക് ക്ലിയർ ചെയ്തുവരാൻ താമസിക്കും. ചിലപ്പോൾ മണിക്കൂറുകൾ എടുക്കും.

''സർ, ഞാൻ ഒരഞ്ച് മിനിറ്റിനുള്ളിൽ വരാം. ടിക്കറ്റ്ക്ലർക്ക് മമിത ഇന്ന് ഡ്യൂട്ടിയിലൊണ്ട്. എൻജിനീയറിംഗിന് ഞങ്ങൾ ഒരു ക്ലാസ്സിൽ പഠിച്ചതാ. കഴിഞ്ഞ മാസം അവളുടെ വിവാഹമായിരുന്നു. പോകാൻ പറ്റിയില്ല. ഒന്നു കണ്ടേച്ച് പെട്ടെന്ന് വരാം.'' മറുപടിക്ക് കാത്തുനിൽക്കാതെ റിയാസ് ഇറങ്ങി.

മഴ ക്യാബിനു ചുറ്റും വട്ടമിട്ടു നൃത്തം ചെയ്തു. മഴപോലെ എന്നെ മദിപ്പിക്കുന്ന, സന്തോഷിപ്പിക്കുകയും ദുഃഖിപ്പിക്കുകയും ചെയ്യുന്ന മറ്റൊന്നുമില്ല. അടക്കാനാവാത്ത ഒരു സങ്കടം ഉള്ളിൽ തരിച്ചിറങ്ങുന്നു. എനിക്ക് ഒരു നിമിഷം ശ്വാസം മുട്ടുന്നപോലെ. കസേരയിൽ പിന്നാക്കം ഒടിഞ്ഞു കിടന്നു. ഓർമ്മകളിൽനിന്ന് ഓർമ്മകളിലേക്കുള്ള യാത്രയിൽ ഒരു മയക്കം മനസ്സിനെ വളഞ്ഞു.

അങ്ങ് ദൂരെ മഴയുടെ തിരശ്ശീലയ്ക്കപ്പുറം എന്തോ ഒന്ന് അനങ്ങുന്നതുപോലെ. മഴയെ വടിച്ചുകളയുന്ന വൈപ്പറുകളുടെ വേഗത്തിനിടയിൽക്കൂടി സൂക്ഷിച്ചു നോക്കി. കോരിച്ചൊരിയുന്ന പെരുമഴയിൽ കുളിച്ച് അങ്ങു ദൂരെ പാളത്തിൽ, ഇരുട്ടു മഴയെ വിഴുങ്ങുന്ന അതിർത്തിയിൽ ഒരാൾ. നില്ക്കുന്നോ? കണ്ണുകൾ തുടച്ച് വീണ്ടും നോക്കുന്നതിനിടയിൽ വീശിയടിച്ച കാറ്റിന്റെ കൈ പിടിച്ച് അവൻ ക്യാബിനിലേക്ക് കയറിക്കഴിഞ്ഞു. അതോ ക്യാബിൻ ഞാൻ തുറന്നു കൊടുത്തതോ? മഴ എത്രമേൽ കഴുകിയിട്ടും ചോര വാർന്നുതീരാത്ത മുറിവുകളിൽ നിന്നിറ്റു വീണ കദനങ്ങളിൽ നിറഞ്ഞ് എന്റെ മുന്നിൽ പൂർണ്ണനഗ്നനായി അവൻ വിടർന്നു നിന്നു; ശെൽവൻ...

''സാറേ.... എന്നെ ഓർമ്മയുണ്ടോ...''

ഞാനൊന്ന് ഞെട്ടി. നാവറുത്തു മാറ്റാതെ മാർഗ്ഗമില്ലെന്നു വന്നപ്പോൾ, തീരാത്ത വേദനയും പേറി മൗനിയായി ജീവിക്കുന്നതിനെക്കാൾ ഭേദം പാളത്തിൽ അരഞ്ഞൊടുങ്ങുന്നതാണ് എന്നു കരുതിയ, ചക്രപാണിയുടെ മകൻ.

''പിന്നേ... നിന്നെ അറിയുമോന്നോ... ശെൽവാ... നീ വേറെയല്ല.. നീ ഞാൻതന്നെയാണ്. എച്ചിലിലകളിൽ തെന്നിയാരുന്നെടാ എന്റെ ബാല്യവും പിച്ചവച്ചത്. ഞാൻ നിന്നിൽ എന്നെ തിരയുന്നുണ്ട്, എപ്പോഴും....''

ഒരു വിങ്ങൽ വന്ന് എന്റെ കണ്ണുകളിൽ തളം കെട്ടി.

''ഈ റെയിൽവേ സ്റ്റേഷനായിരുന്നു സാറേ ഞങ്ങളുടെ സ്വർഗ്ഗം. നിങ്ങൾ കഴിച്ചെറിയുന്ന ബാക്കികളിൽ ഞങ്ങൾ സംതൃപ്തരായിരുന്നു. എല്ലാവർക്കും ചായ വാങ്ങിക്കൊടുക്കുന്നവനും സ്റ്റേഷനിലെ ആരുടെ ദാസ്യപ്പണിക്കും മടിക്കാത്തവനുമായിരുന്നു ചക്രപാണി. ഒരിക്കലും ഷർട്ടിട്ടിട്ടില്ലാത്ത ചക്രപാണിയാ എന്റപ്പൻ.''

അവൻ വീണ്ടും വിതുമ്പി.

''എനിക്കറിയാമല്ലോ ശെൽവാ... എല്ലാമെനിക്കറിയാം.'' മുഷിഞ്ഞ ഒറ്റമുണ്ടു മാത്രമുടുത്ത്, ആരോഗ്യം തീരെയില്ലാത്ത ശരീരവും പേറി പ്ലാറ്റ്ഫോമിൽ എപ്പോഴും കാണുന്ന ചക്രപാണിയെ ഓർത്തു. ഉദ്യോഗസ്ഥരുടെ റണ്ണിംഗ് ബംഗ്ലാവിൽ അയാൾ വരാറില്ലായിരുന്നു. പോർട്ടർമാരുടെ ഷെഡ്ഡിൽ അവരോടൊപ്പമാണ് കൂടുതലും കണ്ടിട്ടുള്ളത്.

''മധുരമീനാക്ഷിയമ്മൻ കോവിലിന്റെ തെരുവിൽ, ചെരുപ്പുകുത്തി വേലുച്ചാമിയുടെ കൂടെ പൊറുത്ത തേവിടിശ്ശി ഇട്ടേച്ചുപോയ തെരുവുവിത്ത്. മൂന്നാം വയസ്സിൽ അപ്പൻ വേലുച്ചാമിയുടെ കൂടെ ചെരിപ്പ് പോളിഷ് ചെയ്യാനും തുളയിടാനും നൂലു കോർത്തുകെട്ടാനും തഴക്കമായി. ഓടവെള്ളം കുടിച്ചിട്ടും പൊടി മെഴുകിയ ദേഹത്ത് ചൊറി പോലും വന്നിട്ടില്ലത്രെ.! മഴയിൽ മാത്രമേ കുളിച്ചിട്ടുള്ളൂ. ദേഹത്തുള്ള അഴുക്കിന്റെ അട്ടികളിലേക്ക് പെയ്തിറങ്ങുന്ന മഴ അപ്പന് സഹിക്കാനാവുമായിരുന്നില്ല. ഭാഗ്യത്തിന് മധുരയിൽ മഴ കുറവായിരുന്നു. തെളിഞ്ഞ ആകാശത്തിനു താഴെ ഫുട്പാത്തിൽ ചാരായം കുടിച്ചുറങ്ങുന്ന അപ്പനെ ചാരി നക്ഷത്രങ്ങളെ നോക്കിക്കിടക്കുന്ന ഓർമ്മകൾ ചക്രപാണിക്ക് ആശ്വാസമായിരുന്നു.

രാത്രിയുടെ ഇരുണ്ട യാമങ്ങളിൽ വിശപ്പിന്റെ വളകിലുക്കവുമായി ചില പെണ്ണുങ്ങൾ വന്ന് അപ്പനെ കുലുക്കി വിളിക്കും. ഉണരാത്ത അപ്പനെ ചീത്ത പറഞ്ഞിട്ട് നീട്ടിത്തുപ്പി അവർ കടന്നു പോകും.

''ചക്രപാണിക്ക് അവന്റപ്പൻ വേലുച്ചാമിയെ ഇഷ്ടമായിരുന്നോ?''

''അതെനിക്കറിയില്ല, സർ. അല്ലേൽ എന്താണ് സർ ഇപ്പറയുന്ന ഇഷ്ടം? ഇഷ്ടമില്ലാത്തവരായാലും നമ്മൾ അടുത്തിടപഴകുന്നവരോട്, നമ്മളെ സംരക്ഷിക്കുന്നവരോട് നമുക്ക് ഒരിഷ്ടം തോന്നുകില്ലേ? അപ്പന് ആരോടെങ്കിലും ദേഷ്യമുള്ളതായി എനിക്കറിയില്ല.''

''ശരിയാ...'' ഞാൻ മൂളി.

''ചക്രപാണിയുടെ പത്താം വയസ്സിൽ അയാൾ നല്ലൊരു ചെരിപ്പു കുത്തിയായിക്കഴിഞ്ഞിരുന്നു. ജോലി കൂടുതലും അയാളാണ് ചെയ്തിരുന്നത്. വേലുച്ചാമി ചാരായത്തിന്റെ ലഹരിയിലേക്ക് പതിയെ പതിയെ കൂപ്പുകുത്തി. പൊടിപിടിച്ച ജീവിതമായിരുന്നെങ്കിലും രാത്രിയിലെ ആകാശവും ഫുട്പാത്തിലെ കിടപ്പും ഒരു പത്തു വയസ്സുകാരന്റെ ആശ്വാസമായിരുന്നു.

ആ വർഷം മീനാക്ഷികോവിലിലെ ഉത്സവത്തിന് കൊടിയേറി. ഉത്സവത്തിന്റെ പിറ്റേന്ന് വൈകുന്നേരമാണ് അയാൾ വന്നത്. അയാളെ അപ്പന് പേടിയായിരുന്നു. എല്ലാവർക്കും പേടിയായിരുന്നു.

''ആരെ?''

''ചോലൈമുരുകൻ എന്ന ഗുണ്ട. ഒരു മൊട്ട. കപ്പടാമീശയും ചോര തുളുമ്പി നിൽക്കുന്ന കണ്ണുകളും കൂറ്റൻ മസിലുകളുമായി ഇരുട്ട് മേഞ്ഞു കെട്ടിയ ഒരു കാളക്കൂറ്റൻ. കൂടെ വേറെ രണ്ട് മുട്ടാളന്മാരുമുണ്ടായിരുന്നു. എടേയ്...''

വന്നപാടെ അയാൾ അലറി. ഉറക്കത്തിലായിരുന്ന അപ്പന്റെ പുറത്ത് ചവിട്ടി. അപ്പൻ ഉണർന്നു.

''ആരെടാ നായേ നീ.'' കണ്ണു തുറക്കാതെതന്നെ അപ്പനും അലറി. ഉള്ളിൽ കുമിഞ്ഞു വന്ന ചാരായം അപ്പനെ ചൊടിപ്പിച്ചു.

മുരുകന്റെ അടുത്ത ചവിട്ട് വേലുച്ചാമിയുടെ അടിനാവി തകർത്തു.

''തിരുട്ടുറാസ്കൽ...''

ഉടുമുണ്ടുസഹിതം വാരിപ്പിടിച്ചു പൊക്കി താഴെ ഒരടി. വേലുച്ചാമി ചെരിപ്പുകളുടെ മുകളിലേക്ക് മലർന്നുപോയി. ഒറ്റനിമിഷം കൊണ്ട് ചോലൈ മുരുകൻ ചക്രപാണിയെ അനാഥനാക്കി.

''എവിടെടാ കാശ്?'' മുരുകൻ അലറി.

പിടിക്കാനാഞ്ഞ ഗുണ്ടയിൽനിന്ന് വഴുതി ശ്വാസമടക്കിപ്പിടിച്ച് ചക്രപാണി ഓടി. ജീവൻ കൈയിൽ പിടിച്ചുകൊണ്ട് ശ്വാസം വിടാതെ നിലവിളിച്ചുകൊണ്ട്, തിരിഞ്ഞു നോക്കാതെ. റെയിൽവേ സ്റ്റേഷനിലെത്തി. അവിടെയുണ്ടായിരുന്ന, ആദ്യം കണ്ട ട്രെയിനിന്റെ ബെർത്തിനടിയിൽ കയറി ഒളിച്ചു. പനിച്ചു ബോധം കെട്ടു കിടന്ന ചക്രപാണിയെ പിറ്റേ ദിവസം ബോഗി കഴുകാനെത്തിയ റെയിൽവേ ജോലിക്കാരാണ് കണ്ടത്.

യാതനയും ഭയവും നിറഞ്ഞ മധുരത്തെരുവിന്റെ അനാഥത്വത്തിൽനിന്ന് കള്ളവണ്ടി കയറി പാലക്കാടിന്റെ പട്ടിണിയിലേക്ക്

കൂപ്പുകുത്തിയ ബാല്യത്തിന്റെ പേരാണ് ചക്രപാണി. പൈപ്പുവെള്ളം കുടിച്ച് തെരുവുപട്ടികളോടൊപ്പം പ്ലാറ്റ്ഫോമിൽ മാണ്ടുകിടന്നുറങ്ങിയ രാത്രികളെപ്പറ്റി അപ്പൻ പറഞ്ഞത് ശെൽവന്റെ ഓർമ്മയിൽ നൊന്തു. ഭയത്തിലൂടെയും പട്ടിണിയിലൂടെയും വെന്തിറങ്ങിയ ആ നാളുകൾ ചങ്കിലൂതിക്കേറ്റിയ മരവിപ്പ് അപ്പന് മറ്റൊരു ലോകത്തിന്റെ ഈടുവയ്പ്പുകളായി. താൻ ഒരു കഥാകൃത്തായിരുന്നെങ്കിൽ ഓരോ ദിവസത്തെയും ഓർമ്മകളിൽനിന്ന് മരണം കോരി നൃത്തം വയ്ക്കുന്ന ജീവനുള്ള കഥകൾ ഉണ്ടായേനേയെന്ന് അപ്പൻ തമാശയായി പറഞ്ഞിരുന്നു.

വിശപ്പിന്റെ ഒറ്റയടിപ്പാതയിലൂടെ ഉയിരുവലിഞ്ഞു കേറിയ പകൽ മലകളിൽ ഓർമ്മകൾ പൊള്ളി. രാവിന്റെ ഏതോ തിരിവിൽ വച്ച്, പട്ടി കടിച്ചെടുത്തു കൊണ്ടുവന്ന പ്ലാസ്റ്റിക്ക് കവർ പിടിച്ചെടുക്കാനുള്ള യുദ്ധം. വിശപ്പിന്റെ വീറ്. ആദ്യമായ് പൊരുതിനേടിയ വിജയം. ബാക്കി വന്ന ദോശ.. മരണവിശപ്പ് അടക്കിയ രാത്രികൾ... ഇതിനെക്കുറിച്ച് പറയുമ്പോൾ അപ്പന്റെ കണ്ണിൽ നിറയുന്നത് കണ്ണുനീരല്ലായിരുന്നു, മരണക്കയം താണ്ടി വന്ന ജീവിതമായിരുന്നു.''

കഥ പറയുമ്പോൾ ശെൽവന്റെ കണ്ണുകളിൽ ചേരികളിലെ ദരിദ്രരുടെയും അനാഥക്കുട്ടികളുടെയും കൊടിയ വിശപ്പ് ചോരയായി പൊടിഞ്ഞു നിന്നിരുന്നു.

''അപ്പൻ പഠിച്ചിട്ടില്ല. എന്നെ പത്തുവരെ പഠിപ്പിച്ചിട്ടൊണ്ട്. എന്നാൽ എനിക്ക് ഒരിക്കലും പഠിച്ചെടുക്കാൻ കഴിയാത്ത ഒരു വലിയ പാഠമായിരുന്നു, അപ്പൻ. അപ്പന് എന്തെങ്കിലും തിരിച്ച് കൊടുക്കണമെന്ന് എപ്പോഴും തോന്നിയിട്ടുണ്ടെങ്കിലും ഇന്നുവരെ അതിനു കഴിഞ്ഞിട്ടില്ല. ഇപ്പം നാൾക്കുനാൾ ക്ഷീണിച്ചു വരുവാ. സുഖമില്ലെങ്കിലും ഈ പ്രായത്തിലും എന്തെങ്കിലും പണി തിരക്കി രാവിലെ എറങ്ങും.'' വിഷമവും നിരാശതയും കലർന്ന ഒരു തീക്കാറ്റ് അവനിൽനിന്ന് പൊങ്ങിത്താണു.

''എല്ലാം ശരിയാവും ശെൽവാ. നീ വെഷമിക്കാതെ'' എന്ന് എല്ലാരും ഒരുപോലെ അവനെ സമാധാനിപ്പിച്ചു.

''കഴിഞ്ഞ മാസം ഇരുപത്തെട്ടിന് പാലക്കാട് സ്റ്റേഷനിലെ റണ്ണിംഗ് ബംഗ്ലാവിൽ വച്ച് എന്നെ കണ്ടപ്പോൾ ഞാൻ വല്ലാതെ ക്ഷീണിച്ചിരിക്കുന്നല്ലോ എന്ന് പറഞ്ഞത് സാറിന് ഓർമ്മയുണ്ടോ?''

''ഒണ്ട് ശെൽവാ. നല്ലപോലെ ഓർക്കുന്നു''

ഓർമ്മയുടെ ക്യാൻവാസിലേക്ക് ആ ദിവസത്തെ സംഭവങ്ങൾ ഓരോന്നായി പാഞ്ഞെത്തി. ഡ്യൂട്ടി കഴിഞ്ഞ് ഉച്ചയോടെ റണ്ണിംഗ് ബംഗ്ലാവിൽ ഞാനെത്തി.

അവൻ ഊണു വാങ്ങിക്കൊണ്ടു വന്നു.

''നീ കഴിച്ചോ?''

''ഞാങ്കഴിച്ചോളാം... സാറിനേതാ വണ്ടി?''

ഞാൻ ഡ്യൂട്ടിക്ക് പോകാൻ തയ്യാറായി. ഇറങ്ങാൻ നേരത്ത് അവൻ എന്റെയടുത്തു വന്നു നിന്ന് കണ്ണുകളിലേക്ക് നോക്കി വിതുമ്പി. ഞാൻ അവന്റെ തോളിൽ കൈവച്ചു.

''സാറേ... എന്റപ്പന്...'' ഒരു വിമ്മിട്ടം അവന്റെ വാക്കുകളെ വിഴുങ്ങിക്കളഞ്ഞു.

''അപ്പന്? എന്തുപറ്റിയെടാ.''

അവൻ കണ്ണു തുടച്ചു. ''അപ്പന് ക്യാൻസറാ. നാക്കേലാ. തേർഡ് സ്റ്റേജ് ആയെന്ന്. ചെള്ളയ്ക്കോട്ടും പടർന്നെന്നാ. മുറിച്ചു കളയണമെന്ന് ഡോക്ടർ പറഞ്ഞു. കടുത്ത വേദന കൊറയാനുള്ള മരുന്നു കൊടുത്തോണ്ടിരിക്കുവാ. ആഹാരം കഷ്ടിയാ, സാറേ. സംസാരോം കുറഞ്ഞു.'' ഒരു ഞെട്ടൽ വന്ന് എന്നെ വിറപ്പിച്ചുകളഞ്ഞു.

''നാക്ക് മുറിച്ചുകളയാൻ അപ്പൻ സമ്മതിക്കില്ല. വർത്താനം പറയാതെ ജീവിക്കുന്നതിനേക്കാൾ നല്ലത് ചാവ്വാണെന്നാ അപ്പൻ. അപ്പനൊന്നും തിരിച്ചുകൊടുക്കാൻ എനിക്കായില്ല. സാറേ, ഞാനൊന്നിനും കൊള്ളാത്തവനാ.''

റെയിൽവേ പുറമ്പോക്കിൽ വിശപ്പും അനാഥത്വവും വലിച്ചു കെട്ടിയ ഷെഡ്ഡിൽ വിശപ്പിന്റെ പായയിലാണ് ഇപ്പോഴും അവരുടെ ജീവിതം. സ്വപ്നം കാണാൻ പോലും ഇടമില്ലാത്തവർ നമ്മുടെയിടയിൽ ഇപ്പോഴും ഉണ്ടല്ലോയെന്നുള്ള ചിന്ത എന്നെ നോവിച്ചു.

''അപ്പനെ എവിടാ കാണിച്ചേ?''

''ആർ.സി.സി.യിലാ.''

''തേർഡ് സ്റ്റേജായാലും ചിലപ്പോൾ രക്ഷപ്പെടും ശെൽവാ. അങ്ങനെയുള്ള ഒത്തിരി കേസുകൾ ഒണ്ട്.''

ചില സന്ദർഭങ്ങളിൽ കള്ളവും രക്ഷയായേക്കാമെന്നോർത്ത് മനസ്സിനെ ഞാൻ ന്യായീകരിച്ചു.

അവൻ മിണ്ടിയില്ല. ഒറ്റ നിമിഷം കൊണ്ട് ഒന്നും സംസാരിക്കാനില്ലാതായി. ഒരുകുത്തുമൗനം ഞങ്ങളുടെ ഇടയിലേക്ക് തിങ്ങിക്കയറി. പെട്ടെന്ന് ഞങ്ങൾ ഇരുട്ടു വിഴുങ്ങിയ രണ്ടു ദ്വീപുകളായി.

''എല്ലാം ശരിയാവും. നീ വിഷമിക്കാതെ. എന്റെ നമ്പർ കൈയിലൊണ്ടല്ലോ. എന്തെങ്കിലും ആവശ്യമൊണ്ടെങ്കി വിളിക്കണം.''

ഡ്യൂട്ടിക്ക് റിപ്പോർട്ട് ചെയ്യേണ്ട സമയമായതിനാൽ ഞാൻ പെട്ടെന്ന് പോയി. അവൻ പിന്നെ വിളിച്ചിട്ടില്ല. അക്കാര്യം ഓർക്കാൻ എനിക്ക് എന്തോ ഭയമായിരുന്നു.

''അപ്പൻ ചിതറിക്കിടക്കുന്നതു കണ്ട് ഞാൻ തകർന്നുപോയി സാറേ. എനിക്ക് സാറിനെ പിന്നീട് വിളിക്കാൻ തോന്നിയില്ല. ആരെയും ഞാൻ വിളിച്ചില്ല. ഞാനാകെ ഇരുട്ടിലായിപ്പോയി.''

അവൻ ആടിയുലഞ്ഞ് താഴോട്ട് വഴുതി നിലത്തൊട്ടി.

കേരളയിൽ ഡ്യൂട്ടിക്ക് കയറാനായി ഞാൻ പ്ലാറ്റ്ഫോമിലേക്ക് കയറിയപ്പോൾ, സ്റ്റേഷൻമാസ്റ്റർ അയ്യപ്പൻ സാർ തിരക്കിയതായി ഗാർഡ് ഷാജി പറഞ്ഞു. സ്റ്റേഷൻമാസ്റ്ററുടെ ഓഫീസിൽ എത്തിയപ്പോൾ അദ്ദേഹം അവിടില്ല.

''സാർ ഇരിക്കണം. അദ്ദേഹം ഇപ്പം വരും. ഒരു റണ്ണോവർ ഉണ്ട്. പ്ലാറ്റ്ഫോമിത്തന്നാ. നോക്കാനായിട്ട് പോയതാ.''

അസിസ്റ്റന്റ് മാത്യു കസേര നീക്കിയിട്ടു തന്നു. അല്പനേരം കഴിഞ്ഞപ്പോൾ അയ്യപ്പൻ വന്നു. അയാളുടെ മുഖത്ത് സങ്കടത്തിന്റെ ഒരു കടൽ ഇളകിമറിയുന്നുണ്ട്. അഭിവാദ്യം ചെയ്തെങ്കിലും സാധാരണ ഉണ്ടാകാറുള്ള ഊഷ്മളത ഉണ്ടായില്ല.

''എന്തുപറ്റി? എന്തിനാ കാണണമെന്ന് പറഞ്ഞേ?''

''ആനന്ദിന് ഒരു കവറുണ്ട്.'' അയാൾ നീട്ടിയ കവർ വാങ്ങുമ്പോൾത്തന്നെ ഒരു ഉത്ക്കണ്ഠ എന്നെ വട്ടം ചുറ്റിപ്പിടിച്ചിരുന്നു.

ശ്രീ. ആനന്ദ് മഹാദേവൻ,

ലോക്കോ പൈലറ്റ്,

പാലക്കാട് ഡിവിഷൻ.

അക്ഷരങ്ങൾ പുറംചട്ടയിൽ അലസമായി എറിഞ്ഞിട്ടിരിക്കുന്നു. കവർ തുറന്നപ്പോൾ അതിൽ വീർപ്പുമുട്ടിയിരുന്ന കുറച്ചു കറൻസി നോട്ടുകൾ വെളിയിൽ ചാടി. കൂടെ ഒരു കുറിപ്പും.

''ശ്രീ ആനന്ദ് സാറിന്, കാശ് വേണ്ടി വന്നില്ല. ഓപ്പറേഷനു നിൽക്കാതെ, പാഞ്ഞുപോയ തീവണ്ടിയുടെ മുൻപിൽ അപ്പൻ സങ്കടം പറഞ്ഞു തീർത്തു. അപ്പനില്ലാതെ എനിക്ക് ജീവിക്കാനാവില്ല. ഈ ഭൂമിയിൽ എനിക്ക് മറ്റാരുമില്ല. സാറിനെ ഞാനെന്നുമോർക്കും. എന്ന് ശെൽവൻ.''

കുറിപ്പ് വായിച്ചു തീർന്നപ്പോഴേക്കും വയറ്റിൽ ഒരു കാട്ടുതീ മാനം മുട്ടെ ആളിപ്പടർന്നു. കുഴഞ്ഞ് കസേരയിലേക്ക് വീണു. അതിവിദൂരതയിലെവിടെ നിന്നോ അയ്യപ്പൻ ചുണ്ടനക്കുന്നുണ്ടായിരുന്നു.

''ശെൽവന്റെ അച്ഛനല്ലായിരുന്നു, അയാൾ. ഓർമ്മവച്ച കാലം മുതൽ നിർത്താതെ പെയ്ത ഏകാന്തതയിലും ഭയത്തിലും ദുഃഖത്തിലും നനഞ്ഞു നിന്നവനാ, ചക്രപാണി. പട്ടിണിയോടും ഒറ്റപ്പെടലിനോടും നിരന്തരസമരത്തിലേർപ്പെട്ടോൻ. എന്നിട്ടും അവൻ ചിരിച്ചു ജീവിച്ചു, നമ്മളിൽ പലർക്കും കഴിയാത്തത്.''

സ്റ്റേഷനിലെ ഓടയിൽ എത്തപ്പെട്ട രണ്ടു വയസ്സുകാരൻ അനാഥനാണെന്നു കണ്ടെത്താൻ ചക്രപാണിക്ക് അയാൾ പഠിച്ച ഒരു പാഠം മാത്രം മതിയായിരുന്നു. മകനായിത്തന്നെ വളർത്താനും പഠിപ്പിക്കാനും അതുകൊണ്ടുതന്നെ അയാൾക്ക് ആരോടും ആലോചിക്കേണ്ടി വന്നില്ല. വെസ്റ്റ് ക്യാബിന്റെ പിറകിലെ മരത്തിന്റെ കീഴിൽ. റെയിൽവേയുടെ സ്ഥലത്തുതന്നെ ടാർപ്പോളിനിട്ട കൂരയിലാണ് ചക്രപാണിയും ശെൽവനും താമസിച്ചിരുന്നത്. ഈ റെയിൽവേ സ്റ്റേഷൻ വിട്ട് ദൂരെയെവിടെയും പോകാൻ ചക്രപാണിക്ക് ആവുമായിരുന്നില്ല. പത്താം ക്ലാസ് കഴിഞ്ഞ് ശെൽവനെ പോളിടെക്നിക്കിന് വിടാൻ അയാൾ ആഗ്രഹിച്ചിരുന്നു. അതിന് കൊറച്ചു പണം സ്വരുക്കൂട്ടി എന്നെ ഏൽപ്പിച്ചിട്ടൊണ്ടാരുന്നു. ചില ജീവിതങ്ങൾ അങ്ങനെയാ. മറ്റുള്ളവർക്ക് വേണ്ടി ജീവിച്ച് സന്തോഷത്തോടെ മരിക്കുന്നവർ. അവർ എത്ര പഠിച്ചാലും തീരാത്ത പാഠപുസ്തകങ്ങളാണ്.''

''ശെൽവൻ എവിടെ?''

''അവൻ ഈ കത്ത് കഴിഞ്ഞയാഴ്ച എന്റെയടുത്ത് ഏൽപ്പിച്ചിട്ട് പോയതാ. പിന്നെ ഒരു വിവരവുമില്ലായിരുന്നു. നമ്മുടെ ലോക്കോ പൈലറ്റുമാരോടും ഗാർഡുമാരോടും ഞാൻ പറഞ്ഞേൽപ്പിച്ചിരുന്നു. ഏതെങ്കിലും റെയിൽവേ സ്റ്റേഷനിൽ മാത്രമേ അവനും, അവന്റെ അപ്പനെപ്പോലെ താമസിക്കാനാവൂ എന്ന് എനിക്ക് തോന്നിയിരുന്നു.''

പിന്നെയും അയ്യപ്പൻ എന്തൊക്കെയോ പറഞ്ഞു.

''എന്നിട്ട് അവനെക്കുറിച്ച് വല്ല വിവരവും കിട്ടിയോ?'' ഞാൻ സ്വല്പം അക്ഷമനായി.

''ഇന്ന്.... ഇന്ന് കിട്ടി. അപ്പനെപ്പോലെ മകനും പാളത്തിൽ ചിതറിക്കിടക്കുന്നത്.എനിക്ക് സഹിക്കാനായില്ല, ആനന്ദ്... പ്ലാറ്റ്ഫോമിൽ പാസ്സഞ്ചറിനു മുന്നിൽ... ഒന്നേ നോക്കിയുള്ളൂ. തല വേർപെട്ട്....''

''അയ്യോ...''

''എന്താ സാർ.... എന്തിനാ അലറിയത്? വല്ല സ്വപ്നവും?'' റിയാസ് അപ്പുറത്തെ സീറ്റിൽ നിന്ന് എണീറ്റു.

എന്റെ തലയിൽ ഒരു കൊള്ളിയാൻ മിന്നുന്നു. ഞാൻ വെപ്രാള പ്പെട്ടു ചുറ്റുപാടും നോക്കി.

''ഇല്ല... എവിടെ അവൻ... ഇപ്പം ഇവിടൊണ്ടാരുന്നല്ലോ.''

''ആര്?''

''ആ ശെൽവൻ. അവൻ മഴയത്ത് വന്ന് ഈ ക്യാബിനിൽ കയറി യിരുന്നല്ലോ. ഞാനാ ക്യാബിൻ തുറന്നു കൊടുത്തത്.''

''സാറിനെന്താ. അവന്റെ കാര്യമല്ല്യോ അയ്യപ്പൻ സാറു പറ ഞ്ഞത്?''

''ങ്ഹേ...? ''

''അവനല്ല്യോ ആത്മഹത്യ ചെയ്തത്? റണ്ണോവർ... തലേം ഉടലും വേർപെട്ട്... ഇന്ന്..... റെയിൽപ്പാളത്തിൽ....''

തീക്കുണ്ഡത്തിൽ വീണ പോലെ ഞാനാകെ പൊള്ളി. എന്റെ തല ചുറ്റുന്നു. ആകാശം ഇടിഞ്ഞു നെഞ്ചിലോട്ട് വീഴുന്നു. ഏതോ ഇരുളാഴത്തിലേക്ക് ഞാൻ കൂപ്പു കുത്തി.

''സാർ, വെള്ളം കുടിക്ക്.'' റിയാസ് നീട്ടിയ കുപ്പി വാങ്ങി. വെള്ള മിറങ്ങുന്നില്ല. തൊണ്ടയിലാകെ വിങ്ങൽ. ഹൊ....!

ഞാൻ ഡോർ തുറന്ന് കൈ വെളിയിലേക്കിട്ടു. മഴയിപ്പോഴും പെയ്യുന്നുണ്ട്. കാറ്റ് വീശുന്നുണ്ട്. യാഥാർത്ഥ്യത്തിന്റെയും മിഥ്യ യുടെയും ഇടയിലുള്ള ഒരു നൂൽപ്പാലത്തിലൂടെ ആടിയുലഞ്ഞ് മനസ്സ് പാഞ്ഞുപോയി.

''സ്റ്റാർട്ടർ കോഷൻ.'' റിയാസ് മനപ്പൂർവം സ്വരം ഉയർത്തി.

''സ്റ്റാർട്ടർ കോഷൻ...'' ഞാൻ റിപ്പീറ്റ് ചെയ്തു. പുറത്ത് മഴ കനത്തു, അകത്തും.

''12626 ഗാർഡ് സ്പീക്കിംഗ്, ലോക്കോ പൈലറ്റ് കം ഓൺ ലൈൻ പ്ലീസ്... ഓവർ...''

''യേസ് സ്പീക്കിംഗ് ഓവർ...''

''ട്രെയിൻ റെഡി. സ്റ്റാർട്ട് ചെയ്യാം. ഓവർ...''

''റിസീവ്ഡ്, ഓവർ...''

മഴ വളർന്ന് പേമാരിയായി.

''സ്റ്റാർട്ടർ പ്രൊസീഡ്.'' റിയാസ് ഉഷാറായി.

''സ്റ്റാർട്ടർ പ്രൊസീഡ്.'' ഞാൻ റിപ്പീറ്റ് ചെയ്തു.

വണ്ടി മുന്നോട്ടു നീങ്ങി.

മഴയുടെ അട്ടഹാസങ്ങളെ വകഞ്ഞ് ഇരുളിന്റെ ഗർഭത്തിലേക്ക് പാഞ്ഞ എൻജിൻ ലൈറ്റിൽ ട്രെയിനിനു മുന്നോട്ടു കുതിക്കാനുള്ള പാളങ്ങൾ ഇരുട്ടിൽനിന്ന് തെളിഞ്ഞുവന്നു. പെരുമഴയിൽ കുളിച്ചു നിൽക്കുന്ന ആയിരമായിരം ജന്മങ്ങൾ കാലങ്ങളിൽ നിന്നിറങ്ങി വന്ന് കുമ്പിടുന്ന രാത്രിയാമങ്ങളിലൂടെ പുത്തൻ പ്രഭാതത്തിലേക്ക് ട്രെയിൻ കുതിച്ചു.

(റെയിൽവേസ്റ്റേഷനിൽ ട്രെയിൻ വരുന്ന ദിശയിൽ പ്ലാറ്റ്ഫോം കഴിയുമ്പോൾ കാണുന്ന സിഗ്നലാണ് ഹോംസിഗ്നൽ. ട്രെയിനിനെ സ്വീകരിക്കാനുള്ള സിഗ്നൽ സംവിധാനമാണത്.)

■

ജനിക്കാത്തവരുടെ ശ്മശാനം

"നന്ദനേടെ കൂടാരേലുമൊണ്ടോ?"

പാതിരാത്രിയുടെ ഇരുൾക്കനത്തെ കീറിമുറിച്ചുകൊണ്ട് പാഞ്ഞു വന്ന ശബ്ദത്തിൽ പിടഞ്ഞെണീറ്റ് ഇബ്രാഹിംകുട്ടി. ഐ.സി.യുവിന്റെ വാതിൽക്കലേക്ക് ഓടി. പിറകെ ഭാര്യ മറിയാമ്മയും.

"ഒണ്ട്."

"നന്ദനയ്ക്ക് എത്രയും പെട്ടെന്ന് ഒരോപ്പറേഷൻ വേണം. അതിന് രക്തം വേണം. ഒരു പത്ത് പാക്കറ്റെങ്കിലും. വേഗം അറേഞ്ച് ചെയ്യണം."

ഒറ്റ ശ്വാസത്തിൽ ഇത്രയും പറഞ്ഞിട്ട് മറുപടിക്കു കാത്ത നഴ്സിന്റെ മുന്നിൽ ഇബ്രാഹിംകുട്ടിയിലെ വാപ്പ നിസ്സഹായനായി.

"യ്യോ... കർത്താവേ... ന്റെ മോക്കെന്താ പറ്റിയേ?"

മറിയാമ്മ ഇലകൊഴിയുമ്പോലെ ഇബ്രാഹിംകുട്ടിയുടെ തോളിലൂടെ കൊഴിഞ്ഞ് താഴോട്ട് കുഴഞ്ഞിരുന്നു. ഉള്ളിലെ പൊട്ടൽ നിലവിളിയായി, വിതുമ്പലായി, വിങ്ങലായി വിതുമ്പലായി നിലവിളിയായി ആശുപത്രിവരാന്തയിലൂടെ അലഞ്ഞു.

"ഇപ്പാതിരാത്രിക്ക് ഞാനെവിടെപ്പോയി രക്തമൊപ്പിക്കും ന്റെ സിസ്റ്ററേ. അതും എ നെഗറ്റീവ്. ഞാനെന്തോ ചെയ്യും?" ചങ്കിലെവിടെയോ ഇടിവെട്ടിയപോലെ. ഭയപ്പെടുത്തുന്ന ഒരു മൗനം ഒറ്റ നിമിഷംകൊണ്ട് ഉള്ളിൽ കനത്തു വിങ്ങി. "സിസ്റ്റർ, ഇവിടത്തെ ബ്ലഡ് ബാങ്കീന്നെങ്ങാനം?" അയാളിലെ വേദന കൈകൂപ്പി.

"എ നെഗറ്റീവ് ആയോണ്ടാ. ഇവിടെ നാലു പാക്കറ്റേ സ്റ്റോക്കൊള്ളൂ. അതു പോരാ. വേഗം വേണം. നെടുങ്കണ്ടത്തോ കട്ടപ്പനേലോ നോക്ക്. ബ്ലഡ്ബാങ്കിന്റെ നമ്പർ നമ്മുടെ ആംബുലൻസ് ഡ്രൈവർ ജേക്കബിന്റെ കൈയിലൊണ്ട്. നേരം കളയല്ലേ."

"ന്റെ മോക്ക് എന്താ പറ്റിയേ?"

''അതൊക്കെ ഡോക്ടറു പറയും. പെട്ടെന്ന് പോ.''

അയാളുടെ കണ്ണിൽ ഇരുട്ടു പടർന്നു. തലയിൽ ആരോ ഇരുമ്പു കൂടം കൊണ്ടടിച്ച പോലെ. മോൾക്ക് വല്ല അപകടവും? ദുരിതങ്ങൾ തുടങ്ങിയാൽ ആരോ കെട്ടഴിച്ചുവിട്ടതുപോലെ ഒന്നിച്ച് വന്ന് തലയിൽ വീഴും. മനസ്സ് നുറുങ്ങുന്ന വിഷമങ്ങളിൽ അയാൾ തറഞ്ഞു നിന്നു. കാലുകൾക്ക് ഇതുവരെയില്ലാത്ത ഭാരം. മറിയയെ പിടിച്ച് സാവധാനം അടുത്തുള്ള കസേരയിൽ ഇരുത്തി. അവൾ കരഞ്ഞ് ക്ഷീണിതയായിരുന്നു. വാടിയ ചേമ്പിൻതണ്ടുപോലെ കസേരയിലേക്കൂർന്ന അവൾ അയാളുടെ കൈ പിടിച്ച് മുഖത്തു വച്ച് വീണ്ടും വീണ്ടും തേങ്ങി. പെട്ടെന്നയാൾ ഫോണെടുത്ത് ആംബുലൻസ് ഡ്രൈവറെ വിളിച്ചു.

''സാർ ഞാൻ ഓട്ടത്തിലാണ്. വരാൻ അല്പം വൈകും.''

''എത്രസമയമാകും?''

''അരമണിക്കൂറെങ്കിലുമാകും. ഒരു ബോഡീം കൊണ്ടുപോകുവാ. അതെത്തിച്ചിട്ട് വേഗം വരാം.''

''ജേക്കബ്, പ്ലീസ്... അർജന്റ് കേസാ. എന്റെ മോൾ...''

''വേഗം വരാം സാർ, വിഷമിക്കാതെ.''

''ശരി.''

പാരാഹെൽത്തിൽ ജോലി ചെയ്യുന്ന ശിവനെ വിളിച്ചു. ശിവൻ ശിഷ്യനാണ്. മൂന്ന് പ്രാവശ്യം വിളിച്ചിട്ടാണ് അയാൾ ഫോണെടുത്തത്. അസമയത്ത് ഫോണെടുക്കുന്നവർ ചുരുക്കമാണ്. കാര്യം പറഞ്ഞപ്പോൾ തിരക്കിയിട്ട് തിരികെ വിളിക്കാമെന്നു പറഞ്ഞു. നിമിഷങ്ങൾക്ക് ദിവസങ്ങളുടെ ദൈർഘ്യം. ആരുമില്ലാത്തവനെപ്പോലെ അയാൾ അശക്തനായിക്കൊണ്ടിരുന്നു. ഫോണിന്റെ ബെൽ അയാളെ ഓർമ്മയിൽ നിന്നുണർത്തി.

''ഹലോ വാപ്പയല്ലേ?''

''ങ്ഹാ മോനേ.''

''വാപ്പാ ന്റെ മോൻ... ന്റെ കുഞ്ഞിനെ ഞാൻ അടക്കി വാപ്പാ. അവനെ ജീവനോടൊന്നു കാണാൻ ഭാഗ്യമില്ലാതെ പോയി. എനിക്കു വയ്യ വാപ്പാ...''

ഏതോ അണക്കെട്ട് തകർന്ന് കരച്ചിലിന്റെ ഒരു കുത്തൊഴുക്ക് ഫോണിൽക്കൂടി അലറിക്കുതിച്ചെത്തി ഇബ്രഹാമിനെ മുക്കിക്കളഞ്ഞു. ശ്വാസം കിട്ടാതെ അയാൾ പിടഞ്ഞു. മോൾക്ക് അടിയന്തിരമായി ഓപ്പറേഷൻ വേണമെന്നും ആശുപത്രിയിലെ ബ്ലഡ് ബാങ്കിൽ ബ്ലഡ് ഇല്ലെന്നും അതിന് അപ്പോൾത്തന്നെ കട്ടപ്പനയോ നെടുങ്കണ്ടത്തോ

പോകണമെന്നും ആകെ തകർന്നു നിൽക്കുന്ന മരുമകനോട് പറയാൻ അയാൾക്ക് കഴിഞ്ഞില്ല.

''മോനിങ്ങു വാ. എല്ലാം ശരിയാവും.'' അയാൾ ഫോൺ കട്ട് ചെയ്തു.

ഒരു പ്രാവശ്യമെങ്കിലും കുഞ്ഞിനെ ഒന്നു കാണാൻ പറ്റിയില്ലല്ലോ. എത്ര കൊല്ലത്തെ കാത്തിരിപ്പാരുന്നു. ഇന്നു സന്ധ്യയ്ക്കു ചോദിച്ചപ്പോഴും അവളും കുഞ്ഞും ഹെൽത്തിയാണെന്നും നോർമൽ ഡെലിവറിയാകുമെന്നും ഡോക്ടർ പറഞ്ഞാരുന്നു. പിന്നെന്താ പറ്റിയേ... എത്ര കാലം ചികിത്സിച്ചിട്ടാ അവൾക്കൊരു കുഞ്ഞ്... കുടുംബം അന്യം നിന്നുപോവൂല്ലോ. അയാളുടെ ചങ്കിൽ എന്തോ കൊളുത്തി വലിച്ചു.

''അർജ്ജുനാരുന്നോ?''

മറിയയുടെ ശബ്ദം തേങ്ങലിൽ കുതിർന്നുപോയിരുന്നു. ഒരു തലയാട്ടലിൽ അയാൾ മറുപടിയൊതുക്കി.

അവർ നിശ്ശബ്ദയായി കസേരയിൽ ഒതുങ്ങി.

''ങ്ഹേ നിങ്ങളിതുവരെ പോയില്ലേ? വല്യ എമർജെൻസി ആയിട്ടല്യോ പറഞ്ഞേ. ബ്ലഡ് കൊണ്ടുവന്നാലേ ഓപ്പറേഷൻ തൊടങ്ങാൻ പറ്റൂ. പേഷ്യന്റ് ഇത്തിരി സീരിയസാന്നാ ഡോക്ടർ പറഞ്ഞത്.''

''അയ്യോ എന്റെ കർത്താവേ...'' ദേഷ്യപ്പെട്ട നേഴ്സിന്റെ മുഖത്ത് മറിയയുടെ വേദന വീണു പൊള്ളി.

''ജേക്കബ് ഉടനെ എത്തുമെന്ന് പറഞ്ഞു. കാത്തുനിൽക്കുവാ.''

വേദനയുടേയും വിതുമ്പലുകളുടേയും ഒരു കടൽ ഉള്ളിൽ ചുമന്നുകൊണ്ട് അയാൾ വെളിയിലേക്കിറങ്ങി. ആംബുലൻസ് ഡ്രൈവർ ജേക്കബിനെ വീണ്ടും ഫോണിൽ വിളിച്ചു.

മുകളിൽ മാവിന്റെ കൊമ്പിൽ ഒരു മൂങ്ങ ഇരുന്നു മൂളുന്നു. അതിനും മുകളിൽ ഇരുളിന്റെയാഴങ്ങളിൽ ആരോ കൊളുത്തി വച്ച നാലഞ്ചു നക്ഷത്രങ്ങൾ. അവയ്ക്കു തീരെ തെളിച്ചമുണ്ടായിരുന്നില്ല. പാതിയും ഇരുട്ടു കാർന്നുതിന്ന ചന്ദ്രൻ ക്ഷയിച്ചു മഞ്ഞളിച്ചുപോയിരുന്നു. മാവിന്റെ ചുവട്ടിലെ സിമന്റ് ബെഞ്ചിൽ ഇരുന്ന് അയാൾ സിഗററ്റിന് തീ പിടിപ്പിച്ചു.

മനുഷ്യൻ നിസ്സഹായനാവുന്നത്, ഒറ്റപ്പെടുന്നത്, വേദനിക്കുന്നത് കൂടുതലും ഇരുളുറയുന്ന യാമങ്ങളിലാവുന്നതെന്തുകൊണ്ട്? ഭൂതകാലത്തെ വരിഞ്ഞുമുറുക്കുന്ന പിടച്ചിലുകൾ ഒന്നൊന്നായി ഇറങ്ങിവന്ന് അയാളെ ശ്വാസം മുട്ടിച്ചു. നിശ്ശബ്ദമായ നിലവിളികളെ തടവിലാക്കിയിരിക്കുന്ന ആശുപത്രിക്കെട്ടിടങ്ങളിൽ ഇരുട്ടു

കൂടുകൂട്ടിയിരിക്കുന്നു. വേദനയുറഞ്ഞു നിൽക്കുന്ന, ദുരിതപ്പെയ്ത്തുകളിൽ വിറങ്ങലിച്ചു നിൽക്കുന്ന പ്രേതാലയങ്ങളാണ് ആശുപത്രികളെന്ന് അയാൾക്ക് തോന്നി. ജീവിച്ചു മതിവരാതെ മരിച്ചുപോയ മനുഷ്യരുടെ മോഹങ്ങളും സ്വപ്നങ്ങളും രാത്രിയുടെ നിശ്ശബ്ദതയിൽ ദയനീയമായ യാചനകളും പ്രാർത്ഥനകളുമായി ഏതൊക്കെയോ കോണുകളിൽ നിന്നൊഴുകി വന്ന് അയാളിൽ നിറഞ്ഞു. മരണത്തിലേക്ക് പായുന്ന വണ്ടിയിലെ യാത്രക്കാരാണ് മനുഷ്യർ. ഒരു അർത്ഥമില്ലായ്മ പറന്നു വന്ന് അയാളെ മൂടിക്കളഞ്ഞു. അറിവിന്റെയും അജ്ഞതയുടെയും ഇടയിലുള്ള ഒരു ചതുപ്പിൽ മൂക്കറ്റം താഴ്ന്ന് ശ്വാസത്തിനുവേണ്ടിയുള്ള പിടച്ചിലിൽ അയാൾ തളർന്നു.

''ഇബ്രായിം സാറല്ലേ... ഞാനാ ജേക്കബ്.''

തളർച്ചയിൽനിന്ന് ഞെട്ടിയുണർന്ന ഇബ്രാഹിമിന്റെ വേദനയിൽ ജേക്കബ് മുങ്ങിപ്പോയി. ഒരു കനത്ത മൗനം വെട്ടിയ വഴിയേ ഇരുട്ടിനെ വകഞ്ഞ് അവർ യാത്രയായി. ആംബുലൻസ് ഒരു ജീവന്റെ നിസ്സഹായതയിലേക്ക് കുതിച്ചുകൊണ്ടിരുന്നു.

''എത്താറായോ?'' ഇബ്രാഹിമിലെ വാപ്പ വെപ്രാളപ്പെട്ടു.

''ഒരു പത്തു മിനിട്ട്.'' ആംബുലൻസ് ഇരപ്പിച്ചുവിട്ട് ജേക്കബും വെപ്രാളത്തിൽ പങ്കു ചേർന്നു.

വാങ്ങിയ ബ്ലെഡ്പായ്ക്കറ്റ് സുരക്ഷിതമാണെന്ന് വീണ്ടും വീണ്ടും നോക്കി ഇബ്രാഹിം ഉറപ്പുവരുത്തി. മറിയയെ വിളിക്കാനായി രണ്ടു തവണ ഫോണെടുത്തെങ്കിലും വിളിച്ചില്ല. പങ്കുവയ്ക്കലിന്റെ പരിധി കഴിഞ്ഞാൽ പിന്നെ വേദന ഉറഞ്ഞ് അത്യുഗ്രശൈത്യമായി മാറുമോ? ഒരാൾക്ക് ഉള്ളിൽ താങ്ങാവുന്ന വേദന എത്ര? പങ്കുവയ്ക്കലിൽ എത്ര കിഴിക്കാം? മരണത്തിന്റെ തണുപ്പ് ഉള്ളിലെവിടെയോ നിന്നിഴഞ്ഞ് കണ്ണുകളിൽ പടർന്ന് കടലായി. കടലാഴങ്ങളിൽ അയാൾ മുങ്ങവെ വേദന ഉറഞ്ഞ് ഒരു മഞ്ഞുമലയിലേക്ക് അയാൾ നടന്നു കയറി. കൊണ്ടുവന്ന ബ്ലെഡ്പായ്ക്കറ്റ് കൊടുക്കാനായി ഐ.സി.യുവിന്റെ മുന്നിൽ കാത്തുനിൽക്കവെ ഒരു അലമുറയിലേക്ക് അയാൾ മൂക്കുകുത്തി വീണു.

''വാപ്പാ അവക്കെന്താ പറ്റിയേ... ന്റെ നന്ദ... മ്മടെ പൊന്നുമോൻ, ജനിക്കുന്നതിനുമുമ്പേ പോയല്ലോ വാപ്പാ...''

മൂത്തമകൾ ലക്ഷ്മി ഒരു കുടം കണ്ണീരായി അയാളിലേക്ക് ഉടഞ്ഞു വീണു. അവളപ്പോൾ വന്നതേ ഉണ്ടായിരുന്നുള്ളൂ.

''ഒന്നുമില്ല മോളേ. ചെറിയ ഒരോപ്പറേഷൻ.''

''അല്ല. അവൾക്കൽപ്പം സീരിയസ് ആണെന്നാ നേഴ്സ് ഇപ്പം പറഞ്ഞത്. ബ്ലീഡിംഗ് നിൽക്കുന്നില്ലെന്ന്.'' ലക്ഷ്മി തേങ്ങി.

''ങ്ഹേ... ഓപ്പറേഷൻ കഴിഞ്ഞോ?''

താൻ വരാൻ താമസിച്ചോ എന്നോർത്തയാൾ വിഷമിച്ചു.

''എന്തിന്റെ ഓപ്പറേഷനാണെന്ന് ഡോക്ടറു പറഞ്ഞില്ലല്ലോ. അവൾക്ക്... മോളേ നീ ഒരു നേഴ്സ് അല്യോ... നീ ഈ ബ്ലെഡ് പായ്ക്കറ്റ് അകത്തു കൊണ്ടക്കൊട്. അവൾക്കെന്താ പറ്റിയേന്ന് ഡോക്ടറോട് ഒന്നു ചോദിക്ക്.''

ലക്ഷ്മി അകത്തേക്ക് നടക്കാൻ തുടങ്ങി.

''മോളേ... ഒരു കാര്യം.''

കരഞ്ഞു കലങ്ങിയ കണ്ണുകളുമായി ലക്ഷ്മി തിരിഞ്ഞു നിന്നു.

''കുഞ്ഞു മരിച്ച കാര്യം നന്ദയറിഞ്ഞിട്ടില്ല.'' വാക്കുകളുടെ അരികിലൂടെ ഒരു വിതുമ്പൽ തെന്നിപ്പോയി. മൗനം പറന്നെത്തി ഇരുവരെയും മൂടി.

അകത്തു കടന്ന് ഐ.സി.യുവിന്റെ വാതിൽക്കൽ ബെല്ലടിച്ചിട്ട് നേഴ്സ് വരാൻ കാത്തു നിന്നു. നിമിഷങ്ങൾക്ക് മണിക്കൂറുകളുടെ വില.

''ഞാൻ ലക്ഷ്മി. യു.എ.ഇ.യിൽ ഗവൺമെന്റ് നേഴ്സ് ആണ്. എന്റെ അനിയത്തിയാ നന്ദന, ബ്ലഡ് പായ്ക്കറ്റുകൾ കൊണ്ടുവന്നിട്ടുണ്ട്. ഞാനും കൂടെ തീയറ്ററിലോട്ട് വന്നോട്ടെ. ഡോക്ടറോട് ഒന്നു ചോദിക്കുവോ. പ്ലീസ്...''

അതിനുള്ള സാദ്ധ്യതയില്ലെന്ന ബോദ്ധ്യമുണ്ടെങ്കിലും ലക്ഷ്മി വെറുതെ ചോദിച്ചു. വന്ന നേഴ്സ് ചോദ്യം കേട്ടതായി ഭാവിക്കാതെ അകത്തേക്ക് പോയി, ലക്ഷ്മി പുറത്തേക്കും. ഏറെ നേരത്തെ കാത്തിരിപ്പിന് ശേഷം നഴ്സ് പുറത്തേക്ക് വന്നു.

''സിസ്റ്റർ എന്റെ മോൾക്ക്...'' വാപ്പ കണ്ണീർ തുടച്ചു.

''ഓപ്പറേഷൻ നടന്നോണ്ടിരിക്കുവാ. കഴിഞ്ഞാ ഡോക്ടർ വന്നു പറയും.''

ഒരു നൈരാശ്യത്തിന്റെ ഭാരത്തിൽ വാപ്പയും മോളും അടുത്തു കണ്ട കസേരയിലേക്ക് ഉലഞ്ഞിരുന്നു. മറിയ മിണ്ടുന്നതേയില്ല. കണ്ണീരും ശബ്ദവും അവരിൽ നിന്ന് വാർന്നുപോയിരുന്നു. മൗനം ഒരു തീക്കാറ്റായി പടർന്ന് അവരുടെ മൂന്നു പേരുടെയുമിടയിൽ മതിലുകൾ പണിതു. ഉത്തരം കിട്ടാത്ത ചോദ്യങ്ങളിലേക്ക് ആഴ്ന്നു പോയ അവർ മൂന്നു ഭൂഖണ്ഡങ്ങളായി. ജീവൻ പറിഞ്ഞു പോകുന്ന പോലെ പുളഞ്ഞ ലക്ഷ്മിയുടെ മനസ്സിൽ ഏറെ ചിത്രങ്ങൾ മിന്നിമാഞ്ഞു.

കൊച്ചുന്നാളിൽ മുതൽ തങ്ങൾ സഹോദരികളല്ല, കൂട്ടുകാരികളായിരുന്നു. പങ്കുവയ്ക്കാത്ത രഹസ്യങ്ങളില്ല. ഷാനവാസുമായുള്ള തന്റെ പ്രണയത്തിനും അവളായിരുന്നു കൂട്ട്. അവളില്ലാതെയുള്ളൊരു ജീവിതമില്ലായിരുന്നു. തനിക്കു കുട്ടികളുണ്ടാകില്ലെന്ന് തീർച്ചയായപ്പോൾ അവൾ ഉണ്ടല്ലോ എന്ന സമാധാനമായിരുന്നു എല്ലാവർക്കും. അർജ്ജുൻ പുലയനാണെന്ന് പറഞ്ഞ് ആരൊക്കെയോ ഉടക്കിയപ്പോഴും അവരുടെ കല്യാണത്തിന് താനായിരുന്നു കരുത്ത്. വാപ്പയും അമ്മയും എല്ലാത്തിനും സമ്മതിച്ചു. താൻ പറഞ്ഞാൽ അവർ എതിരു പറയത്തില്ലെന്ന ധൈര്യമുണ്ടായിരുന്നു.

ഒരു ഓട്ടോറിക്ഷയുടെ ശബ്ദം എല്ലാരെയും ഓർമ്മകളിൽ നിന്നുണർത്തി. പിഞ്ഞിപ്പോയ മനസ്സുവാരിപ്പിടിച്ച് അർജ്ജുൻ അടുത്തെത്തി. സംസാരിക്കാനുള്ള വിഷമത്തിൽ പിടഞ്ഞ് ഒരു നോട്ടത്തിൽ ഇരുവരും തറഞ്ഞു നിന്നു.

കടിഞ്ഞൂൽകുഞ്ഞിന്റെ ശവദാഹം നടത്തി മടങ്ങി വന്ന അച്ഛനോട് ഭാര്യയുടെ ജീവനും അപകടത്തിലാണെന്ന് പറയാനുള്ള ഭാഷ അറിയാതെ ഇബ്രാഹിം വിഷമിച്ചു. ഭാഷ ചിലപ്പോൾ താങ്ങാനാവാത്ത ഭാരമാകുന്നു. മൗനത്തേക്കാൾ കനപ്പെട്ടത്. ആർക്കും ഒന്നും സംസാരിക്കാനുണ്ടായിരുന്നില്ല. രാത്രിക്ക് ഒരു മരവിപ്പ് ബാധിച്ചിരുന്നു.

''ഓപ്പറേഷൻ കഴിഞ്ഞോ? നന്ദയ്ക്ക് ബോധം വന്നോ?'' പുറത്തേക്ക് വന്ന നഴ്സിനോട് ലക്ഷ്മി വ്യാകുലപ്പെട്ടു.

''മയക്കമാണ്.''

''എനിക്കൊന്നു കാണാൻ പറ്റുമോ?''

''ഡോക്ടറോട് ചോദിച്ചിട്ടു പറയാം.''

പൊന്തി വന്ന തേങ്ങൽ ആ മറുപടിയിൽ തട്ടിയുടഞ്ഞ് നിശ്വാസമായി.

മൗനം മുറ്റിയ രാവിന്റെ ഇരുൾതൂണുകളിൽ ചാരി നിന്ന് കഴിഞ്ഞ രാപകലുകൾ കോറിയിട്ട അദ്ധ്യായങ്ങളിലേക്ക് ലക്ഷ്മി കണ്ണോടിച്ചു. പരാജയങ്ങളുടെയും വിജയങ്ങളുടെയും അതിജീവനത്തിന്റെയും പാഠങ്ങളിൽ ചിലപ്പോൾ താൻ കർത്താവും നന്ദ കർമ്മവുമായിരുന്നു. ചിലപ്പോൾ തിരിച്ചും. തന്നെക്കാൾ ഒരു മണിക്കൂറിന്റെ മാത്രം ഇളപ്പമുള്ള അവൾ താനും താൻ അവളുമായി മാറി. ഐഡന്റിക്കൽ ട്വിൻസ് ആയതിനാൽ തങ്ങളെ തിരിച്ചറിയാൻ വളരെ പ്രയാസമായിരുന്നു. ബാല്യവും കൗമാരവും ഉത്സവങ്ങളുടെ കളിയരങ്ങുകളായിരുന്നു. മഴയോട് പ്രണയമായിരുന്നു ഞങ്ങൾക്ക്. എത്ര നനഞ്ഞാലും നിറയാത്ത മനസ്സുമായി മഴകൾക്കിടയിലൂടെ ഓടി

നാട്ടുമാവിന്റെ ചോട്ടിലെത്തി നിൽക്കുന്ന ബാല്യകാലസന്ധ്യകൾ. മാവിലകളിൽ തങ്ങുന്ന മഴ വലിയ മുത്തുകളായി തലയിലും മുഖത്തും ദേഹത്തും വീണുടയുന്നതിന്റെ ഒരു സുഖം. എന്തു രസമായിരുന്നു. അത്തരം ഒരോട്ടത്തിനിടയിൽ കനത്ത മഴയും നനഞ്ഞ് തിണ്ണയിൽ കയറിയപ്പോഴാണ് ചോരയെന്നു നന്ദ ഉറക്കെ വിളിച്ച് ബഹളം വച്ചത്. ബഹളം കേട്ട് അമ്മ ഓടി വന്ന് എന്നെ അകത്തേക്ക് കൂട്ടിക്കൊണ്ടു പോയി. വലിയ പെൺപിള്ളേരായെന്നും മേലിൽ റോഡിലും പറമ്പിലും മഴയത്തും ചാടിമറിയരുതെന്നും അമ്മ എനിക്കും അവൾക്കും താക്കീതു തന്നു. രാവിന്റെ കറുപ്പിനെ കഴുകിത്തെളിക്കുന്ന പുലർകാലമഴകൾ ജനലരികത്തെത്തി തണുപ്പിന്റെ കഥ കേൾപ്പിക്കുന്ന എത്രയോ പ്രഭാതങ്ങൾ. പ്രണയത്തിന്റെയും വിരഹത്തിന്റെയും അദ്ധ്യായങ്ങൾ, കണ്ണീരും ചോരയും വീണു നനഞ്ഞു കിടക്കുന്നു. ജാതികളും മതങ്ങളും കെട്ടിയ ഒതുക്കുകല്ലുകൾ ചവിട്ടിക്കയറിയല്ല, മറിച്ച് പുത്തൻലോകത്തിന്റെ സുഗന്ധം നിറഞ്ഞ പൂന്തോപ്പിൽ വച്ചാണ് വരണമാല്യം അണിഞ്ഞത്. വായനയുടെ ഏതോ ഒരു തിരിവിൽ വച്ച് ഡോക്ടറെത്തി.

''പ്രതീക്ഷിച്ച പോലെ ഡെലിവറിയായില്ല. പൂവർ മെറ്റേണൽ എഫർട്. വാകം ഉപയോഗിക്കേണ്ടി വന്നു. കുഞ്ഞ് കരഞ്ഞില്ല. റിസ്യൂസിറ്റേഷൻ ചെയ്തിട്ടും റിസൾട്ട് നെഗറ്റീവ് ആയിരുന്നു. അമ്മ ഹെൽത്തി ആയിരുന്നുവെന്നാണ് ഡ്യൂട്ടി ഡോക്ടർ അപ്പോൾ പറഞ്ഞത്. എന്നാൽ പിന്നീട് വലിയ ബ്ലീഡിങ്ങ് ഉണ്ടായി. ടീം ഓഫ് ഡോക്ടേഴ്സ് ഉണ്ടായിരുന്നു. പരിശോധിച്ചിട്ട് ബ്ലീഡിംഗിന്റെ സോഴ്സ് മനസ്സിലായില്ല.''

''അയ്യോ...''

പ്രധാന ഡോക്ടറുടെ വാക്കുകൾ അവളുടെ ഉള്ളിൽ തീ കോരിയിട്ടുകൊണ്ടിരുന്നു. ഹൃദയത്തിൽ എന്തൊക്കെയോ കത്തിയെരിഞ്ഞു.

''മറ്റൊരു മാർഗ്ഗമില്ലാഞ്ഞതിനാലാ ബന്ധുക്കളുടെ സമ്മതം ഇല്ലാതെതന്നെ യൂട്രെസ് റിമൂവ് ചെയ്തത്.''

''എന്റെ ദൈവമേ.... അവളുടെ യൂട്രസും... അയ്യോ...''

അവൾ ഒരു തേങ്ങലായി താഴോട്ട് ചിതറി വീണു.

''ലക്ഷ്മി പഠിച്ചവൾ ആണ്. എം.എസ്.സി. നേഴ്സിംഗ് കഴിഞ്ഞതല്ലേ. അതുകൊണ്ടാ ഒള്ള കാര്യം തുറന്നു പറയുന്നത്. കേൾക്കാൻ ശക്തിയുണ്ടാകണം.''

തന്റെ തോളിൽ തൊട്ട സാന്ത്വനത്തിൽ താങ്ങി അവളെണീറ്റു. ഡോക്ടർ പറഞ്ഞതെല്ലാം വിഷമത്തോടെ കേട്ടുനിന്നു.

''നന്ദയ്ക്ക് കൊഴപ്പമൊന്നുമില്ലല്ലോ ഡോക്ടർ, പ്ലീസ്...''

അർജുന്റെ ശബ്ദം ഇടറിയിരുന്നു.

''അതു പറയാനാ ഞാൻ വന്നത്. ഓപ്പറേഷൻ കഴിഞ്ഞ് നന്ദന വെന്റിലേറ്ററിലാണ്. ബോധം വന്നിട്ടില്ല.''

''അപ്പോൾ...''

''ചെറിയ ഒരു അറ്റാക്ക് ഉണ്ടായി.''

അവരുടെ ഉള്ളിൽ ആയിരം ഇടിമിന്നലുകൾ ഒന്നിച്ച് വെട്ടിയാർത്തു. വീഴാതിരിക്കാൻ ലക്ഷ്മി ഡോക്ടറെ പിടിച്ചു.

''അയ്യോ... ഡോക്ടർ. എനിക്കവളെ ഒന്നു കാണണം. അല്ലേൽ ഞാനിപ്പം മരിച്ചുപോകും.'' ഒരു അലമുറയിൽ ഐ.സി.യു വിറങ്ങലിച്ചു.

''വരൂ''

നന്ദയുടെ അടുത്തെത്തിയ ഡോക്ടറും ലക്ഷ്മിയും പരസ്പരം നോക്കി.

''ലക്ഷ്മീ... തളരരുത്. സന്തോഷത്തോടെ, സ്നേഹത്തോടെ അവളെ ഒന്നു വിളിക്കൂ.'' ഡോക്ടർ ഒരു ചേച്ചിയായി.

''നന്ദേ... മോളേ നന്ദേ...'' നാലാമത്തെ വിളിയിൽ നന്ദയുടെ കണ്ണുകളിൽ ദീപം തെളിഞ്ഞു. കൺപോളകൾ ഉയർന്നു. അവിടെ അസ്തമയസൂര്യന്റെ വിങ്ങൽ തളം കെട്ടി നിൽക്കുന്നു. അവളുടെ കൈ ലക്ഷ്മി തന്റെ കൈയിലെടുത്ത് പതുക്കെ തലോടി.

''മോളേ... നിനക്ക്...''

വാക്കുകൾ പതറിയതിനാൽ ലക്ഷ്മി മൗനത്തിലേക്കിറങ്ങി.

''ല....ച്ചൂ... നീ... ഇ..വി...ടെ നി..ക്കു...വാ? കുഞ്ഞ്.... മോൻ മാത്ര മല്ലേ... അ...വിടെ...പോ മോനേ നോക്ക്. എ...നി...ക്കു കൊ...ഴ...പ്പ.... മില്ല... പോ....'' ജീവൻ പറിച്ചെടുത്ത അക്ഷരങ്ങൾ ചുണ്ടുകൾക്കിടയിൽനിന്ന് ഞെരുങ്ങി വീണു.

നന്ദയുടെ അടയുന്ന കണ്ണുകളിലേക്ക് ലക്ഷ്മി ഉരുകി വീണു. ഉള്ളംകൈയിലുള്ള നന്ദയുടെ കൈയുടെ ചൂടാറിത്തുടങ്ങി. കൊഴിഞ്ഞു പോകുന്ന ഒരു സ്വപ്നത്തിന്റെ നെറുകയിലേക്ക് ചുണ്ടു ചേർത്ത് ലക്ഷ്മി വിങ്ങിക്കൊണ്ടിരുന്നു. ഐ.സി.യു. ഒട്ടാകെ പടർന്ന വിങ്ങലിൽ രാത്രി കടപുഴകി വീണു.

■

പലായനം

സ്ഥാനഭ്രഷ്ടനാക്കപ്പെട്ട രാജാവിന് ആത്മഹത്യ ചെയ്യാതിരിക്കാനാവുമോ? മരിക്കാനുള്ള ആയിരം കാരണങ്ങൾ നിരന്നു നിന്നു പത്തി വിടർത്തവെ, ആത്മാവിൽ നിന്നാളിയ ഒരു കനൽച്ചിന്ത് തെളിച്ച വഴിയേ അണഞ്ഞുതീരാത്ത വിലാപമായി ജീവിതത്തിന്റെ വിദൂരസാധ്യതയിൽ നിൽക്കുകയാണ്, ഞാൻ.

നേരിട്ട് യുദ്ധം ചെയ്ത് പിടിച്ചതല്ല, എന്നെ. ചതിപ്രയോഗത്തിലൂടെ തടവിലാക്കി മഴയും കാറ്റുമന്യമായ ഒരു ഏകാന്തതയിലേക്ക് നാടുകടത്തിയതാണ്. രാജ്യത്തുനിന്ന്, കൂട്ടരിൽനിന്ന്, കുടുംബത്തിൽ നിന്ന്, ജീവന്റെ ജീവനായ ഇണയിൽനിന്ന്, പറിച്ചെടുത്ത് മാരകമായി മുറിപ്പെടുത്തി ഏഴു മലകൾക്കുമിപ്പുറത്ത് വലിച്ചെറിയപ്പെട്ടു. എന്തിന്? കൊന്നുകളഞ്ഞേക്കാമായിരുന്നില്ലേ? മുറിപ്പെട്ടുകിടക്കുന്ന വീരന്, മരണത്തേക്കാൾ അസഹനീയമാണ് അഭിമാനക്ഷതം. എന്നെ ആക്രമിച്ച മനുഷ്യരെ ഞാൻ കണ്ടിട്ടേ ഉണ്ടായിരുന്നില്ല. പിന്നെന്തിന് അവർ?

മുറിവേറ്റ ഉടലും വേദനയിൽ വെന്തുനീറുന്ന മനസ്സുമായി പുതിയ കാടകത്തിന്റെ അപരിചിതത്വങ്ങളിൽ കഴിഞ്ഞ രണ്ടു ദിവസമായി ഒരു ദൈന്യം അലയുകയായിരുന്നു. വിശപ്പും ദാഹവും ക്ഷീണവും ദേഹമാകെ പടർന്നു കയറി. വാർദ്ധക്യം ബാധിച്ച് അസ്തമയത്തെ കാത്തിരിക്കുന്ന കാട്. തീറ്റയും വെള്ളവും എങ്ങുമില്ല. കുറ്റിച്ചെടികൾക്കു മുകളിൽ സൂര്യന്റെ തീനൃത്തം.

പച്ചത്തഴപ്പിന്റെയും കുടപിടിച്ചു നിൽക്കുന്ന കുറ്റിച്ചെടികളുടെയും ഋതുക്കൾക്ക് താമസമൊരുക്കുന്ന വൃക്ഷലതാദികളുടെയും, ജീവശ്വാസവും ഉന്മാദവും കാട്ടിലെങ്ങുമുണ്ടായിരിക്കണം. ജീവനുള്ള കാടിന് യൗവനത്തിന്റെ ഗന്ധമാകണം. തന്റെ സാമ്രാജ്യം നിത്യയൗവനത്തിൽ നീരാടി നിൽക്കുന്ന രാജകുമാരിയെപ്പോലെ മദിപ്പിക്കുന്നതായിരുന്നു. ആ സ്വർഗ്ഗത്തിൽ ഒരു ദുഃസ്വപ്നംപോലെ.

കണ്ണടച്ചു തുറക്കുന്നതിനു മുൻപ് പടുത്തുയർത്തിയതെല്ലാം നഷ്ട പ്പെട്ട്... ക്രൂരമായി ആക്രമിക്കപ്പെട്ട്... വിദൂരങ്ങളിൽ ഉപേക്ഷിക്കപ്പെട്ട്...

ഓ... കിടക്കാനൊരിടം തേടി കഴിഞ്ഞ രണ്ടു ദിവസമായി ഒരു ജീവൻ അലയുന്നു. പുതിയ ഭൂമികയുടെ രഹസ്യങ്ങളിൽ മരണം പതിയിരിക്കുന്ന അദ്ധ്യായങ്ങളെ എന്റെ വേദന തിരഞ്ഞു തുടങ്ങി യിരുന്നു. കൈകാലുകൾ വേദനിക്കുന്നു. മുറിവുകളിൽ നിന്ന് ചോര ഇനിയും വാർന്നു തീർന്നിട്ടില്ല. ഒരടി നടക്കാൻ വയ്യ. വിശപ്പിന്റെ കൊടുമുടിയിൽ കൂരിരുട്ട് വിരിച്ച മെത്തയിൽ ഞാൻ തളർന്ന് കിടന്നു. കഴിഞ്ഞ 48 വർഷമായി കിടന്ന് ഉറങ്ങിയിട്ടില്ല. നിൽക്കുന്ന നിൽപ്പി ലാണ് നിദ്രയെ ഉപാസിച്ചിട്ടുള്ളത്. നടവഴിയിലെ, ഉൾക്കാട്ടിലെ ഒരു ചെറിയ ഇലയനക്കംപോലും എന്നെ ഉണർത്തിയിരുന്നു. ഒറ്റ ചിന്നം വിളിയിൽ ആ ഹരിതസാമ്രാജ്യത്തിന്റെ സുരക്ഷിതത്വം ഉറപ്പിച്ചു നിർത്തിയ കാലം.

എല്ലാം നഷ്ടപ്പെട്ടു. നഷ്ടപ്പെടണം. ഇല്ലെങ്കിൽ എങ്ങനെയാണ് ജീവിതം അർത്ഥപൂർണമാകുന്നത്. കാലങ്ങൾ, ഓർമ്മകൾ ഓരോ ന്നായി അഴിഞ്ഞു വീഴുന്നു.

ജനിച്ച് ആദ്യമിനിട്ടിൽത്തന്നെ എഴുന്നേറ്റുനിന്ന കുട്ടിയായിരു ന്നത്രെ ഞാൻ. ആറുമാസത്തിനകം തുമ്പിക്കൈയുടെ ചലനങ്ങൾ നിയന്ത്രണത്തിലാക്കി. പതിനഞ്ച് ആനകൾ ഉണ്ടായിരുന്ന ഞങ്ങ ളുടെ കൂട്ടത്തിൽ മൂന്നു കുട്ടികൾ ഉണ്ടായിരുന്നു. മൂന്നു പേരിൽ ഏറ്റവും കൂടുതൽ കുസൃതിയും മിടുക്കും എനിക്കായിരുന്നു. അമ്മ യുടെയും കൂട്ടരുടെയും മേൽനോട്ടത്തിൽ കൂട്ടുകാരുടെ കൂടെ ഉല്ല സിച്ചു നടന്ന അക്കാലത്ത് ജീവിതം ഉത്സവമായിരുന്നു. മറ്റുള്ളവർ തന്ന സ്നേഹവും കരുതലും ഇന്നും ചങ്കിൽ പതഞ്ഞുപൊന്തുന്നു. ബാല്യം വിസ്മയമാണ്. ഓരോ കാഴ്ചയും ഓരോ കേൾവിയും പുതിയ ലോകത്തെ തുറന്നിട്ടു. ഓരോ ദിവസവും വിനോദത്തി ന്റെയും വിസ്മയത്തിന്റെയും ഓരോ പാഠമായിരുന്നു. അമ്മയുടെ കാൽക്കീഴിൽ അഭ്യസിച്ച ജീവിതപാഠങ്ങൾ. തുമ്പിക്കൈ ഉപയോ ഗിച്ച് തീറ്റയെടുക്കാനും വെള്ളം കുടിക്കാനും പഠിച്ചത്... ഇലകളും ചെറുചില്ലകളും ഒടിച്ചെടുത്തു തിന്നാൻ പഠിച്ചത്... ചില ദിവസ ങ്ങളിൽ മണിക്കൂറുകളോളം കാടിന്റെ അകത്തളങ്ങളിലൂടെ യാത്ര ചെയ്തത്.

പച്ചപ്പിനാൽ സമൃദ്ധമായ ഞങ്ങളുടെ കാട് ഒരു ദിവസം പൂത്തി റങ്ങി. വസന്തം വന്ന് കാട്ടിൽ പൂത്തിരി കത്തിച്ചു. കാട് അടിമുടി കോരിത്തരിച്ചു. പൂക്കൾക്ക് എത്ര നിറങ്ങളാണെന്നോ... പുല്ലുപോലും പൂത്തുലഞ്ഞു നിന്നു. പൂവറയിൽനിന്ന് മോഷ്ടിച്ചെടുത്ത മണവു മായി കാറ്റ് പരക്കംപാഞ്ഞു. ഞങ്ങളുടെ വീട് നിറയെ പൂക്കളും

സുഗന്ധവും. പക്ഷികളും മൃഗങ്ങളും ഉന്മാദത്തിലായി. എനിക്ക് അതിയായ സന്തോഷം തോന്നിയ ദിവസങ്ങൾ. കാട്ടിൽ എത്രയെത്ര ജീവികളാണുണ്ടായിരുന്നത്. ആ കാട്ടിൽത്തന്നെ എല്ലാവർക്കും ഓരോ കാടുണ്ടായിരുന്നു. ചോലകളിലും നീരൊഴുക്കുകളിലും ആടിത്തിമിർത്ത് പുളഞ്ഞു മിന്നിയ കുസൃതിച്ചിരികൾ.

അങ്ങനെയിരിക്കെ, ഒരു ദിവസം പൂമരങ്ങൾക്കിടയിലൂടെ കാടിന്റെ നിറവിലേക്ക് ഞങ്ങൾ ഒരു യാത്രയ്ക്കിറങ്ങി. കൂട്ടത്തിൽ മുതിർന്ന ഗൗരിവല്യമ്മയാണ് ഞങ്ങളെ നയിച്ചത്. വഴിയരികിൽ നിന്ന് തീറ്റ യെടുത്തും ചോലയിൽനിന്ന് തുമ്പിക്കൈയിൽ വെള്ളം നിറച്ച് ചീറ്റിയും കുളിച്ചും കളിച്ചും സ്വർഗ്ഗീയമായ ഒരു യാത്ര. കുട്ടികൾ ഞങ്ങൾ, കൂട്ടത്തിൽനിന്നു മാറി ഓടിയും മറിഞ്ഞും കളിച്ചുകൊണ്ടിരുന്നു. ഓരോ പ്രാവശ്യം അകലേക്ക് പോകുമ്പോഴും മുതിർന്നവർ ആരെങ്കിലും ഓടി വന്ന് ഞങ്ങളെ തിരികെ കൂട്ടത്തിൽ ആക്കുമായിരുന്നു.

നടവഴിയുടെ ഇരുവശവും വലിയ മരങ്ങൾ പൂത്തുനിൽക്കുന്ന ഒരു സ്ഥലത്ത് ഞങ്ങൾ എത്തി. ചുറ്റിലും മഞ്ഞയും കടും ചുവപ്പും നിറമുള്ള പൂക്കൾകൊണ്ട് മെത്ത വിരിച്ചിട്ടിരിക്കുന്നു. ഞങ്ങൾ കുട്ടികൾ പൂമെത്തയിൽ കുത്തിമറിഞ്ഞു കളിച്ചു. ഒരു വശത്ത് ചെറിയ ഒരു മലയായിരുന്നു. മലയുടെ നെറുകയിൽ കടുംചുവപ്പു നിറത്തിൽ തീ കത്തുന്നതുപോലുള്ള പൂക്കളും ചൂടി ഒരു മരം കാറ്റത്തു നൃത്തം വയ്ക്കുന്നു. ആ കാഴ്ച കണ്ടപ്പഴേ എനിക്കു കുളിരു കോരി. ഞാൻ അങ്ങോട്ടേക്ക് ഓടിക്കയറി. മരത്തിന്റെ അടിയിൽനിന്ന് മുകളിലോട്ട് നോക്കവെ, അതുവഴി വന്ന കാറ്റ് ഒരു പൂമഴ തൂവി. ഞാൻ അതിൽ കുളിച്ചു. അല്പം താഴെ ഒരു കൽക്കെട്ടിലുള്ള വെള്ളത്തിൽ വീണ പൂവുകൾ എന്നെ മാടി വിളിച്ചു.

മലയുടെ താഴെ പാറക്കൂട്ടങ്ങൾ നിറഞ്ഞ നല്ല താഴ്ചയായിരുന്നു. ഞാൻ പതുക്കെ കൽക്കെട്ടിന്റെ അരികിലെത്തി തുമ്പിക്കൈകൊണ്ട് വെള്ളത്തിൽനിന്ന് പൂക്കളെടുത്തു. അടുത്ത നിമിഷം ചവിട്ടിയ പാറ ഇളകി കൽക്കെട്ടിലെ വെള്ളത്തിൽ വീണു. എന്റെ നിലവിളിയും വെപ്രാളവും കണ്ടും കേട്ടും അമ്മ ശരവേഗത്തിൽ അവിടെ കുതിച്ചെത്തി. നിലയില്ലാത്ത വെള്ളത്തിൽ മുങ്ങി മരിക്കുമെന്ന് ഞാൻ ഭയന്നു. കൈകാലുകളിട്ടടിച്ചു നീന്തിക്കൊണ്ടിരുന്നു. അമ്മ ഉറക്കെ അലറി. കൽക്കെട്ടിന്റെ മുകൾവശത്തു നിന്ന് തുമ്പിക്കൈ നീട്ടി എന്നെ വലിച്ചു കയറ്റാൻ നോക്കി. പറ്റാഞ്ഞതിനാൽ മറുവശത്തേക്ക് വരാൻ അമ്മ താഴോട്ടിറങ്ങി. ചവിട്ടിയ പാറയിളകി. ഒരു ശബ്ദവും നിലവിളിയും പാതാളത്തിലേക്ക് പാഞ്ഞു പോകുന്നതുപോലെ കാതു തുളച്ചുകേറി. ചങ്കു തകർന്നു.

''അയ്യോ... എന്റമ്മേ...'' നിലവിളി കൽക്കെട്ടിൽ തട്ടി ഉടഞ്ഞു പോയി. ഉള്ളിൽ ഭയവും സങ്കടവും തിങ്ങി. ഉള്ളുലഞ്ഞ് കണ്ണുകളിൽ ഉരുൾ പൊട്ടി.

''അയ്യോ.... എന്റമ്മേ....''

നിലയില്ലാത്ത വെള്ളത്തിൽ ജീവന് വേണ്ടി പിടയുന്ന ഒരു രണ്ട് വയസ്സുകാരന്റെ മനസ്സ് അമ്മയുടെ ജീവനുവേണ്ടി കേണു.

അമ്മ വീണുകാണല്ലേ. എന്റെ അമ്മയ്ക്കൊന്നും വരുത്തല്ലേ ഈശ്വരന്മാരേ... ഒരു കുരുന്നു മനസ്സ് കരഞ്ഞു പ്രാർത്ഥിച്ചുകൊണ്ടിരുന്നു.

ആരൊക്കെയോ എന്നെ വലിച്ചു മുകളിൽ കയറ്റി. അമ്മയെ തിരഞ്ഞ എന്റെ കണ്ണുകളിൽ നിന്ന് സങ്കടം കുത്തിയൊലിച്ചു. കൂട്ടത്തിൽ എന്റെ പൊന്നമ്മയില്ല. മുതിർന്നവർ എന്തൊക്കെയോ പറയുന്നുണ്ട്. താഴെയെത്താൻ വഴി ചുറ്റി പോണം. വിഷമിക്കണ്ട. വാക്കുകൾ ഒന്നും ഞാൻ കേട്ടില്ല. എനിക്ക് എന്റെ അമ്മയെ കാണണമായിരുന്നു. എത്രയും വേഗം. കൂട്ടം മുന്നോട്ട് നീങ്ങിക്കൊണ്ടിരുന്നു. പെട്ടെന്ന് വീശിയ കാറ്റിൽ ഒരു നിലവിളി നിറഞ്ഞു നിന്നു. വിദൂരതയിൽ നിന്ന് അമ്മയുടെ മണം ഇഴഞ്ഞു വന്നുവോ...

ഞാൻ പെട്ടെന്ന് നിന്നു. ഒന്നുകൂടി തുമ്പി വിടർത്തി മണത്തു. ഉള്ളൊന്നു പിടഞ്ഞു. അടുത്തു കണ്ട വഴിയേ ആരും കാണാതെ ഞാൻ താഴോട്ട് കുതിച്ചു. ഞങ്ങൾ സഞ്ചരിക്കുന്ന വഴിയല്ലായിരുന്നു അത്. വൃക്ഷങ്ങൾ ഇടതിങ്ങി നിന്നിരുന്നു. കൂടാതെ കുത്തിറക്കവും. മരങ്ങൾക്കിടയിലൂടെ കുറ്റിക്കാടുകൾ കടന്ന്, പാറകളിൽ ഇരുന്ന് നിരങ്ങി ഞാൻ. എന്റെ അമ്മയുടെ അരികിലേക്ക്. എന്റെ ദേഹത്ത് മുറിവു പറ്റിയിട്ടുണ്ട്. പക്ഷേ എനിക്ക് നീറ്റലില്ലായിരുന്നു. ഒരു വള്ളിപ്പടർപ്പിൽക്കൂടി ഞാൻ താഴേക്ക് നിരങ്ങിയിറങ്ങുമ്പോൾ അങ്ങു താഴെ നിന്ന് ഒരു നിലവിളി വന്നെന്റെ കാതിൽ വീണു. ശ്വാസം പിടിച്ചുകൊണ്ട് ഞാൻ പിടഞ്ഞ പിടച്ചിൽ അടുത്ത ക്ഷണത്തിൽ അമ്മയുടെ മുമ്പിൽ എത്തിച്ചു.

മുൻകാലുകൾ ഒടിഞ്ഞു മടങ്ങി പള്ളയിൽനിന്ന് ചോര വാർന്നൊഴുകുന്ന മുറിവുമായി വശം ചരിഞ്ഞു കിടക്കുകയായിരുന്നു, അമ്മ. ഒന്നേ നോക്കിയുള്ളൂ. ഉള്ളിൽ തിങ്ങിയ സങ്കടം നിലവിളിയായി പൊട്ടി.

''അയ്യോ എന്റമ്മേ...''

ഞാൻ തുമ്പിക്കൈ കുത്തി അമ്മയുടെ മുമ്പിൽ ഇരുന്നു കരഞ്ഞു. എന്നെ കണ്ടതും അമ്മ ഒന്നു ഞെട്ടി. വല്ലാത്ത ശബ്ദത്തോടെ

കൈകാലുകൾ ചലിപ്പിക്കാൻ ശ്രമിച്ചു. അതിനു കഴിയാതെ വന്നപ്പോൾ കണ്ണുകൾ നിറഞ്ഞൊഴുകി. ഇതൊന്നും എന്റെ പിഞ്ചുമനസ്സിന് താങ്ങാനായില്ല. കുഞ്ഞുതുമ്പിയാട്ടിയും ദേഹത്തു ചാരിയും കയറിയും അമ്മയെ എഴുന്നേൽപ്പിക്കാൻ ഞാൻ പലവട്ടം ശ്രമിച്ചു. എനിക്കായില്ല. ഞാൻ വിങ്ങിപ്പൊട്ടിക്കൊണ്ടിരുന്നു, അമ്മയും.

തൊട്ടടുത്ത് മാനംമുട്ടെ വളർന്ന ഒരുമരം പൂത്തുലഞ്ഞു നിൽപ്പുണ്ടായിരുന്നു. അതിന്റെ ഇലച്ചില്ലുകൾ ഭൂമിയെ തഴുകി നിന്നു. ഒരു പ്രത്യേക തരം സുഗന്ധം ചുറ്റും പടർന്നു. തേൻ കുടിക്കാനെത്തിയ വണ്ടുകളും കടന്നലുകലും ഈച്ചകളും അമ്മയ്ക്കു ചുറ്റും പറക്കാൻ തുടങ്ങി. അവ അമ്മയെ കുത്തുമോ എന്നു ഞാൻ ഭയപ്പെട്ടു. അമ്മയ്ക്ക് ചുറ്റും ഓടി നടന്ന് തുമ്പിക്കൈ കൊണ്ടും വള്ളികളും ചെടികളും പറിച്ചും ഞാൻ അവയെ ആട്ടിയോടിച്ചു.

പെട്ടെന്ന് തൊട്ടു മുന്നിലുള്ള മലയുടെ മുകളിൽ നിന്ന് ഒരു ബഹളം ഒഴുകി വന്നു. കുറെ ചെറിയ ജീവികൾ രണ്ടു കാലിൽ ഉയർന്നു നിന്ന് ഒച്ചയെടുക്കുന്നു, ബഹളം വയ്ക്കുന്നു. അവർ മനുഷ്യരാണെന്ന് അന്നെനിക്കറിയില്ലായിരുന്നു. എന്തൊക്കെയോ താഴേക്ക് വലിച്ചെറിഞ്ഞുകൊണ്ട് ബഹളം വച്ച് അവർ ഇറങ്ങിവന്നു. അമ്മയ്ക്ക് പരിക്കേൽക്കുമെന്ന് ഭയന്ന് ഞാൻ അവരുടെ നേർക്ക് വാലും നിവർത്തിപ്പിടിച്ച് ചാടിച്ചെന്നു. എന്നെ മനുഷ്യർ ഉപദ്രവിക്കുമെന്ന് ഭയന്ന് അലറിക്കൊണ്ട് അമ്മ ചാടിയെഴുന്നേൽക്കാൻ ശ്രമിച്ചു. അവർ ജീവനും കൊണ്ട് ഓടിപ്പോയി.

എഴുന്നേൽക്കാനാവാതെ കുഴഞ്ഞു വീണ അമ്മ ദയനീയമായി എന്നെ നോക്കിയ ആ നോട്ടം. ഓ... അതെനിക്കു മറക്കാനാവില്ല. ആ മരവും മണവും മനുഷ്യരും. ഇന്നും എന്റെ മനസ്സിൽ എരിഞ്ഞു നിൽക്കുന്ന കാഴ്ചകളാ.

ആ രാത്രി മുഴുവൻ ഞാൻ അമ്മയ്ക്കു കാവൽ നിന്നു. എനിക്കു വിശപ്പും ദാഹവുമില്ലായിരുന്നു.

പിറ്റേ ദിവസം ഞങ്ങളുടെ കൂട്ടർ എത്തി. കൂട്ടത്തിലെ മുതിർന്നവർ തുമ്പികൊണ്ടും കൊമ്പുകൊണ്ടും അമ്മയെ എഴുന്നേൽപ്പിക്കാൻ പല രീതിയിൽ ശ്രമിച്ചു. പക്ഷേ എല്ലാ ശ്രമങ്ങളും പരാജയപ്പെട്ടു. അമ്മ വളരെ ക്ഷീണിതയായിരുന്നു. ശരീരം അനക്കുന്നുണ്ടായിരുന്നില്ല. അനുകമ്പയോടുകൂടിയുള്ള അവരുടെ നോട്ടം. അതിന്റെ അർത്ഥം എനിക്ക് അന്നു മനസ്സിലായില്ല. കൂട്ടത്തിലെ മുതിർന്നയാളുടെ നിർദ്ദേശപ്രകാരം പിറ്റേ ദിവസം എല്ലാവരും തിരിച്ചു പോകാൻ തയ്യാറായി. അവർ, മുതിർന്നവരുടെ ഇടയിലാക്കി എന്നെ മുന്നോട്ടു കൊണ്ടുപോയി. കുറച്ചു ദൂരം ചെന്നപ്പോൾ ഞാൻ കൂട്ടത്തിൽ നിന്ന്

തിരികെയോടി വന്ന് അമ്മയുടെ പള്ളയിൽ വീണ് തേങ്ങി. ചോരയിൽ പുരണ്ട, അമ്മയുടെ മുലക്കണ്ണ് ഞാനറിയാതെ തന്നെ എന്റെ വായിലായി. അവസാനമായി പാലു കുടിക്കാൻ അമ്മ നിർബന്ധിക്കുന്നതു പോലെ. സാധാരണ പാല് കുടിക്കുമ്പോൾ ചെയ്യാറുള്ളതുപോലെ ഞാൻ തുമ്പിക്കൈകൊണ്ട് അമ്മയെ തഴുകി. അമ്മയുടെ കണ്ണിൽ നിന്നൊഴുകിയ കണ്ണുനീർ എന്റെ ദേഹത്ത് വീണു പൊള്ളി. അവസാനമായി അമ്മ എന്തൊക്കെയോ എന്നോട് പറയുന്നുണ്ടായിരുന്നു.

എന്നെ തിരക്കി വന്നവർ ആ കാഴ്ച കണ്ട് സങ്കടപ്പെട്ട് നിന്നു. കുറച്ചു കഴിഞ്ഞപ്പോൾ അവർ എന്നെ അമ്മയുടെ മാറിടത്തിൽനിന്ന് പറിച്ചെടുത്തു കൊണ്ടുപോയി. ചോരയും പാലും ചേർന്ന ആ രുചി ഇപ്പോഴും നാവിലിറ്റു നിൽക്കുന്നു. ആ കണ്ണീരിൽ ഇന്നും ഞാൻ മുങ്ങിപ്പോകുന്നു. കുറെ ദിവസങ്ങളിലേക്ക് ഞാൻ തീറ്റയെടുത്തില്ല. അമ്മയില്ലാതെ ജീവിക്കാനെനിക്കാവില്ലായിരുന്നു.

കാടു പിന്നീട് പലവട്ടം തളിർക്കുകയും പൂക്കുകയും ചെയ്തു. വസന്തം വന്നു വിളിക്കുമ്പോൾ, തളിർത്തും പൂത്തും നിൽക്കുന്ന കാടകങ്ങളിലൂടെ ഞങ്ങൾ യാത്രചെയ്തു. അമ്മ മരിച്ചു കിടന്ന സ്ഥലത്ത് എല്ലാ തവണയും ഞങ്ങൾ എത്തി. പൂത്തുലഞ്ഞു നിൽക്കുന്ന മരത്തിന്റെ ചുവട്ടിലേക്ക് കൂട്ടമായി എത്തി ഭൂമിയെ തൊട്ട് നമസ്കരിക്കുമായിരുന്നു. ഓർമ്മകളിൽ നൊന്തു ഞാൻ കരഞ്ഞു. ആ പൂക്കളുടെ ഗന്ധം എന്നെ ഭ്രാന്ത് പിടിപ്പിച്ചു. ഓർമകൾ ഒന്നൊന്നായി ഇറങ്ങി വന്ന് തിടം വച്ച് നൃത്തം ചെയ്യും. ഒറ്റയ്ക്കു പോകാൻ പ്രാപ്തിയായതിനു ശേഷം എല്ലാ വർഷവും വസന്തം തുടങ്ങുമ്പോഴേ, അമ്മ ഉറങ്ങുന്ന മണ്ണിൽ പോകുമായിരുന്നു. നിലമെങ്ങും പൂക്കൾ വിരിച്ച് കിളികളുടെ ഭാവസാന്ദ്രമായ സംഗീതം പൊഴിഞ്ഞു നിന്നിരുന്ന ഭൂമി സ്വർഗ്ഗത്തെപ്പോലെ തോന്നിച്ചു. അവിടെ ആത്മാക്കൾ വനശലഭങ്ങളായി പാറി നടക്കുന്നുണ്ടാവാം. ചില സന്ധ്യാസമയങ്ങളിൽ പൂമണങ്ങളെ അതിശയിച്ചുകൊണ്ട് അമ്മയുടെ മണം അന്തരീക്ഷത്തിൽ എരിഞ്ഞു നിൽക്കും. എന്റെ അമ്മ എന്നെ കാണാൻ വരുന്നതാണ്. അമ്മ മരിച്ചു കിടന്ന മണ്ണിൽ കൊമ്പുകുത്തി മനസ്സ് നൊന്തു ഞാൻ പ്രാർത്ഥിച്ചു. വസന്തകാലം കഴിയാതെ എനിക്കു മടങ്ങിപ്പോകാനാവില്ലായിരുന്നു.

വലുതായപ്പോൾ കൂട്ടത്തിലുള്ളവരുടെ എല്ലാ കാര്യങ്ങളിലും ഞാൻ പ്രത്യേക ശ്രദ്ധ എടുത്തിരുന്നു. കുട്ടികൾ ഒറ്റപ്പെടുമ്പോഴും ദൂരെ കളിക്കാൻ പോകുമ്പോഴും ഞാൻ അവരുടെ സുരക്ഷിതത്വം ഉറപ്പാക്കും. കൂട്ടത്തിൽ ആർക്കു വേദനിച്ചാലും എനിക്കു സഹിക്കില്ല. പ്രത്യേകിച്ച് കുട്ടികൾക്ക്. പോകെപ്പോകെ എല്ലാവരും എന്നെ

അനുസരിച്ചു തുടങ്ങി. വനയാത്രകളിൽ ഞാനായിരുന്നു നായകൻ. വസന്തം തുടങ്ങുമ്പോൾ എല്ലാവരും എന്റെ കൂടെ അമ്മ മരിച്ചു കിടന്ന കാട്ടിലേക്കു പോരുമായിരുന്നു.

ഓരോ തവണ പോകുമ്പോഴും ഞങ്ങൾക്ക് പുതിയ വഴി കണ്ടുപിടിക്കേണ്ടി വന്നു. പഴയ വഴിത്താരകൾ മുറിച്ചെടുത്തു മനുഷ്യർ പുതിയ കൃഷിയിടങ്ങളാക്കിയതും ധാന്യപ്പുരകൾ പടുത്തുയർത്തിയതും കണ്ട് ഞങ്ങൾ വിഷമിച്ചു. അമ്മയുടെ ജീവൻ പൊലിഞ്ഞ സ്ഥലത്തേക്ക് പുതിയ വഴിത്താരകൾ തെളിക്കാൻ സ്ഥലമില്ലാതായി. വലിയ മരങ്ങളും കുത്തനെയുള്ള കയറ്റിറക്കങ്ങളും പാറക്കെട്ടുകളും ഞങ്ങളുടെ വഴികളിൽ തടസ്സം സൃഷ്ടിച്ചു.

തൊട്ടടുത്ത വർഷം കാടിന്റെ ഗാംഭീര്യത്തിൽ വസന്തം കൈയൊപ്പു ചാർത്തവെ പതിവുപോലെ, ആത്മസമർപ്പണത്തിനായി ഞങ്ങൾ യാത്ര തുടങ്ങി. കാടിന്റെ ദുർബലമായ പ്രതിരോധങ്ങളെയെല്ലാം കശക്കിയെറിഞ്ഞുകൊണ്ട് മനുഷ്യർ കാടിന്റെ ഹൃദയം വരെ ആക്രമിച്ചു കീഴടക്കിയിരുന്നു. അമ്മ മരിച്ച മണ്ണിലേക്ക് വരാനുള്ള അവസാന വഴിത്താരയും പിടിച്ചടക്കപ്പെട്ടിരുന്നു. മരങ്ങളും അരുവികളും അപ്രത്യക്ഷമായിരിക്കുന്നു. വേട്ടയാടലിൽനിന്നും കൊലയിൽ നിന്നും രക്ഷപെട്ട പക്ഷികളും മൃഗങ്ങളും അഭയമില്ലാതെ ഉൾക്കാടുകളിൽ മറഞ്ഞു. അവയുടെ തേങ്ങലുകൾ അന്തരീക്ഷത്തിൽ അപ്പോഴും തങ്ങിനിൽപ്പുണ്ടായിരുന്നു. സ്വന്തമെന്നു കരുതി ഞങ്ങൾ പരിപാലിച്ചു പോരുന്ന കാടിന്റെ വിശുദ്ധി, നീരുറവകളും തടാകങ്ങളും ഋതുഭേദപുണ്യങ്ങളും പൂർവ്വികർ ഉറങ്ങുന്ന മണ്ണും പ്രാണവായു പോലും കൊല ചെയ്യപ്പെട്ടിരിക്കുന്നു. കുടിവെള്ളം അന്വേഷിച്ച്, മുൻപുണ്ടായിരുന്ന ചെറിയ തടാകം തേടി ഞങ്ങൾ യാത്രയായി.

പെട്ടെന്ന് ഒരു കൂട്ടം ആൾക്കാർ വലിയ ഒച്ചയിട്ടുകൊണ്ട് പാട്ട കൊട്ടിയും പടക്കം പൊട്ടിച്ചും ഞങ്ങൾക്ക് പിന്നാലെ പാഞ്ഞു വന്നു. വലിയ അമിട്ടാണ് പൊട്ടിക്കുന്നത്. ശബ്ദം ഞങ്ങൾക്ക് ഭയമാണ്. ചിലർ കല്ലും പത്തലും വലിച്ചെറിഞ്ഞു. ഞങ്ങൾ പല വഴിക്കോടി. രാത്രിയിൽ ഞങ്ങൾ ഒത്തുകൂടി. മറിഞ്ഞു വീണും കല്ലേറുകൊണ്ടും പലർക്കും പരിക്കു പറ്റിയിരുന്നു. കുട്ടികളിൽ ഒരാൾ ഇനിയും വന്നു ചേർന്നിട്ടില്ലെന്ന് അപ്പോഴാണ് മനസ്സിലായത്. എല്ലാവരും കുട്ടിയെ അന്വേഷിച്ച് നാനാവഴിക്ക് പോയി. രാത്രി മുഴുവൻ തിരഞ്ഞു. ഒരു നിലവിളി കേട്ട ദിക്കിലേക്ക് എല്ലാരും ഓടി. എത്തിയത് എല്ലാവരും ഒരു പൊട്ടക്കിണറിന്റെ കരയിലാണ്. കിണറിൽ മരണത്തോടു മല്ലടിച്ചു നിന്ന കുട്ടിയെ വല്ലവിധേനയും കരയ്ക്ക് വലിച്ചു കയറ്റിയെങ്കിലും ജീവൻ രക്ഷിക്കാനായില്ല. സങ്കടവും ദേഷ്യവുംകൊണ്ട്

എല്ലാവരും സംഘർഷത്തിലായി. ചിലർ ചിന്നം വിളിക്കുകയും കൊമ്പുകുലുക്കി പായുകയും ചെയ്തു. ആ ദിവസം മുഴുവൻ എല്ലാവരും അവിടെ നിന്ന് കരഞ്ഞു. ഒരു മരണവും താങ്ങാനാവില്ല: പ്രത്യേകിച്ച് കുഞ്ഞുങ്ങളുടെ...

മനുഷ്യൻ പിടിച്ചെടുത്ത വഴിത്താരകളിലൂടെയാണ് പിറ്റേ ദിവസം ഞങ്ങൾ തിരിച്ചുപോയത്. കൃഷിസ്ഥലങ്ങൾ ആക്രമിച്ചുവെന്ന് ആരോപിച്ച് മനുഷ്യർ ഞങ്ങളെ കല്ലേറിയുകയും പടക്കവും ഗുണ്ടും പൊട്ടിച്ച് ഉപദ്രവിക്കുകയും ചെയ്തു. കുട്ടികൾ ഭയന്ന് നിലവിളിച്ചു. അതുകൊണ്ട് ഞങ്ങൾ വേഗം ഓടിപ്പോയി. ഞങ്ങൾ മേഞ്ഞുനടന്ന കാടും പൂർവികർ മരിച്ചു വീണ മണ്ണും ഞങ്ങൾക്ക് അന്യമായിരിക്കുന്നു. ആർത്തിക്കാരായ മനുഷ്യർ അവ കയ്യേറിയിരിക്കുന്നതിൽ എല്ലാവർക്കും കടുത്ത ദുഃഖവും ദേഷ്യവുമുണ്ടായിരുന്നു.

വീണ്ടും വസന്തം വന്ന് കാട്ടിൽ പൂത്തിരി കത്തിച്ചു. വിവിധ വർണ്ണങ്ങളിലുള്ള പൂക്കളും മനംമയക്കുന്ന സുഗന്ധങ്ങളും നിറഞ്ഞ് കാട് ഒരു പൂങ്കാവനമായി. ഞങ്ങൾ കാട്ടിൽ വസിക്കുന്നവർക്ക് ഉന്മാദം നിറഞ്ഞ ആനന്ദോത്സവമായി. വസന്തം എനിക്കെന്നും വേദനയായിരുന്നു. കാട് പൂക്കളും സുഗന്ധങ്ങളുമായി നിറഞ്ഞുനിന്ന ഒരു വസന്തകാലത്താണ് എന്റെ സർവസ്വവും എനിക്ക് നഷ്ടമായത്. ഓരോ പൂവിലും അമ്മയുടെ ഗന്ധം എരിഞ്ഞു നിന്നിരുന്നു. അങ്ങകലെ അമ്മ മരിച്ചുവീണ ഭൂമികയിൽ പൂത്തുലഞ്ഞു നിൽക്കുന്ന വൻമരവും പൂക്കളുടെ ഗന്ധവും എന്റെ രാപകലുകളിൽ നിറഞ്ഞു കവിഞ്ഞ് എന്നെ ശ്വാസം മുട്ടിച്ചു. എനിക്കു ഭ്രാന്തുപിടിച്ചപോലെയായി. ആരോടും പറയാതെ രാത്രി ഞാൻ, അമ്മ വീണ മണ്ണിലേക്ക് ഒറ്റയ്ക്ക് യാത്രയായി.

മനുഷ്യർ അതിക്രമിച്ചു കയറി പിടിച്ചെടുത്ത സ്ഥലങ്ങളിൽ കമ്പിവേലികൾ സ്ഥാപിച്ച് കറണ്ട് കടത്തിവിട്ടിരുന്നു. ഞങ്ങളെ കൊന്നുകളയുകയായിരുന്നു അവരുടെ ഉദ്ദേശ്യം. അറിയാതെ കമ്പിവേലിയിൽ തട്ടിയ എനിക്ക് ഷോക്കേറ്റു. ദൂരെ തെറിച്ചുവീണു. കാലു മുതൽ ഉച്ചിവരെ പെരുത്തുപോയി. ശരീരം നിന്നു കത്തുന്നതുപോലെ. പെട്ടെന്ന് എഴുന്നേറ്റു. എഴുന്നേറ്റെങ്കിലും വേദന സഹിക്കാൻ വയ്യാതെ അലറിക്കൊണ്ട് ഞാനോടി. കണ്ണു കാണുന്നില്ല. വഴിയിലുണ്ടായിരുന്ന എന്തിലൊക്കെയോ തട്ടി മറിഞ്ഞു വീണു. വീഴ്ചയിൽ കാലുകൾക്ക് പരിക്ക് പറ്റി. അമ്മ മരിച്ചു വീണ മണ്ണിൽ ചെന്നാണ് ഞാൻ നിന്നത്.

തിരികെ വരുന്ന വഴി മനുഷ്യരുടെ ഒച്ചയും അലർച്ചയും. ഞാൻ, കൃഷി നശിപ്പിച്ചെന്നും ധാന്യപ്പുരകൾ തകർത്തെന്നും ആരോ

കുറ്റപത്രം വായിച്ചു. അരി മോഷ്ടിച്ചെന്ന് ആരോപിച്ച് എനിക്ക് അരിക്കൊമ്പനെന്ന വട്ടപ്പേരു ചാർത്തി. തോക്കും പട്ടാളവും ലൈറ്റും മനുഷ്യരും ബഹളവും.

ഞാൻ എന്തു തെറ്റാണ് ചെയ്തതെന്ന് എനിക്കു മനസ്സിലായില്ല. ഞങ്ങളുടെ വഴിത്താരകളും കാടും വിട്ട് ഞാൻ പുറത്തു പോയിട്ടില്ല. എന്നിട്ടും കാട്ടിൽ അവർ ഞങ്ങളെ കറണ്ടടിപ്പിച്ചു കൊല്ലാൻ നോക്കി. കല്ലെറിഞ്ഞും പടക്കം പൊട്ടിച്ചും പീഡിപ്പിച്ചു. ഞങ്ങളുടെ കുട്ടികൾ ഭയന്ന് കിണറ്റിൽ വീണു മരിച്ചു. ഞങ്ങൾ എവിടെ ജീവിക്കും? എവിടെ ഒളിക്കും? ഈ കാട് എന്റെ മണ്ണാണ്. ഞങ്ങളുടേതാണ്. മനുഷ്യന് ഇവിടെ എന്താണ് അവകാശം?

കാടിന്റെ മറവിൽ നിന്ന് പെട്ടെന്ന് അധിനിവേശത്തിന്റെ ധാർഷ്ട്യം തീയുണ്ടകളായി എന്റെ ചങ്ക് തുളച്ചുകേറി. വേദനകൊണ്ടു ഞാൻ പുളഞ്ഞുപോയി. ജീവൻ വാരിപ്പിടിച്ച് അലറിക്കൊണ്ടു പാഞ്ഞ കാടിന്റെ ദൈന്യത്തിൽ തലങ്ങും വിലങ്ങും തീയുണ്ടകൾ പായിച്ച് അധമർ അട്ടഹസിച്ചു. എന്റെ കാലുകൾ കുഴഞ്ഞു. കണ്ണിൽ ഇരുട്ടു കേറി. വെടിവച്ച ആളുകൾ തോക്കു ചൂണ്ടി പാഞ്ഞടുക്കുന്നു. വയ്യ ഇനി വയ്യ. ഞാൻ കൊമ്പുകുത്തി വീഴുകയാണ്. ബോധം മറയുന്നു.

അങ്ങു ദൂരെ അമ്മ തുമ്പിക്കൈ നീട്ടി വിളിക്കുന്ന മങ്ങിയ കാഴ്ച. പുലരിമഞ്ഞിന്റെ മാർദ്ദവത്തിൽ ആയിരമായിരം സൂര്യരശ്മികൾ വിരുന്നെത്തി നെയ്തെടുത്ത ശുഭ്രാംബരം പുതച്ച് വാത്സല്യമൊഴുക്കി അമ്മ നിന്നു.

''മോനേ... വാ. അവർ നിന്നെ കൊല്ലുന്നതിനു മുൻപിങ്ങു വാ. എനിക്കു നിന്നെ പിരിഞ്ഞിരിക്കാൻ വയ്യ. വാ...''

ആ വിളിയിൽ ഒരു ജീവൻ കൊരുത്തിട്ട്, ഉണരാതെ എഴുന്നേറ്റു. ഭാരമില്ല, വേദനയില്ല. പഞ്ഞിക്കെട്ടുപോലെ അമ്മയിലേക്ക് പാറി.

■

അരിവാൾത്തലയിലെ രാത്രി

പുറത്തെ നിലാവിനെ പേടിച്ച് മൺകൂരയിലെ ഒറ്റമുറിയിൽ കയറി ഇരുട്ട് ഒളിച്ചിരുന്നു. ഒരു രാത്രിയിലെ മൊത്തം കറുപ്പ് ഒന്നിച്ച് മുറിയിൽ ഒളിച്ച് ജഗദയ്ക്ക് ചുറ്റിലും കനം വച്ചു നിന്നു.

ഇരുട്ടിന്റെ ആദ്യത്തെ അടരിൽ അവൾ തഴപ്പായ വിരിച്ചു കിടന്നു. ഓലമേഞ്ഞ മേൽക്കൂരയെ ഒരു കറുപ്പ് നക്കിയെടുത്തിരിക്കുന്നു. ഒന്നും കാണുന്നില്ല. കാല് വേദനിക്കുന്നുണ്ട്. തണുപ്പ് നിശ്ശബ്ദമായി മൺചുമരുകളെ മയക്കി മുറിക്കുള്ളിൽ കടന്നു. പുറത്ത് മരച്ചില്ലയിലെവിടെയോ പെട്ടെന്ന് ഒരു മൂങ്ങ മൂളൽ തുടങ്ങി. രാത്രിയുടെ നിശ്ശബ്ദതയിൽ മൂങ്ങ മൂളുന്നത് ആളിനെ കണ്ടിട്ടാരിക്കുമെന്ന് തേവിയമ്മൂമ്മ പറഞ്ഞത് അവളുടെ മനസ്സിലേക്ക് പറന്നുവന്നു. ഒറ്റയ്ക്കാണെന്ന് ഓർത്തപ്പോൾ ഉള്ളൊന്നു കിലുങ്ങി. പായുടെ കോണിൽ കിടന്ന ആറു വയസ്സുകാരി കാർത്തി എപ്പഴേ ഉറങ്ങിയിരിക്കുന്നു. കണ്ണുകൾ മുറുക്കിയടച്ച് ഇരുട്ട് വാരിപ്പുതച്ചു. ആരുടെയോ കണ്ണുകൾ ഇരുളിൽനിന്ന് തന്നെ ഒളിഞ്ഞു നോക്കുന്നുണ്ടോ? ഒരു ഭയം ചങ്കിലാളിപ്പെടച്ചു. ഇരുളിൽ പതഞ്ഞുനിന്ന ഏതൊക്കെയോ രൂപങ്ങൾ തന്റെ ഉറക്കത്തെ വലിച്ചെടുത്തു. ഉറക്കത്തിന്റെയും ഭയത്തിന്റെയും ഇടയിൽ ഒരു യൗവനം ഇടിവെട്ടി നിന്നു. വേവലാതികൾ ചിത്രങ്ങൾ വരച്ച് മനസ്സിലേക്ക് ഒന്നൊന്നായി ഇറങ്ങി വന്നു. ഒരു തിരശ്ശീല ഉയർന്നപ്പോൾ അന്നത്തെ വൈകുന്നേരം രംഗത്ത് തളം കെട്ടി.

പുന്തലയ്യത്തെ കുട്ടിമാപ്പിളച്ചന്റെ അഞ്ചേക്കറിന്റെ കൊയ്ത്തു കഴിഞ്ഞിട്ട് രണ്ടാഴ്ചയായി. ഇന്നാമെതി തൊടങ്ങീത്. അമ്മേം അച്ഛനും രാധേം രാഘേലാച്ചനും നേരത്തെ പോയി. വെളക്കു കത്തിച്ചേച്ചു കാർത്തിയേം കൂട്ടി വന്നാ മതീന്ന് അമ്മ. താൻ ചെന്നപ്പഴേക്കും കളത്തില് ലൈറ്റുമൊക്കെയിട്ട് കെട്ടിവച്ച മൊളങ്കമ്പേൽ പിടിച്ചോണ്ട് എല്ലാരും മെതിക്കുവാരുന്നു. അഞ്ചെട്ടു കൂട്ടരുണ്ട്.

കതിരു മെതിച്ചപ്പം കാലിലെന്തോ കൊണ്ടു കേറി. പ്രീഡിഗ്രിക്ക് പഠിക്കാൻ പോയപ്പം മൊതൽ ചെരുപ്പിട്ടോണ്ടു നടക്കുന്നോണ്ട് കാൽവെള്ളയ്ക്ക് തഴമ്പില്ല. അവർക്കെല്ലാം നല്ല തഴമ്പൊണ്ട്.

''അയ്യോ...'' കാൽ ഒതച്ച് അവിടെയിരുന്നു.

''ഒരാണിയാ.'' പഴന്തുണി കീറി മുറിവ് കെട്ടിക്കൊണ്ട് രാധ പറഞ്ഞു.

''കുട്ടിച്ചായാ കറ്റയ്ക്കകത്ത് ആരാ ആണിയെടുത്തിട്ടേ. കൊച്ചിന്റെ കാലേക്കേറിയല്ലോ.''

മെതി നിർത്താതെ അമ്മ വിളിച്ചു ചോദിച്ചു. വിങ്ങലു സഹി ക്കാണ്ടായി.

''കാർത്തിയേം വിളിച്ചോണ്ട് വീട്ടിപ്പോയിക്കെടന്നോ..'' വായി ക്കെടന്ന മുറുക്കാൻ നീട്ടിത്തുപ്പിക്കൊണ്ട് അമ്മേടെ വക മരുന്ന്.

ചേട്ടത്തി രാധേടെ മോളാ കാർത്തി. ആറ് വയസ്സേ ഒള്ളൂ. രണ്ടിലാ പഠിക്കുന്നേ, വർത്താനം കേട്ടാ അറുപതിന്റെ പടുക്കയാ. വല്യ വൈഭവക്കാരി.

ചൂട്ടും മിന്നിച്ച് പാടത്തിറങ്ങി. കാർത്തിയാ ചൂട്ടു മിന്നിച്ചോണ്ട് വരമ്പത്തൂടെ മുമ്പേ നടന്നത്. അടിക്കണ്ടത്തിൽ വെള്ളക്കെട്ടൊ ണ്ടെങ്കിലും മേക്കണ്ടങ്ങളിൽ വെള്ളം വാർന്നു തൊടങ്ങിയിരുന്നു. ചിങ്ങക്കൊയ്ത്തു കഴിഞ്ഞ പാടം നിലാവിൽ കുളിച്ചങ്ങനെ കെട ക്കുവാ. മാനത്ത് ഒരോട്ടുകിണ്ണം വെന്തു പഴുത്തു തിളങ്ങുന്നു. ചീന ച്ചട്ടീല് പൊള്ളിനിൽക്കുന്ന പപ്പടം ഈർക്കിലേൽ കുത്തിയെടുക്കു ന്നത് ഓർമ്മ വന്നു. ആയിരം തിരികൾ മാനം തൊരന്നു കത്തിച്ച താര്? രണ്ട് കണ്ണുകളും ഒന്നിറുക്കിയപ്പോൾ പൊന്നമ്പിളി തൊട്ടു മുന്നിൽ. നിലാവു കുടിച്ചു മത്തു പിടിച്ച മാക്രികളും ചീവീടുകളും ശൃംഗാരരാഗത്തിൽ ത്രസിച്ചു. പെട്ടെന്ന് ഒരു തണുത്ത കാറ്റു വന്ന് വട്ടം ചുറ്റിപ്പിടിച്ചു. സുഖകരമായ ഒരു തണുപ്പ് ദേഹത്തിഴഞ്ഞു. വരമ്പിലെ ചെളിയിൽ തെന്നി രാവിന്റെ അഴകിലേക്ക് മനസ്സൊന്നു വഴുതി. ഒരു കാൽ കണ്ടത്തിലേക്കിറങ്ങി.

''കുഞ്ഞമ്മേ നോക്കി നടക്ക്.'' രണ്ടാംക്ലാസ്സുകാരിയുടെ ശാസന. മിണ്ടിയില്ല. അവളോടൊന്നും പറയാൻ പറ്റത്തില്ല. വെളഞ്ഞ വിത്താ. നടന്നു തോട്ടുങ്കര അടുത്തപ്പഴാ ഇറങ്ങിക്കേറുന്നിടത്തൂന്ന് കുറെ മാറി വരമ്പിൽ ഒരു തീ മിന്നുന്നത് കണ്ടത്. മുന്നിൽ നടന്ന കാർ ത്തിയെ പിടിച്ചുനിർത്തി. ഒരു ഭയം ഉള്ളിലോട്ടിഴഞ്ഞു കേറി.

''മോളേ, ആരാണ്ടവിടെ ഒണ്ട്.''

''അയ്യോ ആരാ?'' കുഞ്ഞു പേടിച്ചു.

സൂക്ഷിച്ചു നോക്കി. ഒരു ബീഡിമണം കാറ്റിലെവിടെയോ. കഴുത്തിൽ കിടന്ന തോർത്ത് എടുത്ത് നെറ്റിയിൽ വട്ടം കെട്ടി. ഉടുത്തിരുന്ന ലുങ്കി മടക്കിക്കുത്തി കൈ വീശി നടന്നു.

''കുഞ്ഞമ്മയെ ഇപ്പം കണ്ടാൽ അപ്പൂപ്പനെപ്പോലൊണ്ട്.''

അവൾ കാർത്തിയുടെ വാ പൊത്തി.

''മിണ്ടല്ലേ മോളേ. നേരെയങ്ങ് നടന്നോണം. വേം വീട്ടിലെത്താം.''

ജഗദയിലെ പെണ്ണ് ഭയംകൊണ്ട് ചുളുങ്ങിപ്പോയി. തോടിറങ്ങിക്കേറി വരമ്പത്തു കാലുവച്ചപ്പോൾ മനസ്സിലൊരിടിവെട്ടി.

''ആരാടാ... ദാമോരനാണോ?''

വാറ്റുചാരായത്തിലലിഞ്ഞ് ബീഡിപ്പുകയിൽ എരിഞ്ഞു വന്ന ശബ്ദം ചെവിയിൽ കൊത്തി.

പട്ടിപ്പാതി രായപ്പൻ. സ്ഥലം ചട്ടമ്പിയാ. കൂടാതെ നാടുനീളെ മറ്റേ പരിപാടിക്ക് നടക്കുന്നോനും. മിണ്ടിയില്ല. കാലുകൾക്ക് വേഗം കൂടി. വേണ്ടി വന്നാൽ വീട്ടിൽ ഓടിക്കേറാം. പാടത്തിന്റെ കരേലെ ആദ്യത്തെ വീടാ.

''ആരാടാ അത്?'' വീണ്ടും ചോദ്യം വന്ന് ചങ്കിൽ തട്ടി.

തൊണ്ട അരം വച്ചൊരച്ച് പറഞ്ഞു.

''കുപ്പയിലെ ശങ്കുവാടാ..''

ആണിന്റെ ശബ്ദമായോന്ന് സംശയം. ശങ്കു നാട്ടിലെ അടിപിടിക്കാരനാ.

''നിന്റെ തൊണ്ടയ്ക്കെന്താടാ പറ്റിയേ?'' കനത്ത ഒരു മൗനത്തിന്റെ പിന്നാമ്പുറത്തുകൂടി കാലുകൾ നീട്ടിവച്ചു. അപകടം മണത്ത കാർത്തി ഓടിക്കഴിഞ്ഞിരുന്നു.

''എടീ കുഞ്ഞമ്മേ ഇങ്ങോട്ടോടി വാ.''

പത്തടി മുന്നിൽ ചെന്നുനിന്ന് അവൾ ശാസിച്ചു.

''അത് ശങ്കുവല്ലെടാ. ഒരു പെണ്ണിന്റെ പോലത്തെ ശബ്ദമാന്നല്ലോ. കുട്ടിക്കൊറവന്റെ മോള് രാധയല്ല്യോടാ അത്.''

ഉണ്ടപ്പിള്ളേടെ നാവു തെറിച്ചു വീണു. അവമ്മാരു കൈക്കാരാ. ചെറ്റകള്.

''അവരെല്ലാം പുന്തലയ്യത്ത് നിന്ന് മെതിക്കുന്നത് ഞാങ്കണ്ടതാന്നല്ലോ.''

കുപ്പീന്ന് ചാരായം വായിലോട്ട് കമിഴ്ത്തിയിട്ട് പട്ടിപ്പാതി ഒരു നിമിഷം ആലോചനയിലാണ്ടു. തർക്കിക്കാനെടുത്ത സമയം കൊണ്ട് രണ്ടു കണ്ടംകൂടി കഴിഞ്ഞ് വീടിനടുത്തെത്തി.

‘‘നിന്നെ ഞങ്ങളെടുത്തോളാടീ. എന്തിരവളേ...’’

ഉണ്ടപ്പിള്ള ഉറക്കെ കാർക്കിച്ചു തുപ്പി.

ആ വിളിയിൽ ഉറപ്പിച്ചു. അവർക്ക് ആളെ പിടികിട്ടി.

അപ്പോഴേക്കും ഓടി അക്കരെയെത്തിക്കഴിഞ്ഞിരുന്നു.

വീടെത്തിയിട്ടും കേറാതെ ചൂട്ടും മിന്നിച്ചോണ്ട് തെക്കേലേ ശങ്കൂന്റെ വീട്ടുമുറ്റത്തു ചെന്ന് തീ കെടുത്തിയാ തിരിച്ചു വന്ന് വീട്ടിക്കേറിയേ.

ഒരു പേടി വയറ്റിൽ കത്തിപ്പിടിച്ചു. വെട്ടരിവാൾ എടുത്ത് തലക്കീഴിൽ വച്ചു. ഒറ്റമുറി ഓലക്കൂരയാ. ചെറ്റക്കതക് അകത്തൂന്ന് പൂട്ടി താക്കോലെടുത്താ കെടന്നേ. തിണ്ണയോടു ചേർന്ന ചരിപ്പിലാ പശൂനേം ക്ടാവിനേം കെട്ടിയിരിക്കുന്നേ.

അതോർത്തപ്പം ഒരു ശക്തി തോന്നി. എണീറ്റ് മൺഭിത്തിയുടെ നടുക്കുള്ള ഊട്ടയിലൂടെ അമ്മിണിയെ നോക്കി. അവൾ നിന്ന് അയ വെട്ടുന്നു. കിങ്ങിണി പാലു കുടിച്ച് താഴെ കെടക്കുവാ. ഊട്ടയിൽ വാ ചേർത്തുവച്ച് ശബ്ദം താഴ്ത്തി വിളിച്ചു:

‘‘അമ്മിണീ... അമ്മിണീ...’’

ഒരു നിമിഷം അമ്മിണി അയവെട്ടൽ നിർത്തി. വിളി കേട്ട ഭിത്തിയിലേക്ക് മുഖം തിരിച്ച് ചെവികൂർപ്പിച്ച് അനങ്ങാതെ നിന്നു.

‘‘മോളേ ഞാനാ. എനിക്കു പേടിയാ അമ്മിണീ. ഇവിടാരുമില്ല. നീ നോക്കിക്കോണേ.’’

അവൾ തല കുലുക്കി. കഴുത്തിലെ മണി കിലുങ്ങി. വീണ്ടും അയവെട്ടി.

‘‘ദൈവമേ... അച്ഛനും അമ്മേം പെട്ടെന്നിങ്ങ് വരണേ.’’

പേടി കൊട്ടിക്കയറി.

‘‘മോളേ... കാർത്തീ...’’ വിളിച്ചെങ്കിലും അവൾ നല്ല ഉറക്കത്തിലാ. ജഗദ പായയിൽ എണീറ്റിരുന്നു.

ഓ... ഒന്നും ഒണ്ടാവില്ല. എല്ലാം വെറുതെ തോന്നലാ.

കഴിഞ്ഞ വർഷം പ്രീഡിഗ്രി ക്ലാസ്സിൽ ഇംഗ്ലീഷ് അദ്ധ്യാപകൻ വി.സി. ജോൺ സാർ പറഞ്ഞത് ഓർമ്മ വന്നു. പ്രീഡിഗ്രി തോറ്റെങ്കിലും സാറിന്റെ ക്ലാസ്സ് ഓർമ്മകളിൽ തെണുത്തു നിന്നു. ദി ബിഗ് ലെസ്സൺ ഇൻ ലൈഫ്, ബേബി, ഈസ് നെവർ ബി സ്കെയേർഡ് ഓഫ് എനിതിങ് ഓർ എനിവൺ. ലിവിറ്റ്. ഹി ഹു ഫിയേഴ്സ് വിൽ ആൽവേയ്സ് സഫർ... വരട്ടെ അപ്പം നോക്കാം. ഇറുക്കിയടച്ച കണ്ണുകൾ അയഞ്ഞു. ഹൃദയം മൃദുതാളത്തിലേക്കിറങ്ങി വന്നു. അടുത്തു

വച്ചിരുന്ന മൊന്തയിൽനിന്ന് ഒരു കവിൾ വെള്ളം അമൃതായി. ആകെ യൊന്ന് തണുത്ത് തഴപ്പായയിൽ അയഞ്ഞു.

ഇരുളിൽനിന്ന് ഒരു മയക്കം ഇഴഞ്ഞു വന്ന് അവളിൽ പടർന്നി റങ്ങി.

അമ്മിണീടെ മുക്രായും ബഹളവും കേട്ടു മയക്കം പമ്പ കടന്നു. ചങ്കിലൊരു കൊള്ളിയാൻ മിന്നി. പടാന്ന് ചാടിയെണീറ്റു. ചുറ്റും ഇരുട്ട് കട്ടപിടിച്ചിരുന്നു. ഒരു നിമിഷം കൊണ്ട് മൺഭിത്തിയിലെ ഊട്ടയിൽ കണ്ണുനട്ടു വെളിയിലേക്ക് നോക്കി.

''ഇവിടാരുമില്ലെടാ. പശൂനേ അഴിച്ചോണ്ടു പോവാം.''

''പട്ടിപ്പാതിയാ. കൂടെ മറ്റോനുമുണ്ട്.''

ജഗദ വിറച്ചു. ഉണ്ടപ്പിള്ള തിണ്ണയിൽ കയറി. അല്ലെടാ. അക ത്താരാണ്ടൊണ്ട്.''

അവൻ വാതിലിലേക്ക്.

ഒരു തരിപ്പ് ഉച്ചിയിൽനിന്ന് പാദംവരെ പടർന്നു. ഒരു നിമിഷം കുനിഞ്ഞ് വെട്ടരിവാൾ എടുത്തു, കൂടെ മുറിയുടെ താക്കോലും. അരിവാൾ താക്കോലിൽ ഉരച്ച ശബ്ദം ചിലമ്പിത്തെറിച്ചു. ഉള്ളു കീറി അലറി.

''ആരാടാ നായിന്റെ മക്കളെ. എടാ പട്ടികളേ, തിണ്ണേമ്മേലു കാലുവച്ചാ നിന്റെയൊക്കെ അരി ഞാൻ ചെത്തുമെടാ. എറങ്ങടാ.''

തൊണ്ട പൊട്ടിപ്പോയി. പശു അഴിഞ്ഞുപോയിരുന്നു. അവളുടെ ശബ്ദം കേട്ട മാത്രയിൽ രായപ്പൻ വാതിലിലേക്ക് കുതിച്ചു. ഒറ്റച്ചവി ട്ടിന് വാതിൽ തുറന്ന പട്ടിപ്പാതിയുടെ തോളിലേക്ക് വെട്ടിരുമ്പ് ആഴ്ന്നിറങ്ങി.

''അയ്യോ...'' അലറിക്കൊണ്ട് പുറത്തേക്ക് ഓടിയ പട്ടിപ്പാതിയുടെ പിറകേ പാഞ്ഞ ഉണ്ടപ്പിള്ളയുടെ നടുവിനു കുറുകെ വെട്ടിരുമ്പ് മിന്നിയാഴ്ന്നു. മുറ്റത്തേക്ക് വീണ അവനെ അമ്മിണി കൊമ്പിൽ താങ്ങിയെടുത്തു വട്ടം കറക്കിയെറിഞ്ഞു.

''വരിനെടാ പട്ടികളേ. കുട്ടിക്കൊറവന്റെ മോളെ ഒലത്താൻ വാടാ...''

അവൾ വെളിച്ചപ്പാടിനെപ്പോലെ തുള്ളി. അലറിക്കൊണ്ടോടി. ആരെക്കണ്ടാലും വെട്ടും. തിരിച്ചു വന്ന് തിണ്ണയിൽ അമ്മിണിയുടെ മുമ്പിൽ വെട്ടിയിട്ട വാഴപോലെ വീണു. മെതി കഴിഞ്ഞ് കാലത്തെ ത്തുന്ന വീട്ടുകാരോട് രാത്രി മുറിഞ്ഞുപോയ കഥ പറയാനായി വെട്ടിരുമ്പും അമ്മിണിയും ജഗദയും തൊട്ടു തൊട്ടു കിടന്നു.

■

മനോയാനം

ഭാരതപ്പുഴയുടെ കൈവഴികളിലും കടലുണ്ടിയിലും തട്ടിയുടഞ്ഞ ചൂടുകാറ്റ് വട്ടം പിടിച്ചപ്പോഴാണ് തീവണ്ടി ഷൊർണ്ണൂർ കഴിഞ്ഞെന്നു മനസ്സിലായത്. ഓർമ്മകളുടെ കെട്ടുകൾ അഴിഞ്ഞ് കാലത്തിന്റെ താളുകൾ മറിഞ്ഞു. പാലക്കാട് വിക്ടോറിയ കോളേജ് മലയാള വിഭാഗം മേധാവി എന്ന അദ്ധ്യായത്തിലെ വരികളിൽ തൊട്ട് നനഞ്ഞുപോയി. പശ്ചിമഘട്ടത്തിന്റെ, അട്ടപ്പാടിയുടെ, സൈലന്റ് വാലിയുടെ, കൽപ്പാത്തിയുടെ മണം തിങ്ങിയ ക്ലാസ്സ്മുറികൾ. പെരുമ്പനകൾ നിറഞ്ഞ തസ്റാക്ക്. മൈമുനയും അപ്പുക്കിളിയും രവിയും അള്ളാപ്പിച്ച മൊല്ലാക്കയും ചെതലിമലയുടെ അടിവാരങ്ങളിലെവിടെയോ പുതിയ കാലത്തെ തേടുന്നു.

കൊല്ലങ്കോടിന്റെയും കോട്ടയത്തിന്റെയും രാജശാസനങ്ങൾ, അസംഖ്യം രാജാക്കന്മാരുടെയും ധീരപഴശ്ശിയുടെയും രണഭേരികൾ ഓർമ്മകൾ ഉത്സവങ്ങളായി തിടംവച്ചിറങ്ങി വന്നു. മലയാളം ഔദ്യോഗിക ഭാഷയാക്കിയതിന്റെ ഭാഗമായി ഡിപ്പാർട്ട്മെന്റ് നടത്തിയ ഭാഷാവാരാചരണം. രണ്ടാം ദിവസത്തെ പ്രഭാഷകയായി സ്റ്റേജിൽ നിറഞ്ഞു നിൽക്കുന്നു. പ്രൊഫ. ബിന്ദു ശ്രീധരൻ, മലയാളവിഭാഗം മേധാവി.

പുരുഷാധിപത്യത്തിന്റെ നിഴലിൽനിന്ന് മോചിതയായി നവോത്ഥാനത്തിന്റെ തീയും പേറി ഒരു സീത, വിദ്യാർത്ഥികളും അദ്ധ്യാപകരും നിറഞ്ഞ സദസ്സിന്റെ മൗനത്തിൽ എരിഞ്ഞു മിന്നി. സദസ്സ് കാതോർത്തു. നക്ഷേത്രങ്ങൾ പോലെ വാക്കുകൾ തെളിഞ്ഞിറങ്ങി. ''ഗർഭിണിയെ വനാന്തർഭാഗത്ത് ഉപേക്ഷിച്ചു കടന്നു കളയുന്ന മനസ്സ്... സൂര്യവംശത്തിന്റെ കുലമഹിമ... മര്യാദാപുരുഷോത്തമന്മാർ! രാജത്വത്തിൽനിന്ന് മനുഷ്യത്വത്തിലേക്കുള്ള വഴി മറന്ന സൂര്യവംശഗാഥയിൽ സ്ത്രീശാപം അഗ്നിയായി പടർന്ന കഥകൾ...

''ഏകപത്നീവ്രതനിഷ്ഠയിലും പതിവ്രതാശാപം രാമന്റെ കിരീടത്തിന്റെ ശോഭ കെടുത്തിയില്ലേ?''

സദസ്സിന്റെ മൗനം കനത്തു മുറുകി. അത് പൊളിക്കാൻ എയ്തു വിട്ട അസ്ത്രം മൗനത്തിന്റെ മർമ്മത്തിൽ തറച്ചു. അല്ലെങ്കിലെന്താണീ പാതിവ്രത്യം?

മൗനം പൊളിയുന്നു.

കുട്ടികൾ ഇരുന്ന ഭാഗത്തു നിന്ന് കൈയടിയും ബഹളവും.

''അതെ, സ്ത്രീയെ ശരീരമാക്കി ചുരുക്കുന്നതിന്റെ മൊത്തം പേരാണ് പാതിവ്രത്യം.''

പുതിയതായി വന്ന സുവോളജി അദ്ധ്യാപിക ജോളിയുടെ കമന്റ് പെൺകുട്ടികൾ ഏറ്റെടുത്തു. ഒരു കടലിളകി. അലയൊടുങ്ങാൻ സമയമെടുത്തു.

''പാരതന്ത്ര്യത്തിന്റെ കൽത്തുറുങ്കുകളിൽനിന്ന് സ്വാതന്ത്ര്യത്തിന്റെ ആകാശത്തിലേക്ക് ഇന്ത്യൻ സ്ത്രീത്വത്തെ മോചിപ്പിച്ചെടുക്കാനുള്ള ആദ്യപ്രതിരോധം. മഹാഭാരതത്തിലെ അംബയിൽ കത്തിജ്വലിച്ച് രോഷവും ശപഥവുമായി മാറിയ അഗ്നിപ്രഭ. തന്നെ, അന്ധനു കൊടുത്തതിൽ പ്രതിഷേധിച്ച് ഗാന്ധാരി, ഈ ലോകത്തെ ഇനിമേൽ കാണണ്ടായെന്ന് തീരുമാനിച്ച് സ്വയം വരിച്ച അന്ധത.''

ഒരു മണിക്കൂർ നീണ്ട പ്രസംഗത്തിന് പ്രതിഫലമായി കിട്ടിയ നിർത്താതെയുള്ള കയ്യടി എനിക്ക് ലഹരിയായി.

ഉച്ചയൂണു കഴിഞ്ഞ സമയം. ആശാന്റെ സീത അപ്പോഴും മനസ്സിൽ വേലകളി നടത്തിക്കൊണ്ടിരുന്നു. മകരത്തിലെ വെയിലു കൊണ്ട് വെന്തു പഴുത്ത കാറ്റ് വഴിയോരക്കഥകളുമായി ഡിപ്പാർട്ട്മെന്റിലെത്തി. കഥ കേട്ട് വിയർത്തെങ്കിലും മയങ്ങിപ്പോയി.

''ടീച്ചർ...'' മയക്കം ഞെട്ടി.

''എന്താ കേശൂ?''

''ടീച്ചർ....''

അവൻ ആകെ പരവശനായിരുന്നു.

എം.എ ഒന്നാം വർഷ ക്ലാസ്സിൽ വന്നപ്പോൾ മുതൽ അവനിൽ ഒരു വേദന വിങ്ങിനിൽക്കുന്നുണ്ടെന്ന് തോന്നി. സംസാരിച്ചപ്പോഴൊക്കെ അവന്റെ വാക്കുകളിൽ പേരറിയാത്ത ഏതോ ഒന്ന്... ഒരു അനാഥത്വം മിഴികളിൽ നൊന്തു താണു.

അട്ടപ്പാടിയുടെ ഇരുളകങ്ങളിൽ നിന്നിറങ്ങി വന്ന, മണ്ണിന്റെ മണമുള്ളവൻ. ചെമ്പിച്ച് അലങ്കോലപ്പെട്ട മുടി. ഇരുളു കടഞ്ഞെടുത്ത ശരീരം. ഗോത്രത്തനിമയുടെ പ്രകൃതിഭാവം ദേഹമാകെ ഒഴുകിത്തുളുമ്പുന്നു. കണ്ണുകളിൽ എവിടെയോ ഒരു ഭയം ഒളിഞ്ഞിരിക്കുന്നു.

ആധുനികതയുടെ ധാർഷ്ട്യത്തെ കാടിന്റെ മൗനം കൊണ്ടു നേരിടുന്നവന്റെ അന്ധാളിപ്പു നുണഞ്ഞുകൊണ്ടവൻ ഒടിഞ്ഞുനിന്നു. അവനിൽ ഒരു കവിയുടെ മിന്നലാട്ടം ആദ്യംതന്നെ ശ്രദ്ധിച്ചിരുന്നു. നല്ല വായനക്കാരനും ആസ്വാദകനുമാകാൻ തികവു തേടുന്നവൻ. കവിത്രയത്തിൽ നിന്ന് ഉത്തരാധുനികതയിലേക്കും സമകാലിക കവിതയിലേക്കും പടർന്നിറങ്ങുന്ന ആദിദ്രാവിഡൻ. എല്ലാ ദിവസവും കൊണ്ടുവരുന്ന പൊതിച്ചോറുകളിൽ ഒന്നിൽ മീനുണ്ടായിരുന്നു, അവന് മീൻ ഇഷ്ടമാണെന്ന് എപ്പഴോ പറഞ്ഞ ഓർമ്മയിൽ...

''എന്താ മോനേ... എന്തായാലും എന്നോട് പറ.''

''ടീച്ചർ...''

''എനിക്കു വയ്യ ടീച്ചർ. എന്തു ചെയ്യണമെന്നറിയില്ല.''

''എന്താടാ കാര്യം?''

''വീട്ടീന്ന് എറങ്ങിപ്പോയില്ലെങ്കി അരിഞ്ഞുകളയുമെന്ന് പറഞ്ഞു.''

ഒരു നടുക്കത്തിൽ ഞാനെണീറ്റു.

''ആര്?''

''അച്ഛനും അമ്മാനും...''

ഇന്നലെ രാത്രി എന്നെ കൊല്ലാൻ അച്ഛൻ വെട്ടിയതാ. ഓടിമാറിയോണ്ട് പൊറം കൊറച്ചു മുറിഞ്ഞേയൊള്ളൂ. എന്റെ പെറകെ അച്ഛനും അമ്മാനും മടാളായിട്ടോടി.''

ഷർട്ടൂരി കാണിച്ച് അവൻ തേങ്ങി.

''വീട്ടിപ്പോകാൻ എനിക്ക് പേടിയാ ടീച്ചറേ. അവർ എന്നെ കൊല്ലും.'' ഭയം കലർന്ന ഒരു നിരാശത അവനിൽ പതഞ്ഞു.

''എന്തിനാ മോനേ നിന്നെ കൊല്ലുന്നേ? നീ കാര്യം പറ...''

''ഇന്നലെ രാത്രി കുടിമൂപ്പൻ ഒരു പൂജാരിയുമായി വന്നു. മുറ്റത്തു കാളിയുടെ കോലം വരച്ചു. അരിപ്പൊടിയും ചാന്തും നെറച്ചു. തെച്ചിപ്പൂക്കളും അരളിപ്പൂക്കളും. വേറെ കാട്ടുപൂക്കളും നെരന്നു. ബലിക്കായി മൂന്നു പോരുകോഴികൾ. രക്തത്തിൽ മുക്കിയെടുത്ത പൂവും ആടയുമായി മൂന്നു കരിങ്കോഴികൾ. പാതിരാത്രി കഴിഞ്ഞു. മന്ത്രങ്ങൾ ഉച്ചത്തിലായി. പൂജാരി കൈയിലൊരു വാളുമായി തുള്ളിയൊറഞ്ഞു. അമ്മേം അച്ഛനും അമ്മാനും കുങ്കച്ചനും എല്ലാരും തുള്ളുന്നൊണ്ടാരുന്നു.''

''കൊണ്ടുവാ... ഇവിടെക്കൊണ്ടുവാ... അമ്മേടെ മുമ്പിലെ... ഈ കളത്തില് വാ....''

പൂജാരി അലറി. മുറിയിൽ പതുങ്ങിയ എന്നെ ആരൊക്കെയോ കടന്നുപിടിച്ചു.

‘‘അയ്യോ... എന്നെ വിടോ... എനിക്കൊരു ബാധേല്ലേ... വിടോ... എന്നെ വിടാൻ....’’

അലർച്ച തേങ്ങലായി പൊന്തി. കളത്തീന്ന് കുതറിയ എന്നെ അച്ഛനും അമ്മാനും കുങ്കച്ചനും കൂടി കത്രികപ്പൂട്ടിട്ട് കാളിയുടെ കളത്തിക്കെടത്തി. മന്ത്രങ്ങൾ ഉച്ചത്തിലായി. ഒരു കരിങ്കോഴിയുടെ ഉയിരറ്റു. മൊഖത്തേക്കിറ്റിയ ചോര വടിച്ചു കളയാൻ കൈ വലിച്ചെടുത്തു. കൈ ഇളക്കാൻ പറ്റിയില്ല. ആണിയടിച്ചപോലെ പതിപ്പിച്ചു. ചോരച്ചാലിലേക്ക് മന്ത്രങ്ങൾ തൊളഞ്ഞിറങ്ങി.

അടുത്ത കുരുതി. കരിങ്കോഴിയുടെ പിടച്ചിൽ. കണ്ണിലും മൂക്കിലും രക്തം ചീറ്റിത്തെറിച്ചു. അലറിക്കൊണ്ട് ഞാൻ പൂട്ടുകൾ പൊട്ടിച്ചു. പുറത്തു ചാടിയോടി. പിറകെ ആരൊക്കെയോ.

‘‘പിടിക്കവനെ... ഓടരുത്....നിക്കടാ...’’ ജീവൻ കൈയിൽ പിടിച്ചു കൊണ്ടു പറന്നു.

‘‘എന്റെ കരിങ്കാളിയമ്മേ... പരീക്ഷിക്കല്ലേ...’’ അമ്മയുടെ പ്രാർത്ഥന.

‘‘കൊണ്ടുവാ... ഉയിരില്ലാമലും പർവാല്ലെ...’’

വെളിച്ചപ്പാടിന്റെ അലർച്ച കൊലയലകളായി ഇരുട്ടിൽ തട്ടി പ്രതിധ്വനിച്ചു.

‘‘അയ്യോ...’’

പൊറത്തൊരു മിന്നൽ... നീറ്റൽ.

‘‘നിക്കെടാ അവിടെ. ആരുടെയൊക്കെയോ അലറൽ പിണഞ്ഞു പാഞ്ഞെന്നെ കൊത്തി.

‘‘നിക്കെടാ...’’

നിന്നില്ല.

നിന്നത് ഇറക്കത്തെ മൂസ്സേട്ടിന്റെ തടിമില്ലിലാ. രാവിലെ നടന്നാ ഹോസ്റ്റലിലെത്തിയേ.’’

അവൻ ശ്വാസം വലിച്ചുവിട്ടു.

എന്റെ മനസ്സിൽ കൊള്ളിയാൻപോലെ സംഭവങ്ങൾ മിന്നിമറഞ്ഞു.

‘‘എന്തിനാ ഇതൊക്കെ. എന്നെ എന്തിനാ ടീച്ചറേ?’’

‘‘അതാ ഞാനും ചോദിക്കുന്നേ. നിന്നെ എന്തിനാ അവർ കൊല്ലാൻ ഓടിച്ചത്?’’

‘‘ആ കുങ്കച്ചന്റെ മോളു നീലിക്ക് ഈ ധനുവത്തിലെ കാർത്തികയ്ക്ക് പതിനാറു തെകേം. അന്ന് പൊടമുറി വച്ചിരുന്നതാ. എനിക്ക്

മംഗലം വേണ്ടാന്ന് പറഞ്ഞേനാ. ആദ്യം തല്ലി. പിന്നിപ്പം അവരെന്നെ കൊല്ലാൻ നോക്കാ. എനിക്ക് പെണ്ണുകെട്ടണ്ടാ. മൂപ്പനുമാവണ്ട.''

''അതെന്താ. നീ കൂടി സമ്മതിച്ചിട്ട് നേരെത്ത നിശ്ചയിച്ചതല്ലേ?''

''നിശ്ചയിച്ചതൊക്കെ ശരിയാ. പക്ഷേ എനിക്കു പറ്റില്ല ടീച്ചർ. എന്റെ മനസ്സ് ചെതറിപ്പോന്നു.''

''നിനക്കെന്താ പറ്റ്യേ? സത്യം പറ. നിനക്കാരോടേലും പ്രേമൊണ്ടോ?''

ഒരു മൗനം അവനെ മൂടിക്കളഞ്ഞു.

''കേശൂ...''

''വെള്ളയില്ലാതെ എനിക്ക് പറ്റില്ല ടീച്ചർ. ഞാൻ മരിച്ചു പോകും. ജീവിക്കുന്നേൽ ഞങ്ങളൊരുമിച്ചേ ഒള്ളൂ.'' അവൻ കരയുന്നുണ്ടായിരുന്നു.

''അതില്ലാണ്ടാക്കാൻ അവർ ഒള്ള കൂടോത്രം മുഴുവൻ ചെയ്യുവാ.''

ഉള്ളു നൊന്തു വന്ന വാക്കുകളിൽ ഒരു പ്രണയം പൊള്ളി നിൽക്കുന്നുണ്ടായിരുന്നു.

'ഞാനെന്തു ചെയ്യും ടീച്ചർ... ഇതു പറയാൻ ടീച്ചറല്ലാതെ എനിക്കാരുമില്ല.''

ഒരു കാല്പനികന്റെ സത്യസന്ധതയിൽ ഞാൻ മുങ്ങിത്താണു. ഒരു മൗനത്തിന്റെ അരികിലൂടെ മുറിയിലാരോ എത്തി.

''എന്താ അമ്മേം മോനും തമ്മിലൊരു പയ്യാരം?''

ഹാജർബുക്കിൽ ഒപ്പിടാൻ മുറിയിലേക്ക് കേറി വന്ന വസുമതി ടീച്ചർ കളിയാക്കി. എന്നും കൊണ്ടുവരുന്ന ചോറുപൊതികളിൽ ഒന്ന് കേശൂന് കൊടുക്കാൻ ഞാൻ ശ്രദ്ധിച്ചിരുന്നത് ടീച്ചറിന് അറിയാം. അതിനാ ഒരു കളിയാക്കൽ.

''ഓ.... അവന്റെ ഓരോ കാര്യങ്ങള്. ചുമ്മാ...''

തിരുവിതാംകൂറുകാരിയുടെ നിസ്സാരവത്ക്കരണം എന്റെ വാക്കുകളിൽ. അവർ ഒപ്പിട്ടു ബാഗും തൂക്കി പോയ പിറകെ അവനെ വിളിച്ചടുത്തിരുത്തി. കൈ തോളത്തു വച്ചു.

''കേശൂ...''

കണ്ണുകളിലൂടെ ഉള്ളിലേക്ക് തറഞ്ഞ ഒരു വിളിയിൽ അവൻ വിതുമ്പി.

''ടീച്ചറേ..''

അവന്റെ തേങ്ങലിന് ഗോത്രസ്മൃതി തുടിക്കുന്ന മണ്ണിന്റെ മണമുണ്ടായിരുന്നു.

''മോനേ, നാളെ നമുക്ക് നിന്റെ ഊരിൽ പോകാം.. നിന്റച്ഛനോടും ഊരുമൂപ്പനോടും ഞാൻ സംസാരിക്കാം. ഈ രാത്രി കഴിയട്ടെ.''

അവൻ കണ്ണുകൾ തുടച്ചു.

മലയിലേക്ക് കയറിത്തുടങ്ങിയപ്പഴേ ഒരു തണുത്ത കാറ്റ് ഇലകളിൽ തട്ടി ദേഹത്തു വീണുടഞ്ഞു. മരങ്ങളെല്ലാം അകന്നാണു നിന്നതെങ്കിലും താഴെ വേരുകളും മുകളിൽ ഇലകളും പരസ്പരം തൊട്ടു. ചിലതൊക്കെ കെട്ടിപ്പിണഞ്ഞു. ഓരോ മരവും കാട്ടിൽ ഒറ്റയ്ക്കാ... മനുഷ്യനെപ്പോലെ...

ആ വിചാരം കഴിഞ്ഞ കാലങ്ങളെ കൊരുത്തെടുത്തു പുറത്തിട്ടു. അവ ദീർഘനിശ്വാസങ്ങളിൽ പുകഞ്ഞു തീർന്നു.

ഓരോ മരവും ഒരു ലോകമാണെന്ന് തോന്നി. കൂടുകളിലും പൊത്തുകളിലും കൊമ്പുകളിലും ജീവിതം മെനഞ്ഞെടുക്കുന്ന എത്ര തരം കിളികൾ? പാറുന്ന ചിത്രശലഭങ്ങൾ. സ്ഥിരം താമസക്കാരും വിരുന്നുവന്നു പോകുന്നവരും. അവർ ചൊല്ലുന്ന, ആക്രമണത്തിന്റെയും അതിജീവനത്തിന്റെയും കഥകൾ. പറന്നെത്തുന്ന ദിക്കിലെ പകൽച്ചരിതങ്ങൾ. എല്ലാം തല കുലുക്കി കേൾക്കുന്ന ഇലച്ചാർത്തുകൾ. എത്ര നേരം മത്സരിച്ചോടിയാലും ക്ഷീണിക്കാത്ത അണ്ണാറക്കണ്ണന്മാർ. കുരങ്ങും ഉറുമ്പും ചീവീടും അരണയും... അങ്ങനെ എത്ര? താഴെ നിഴൽത്തണുപ്പിൽ സമൃദ്ധിയുണ്ണുന്ന എത്രയെത്ര ജീവിതങ്ങൾ. തളിർത്തും പൂത്തും കായ്ച്ചും കാലങ്ങളെ ചുമക്കുന്നവരാണ് മരങ്ങൾ. യഥാർത്ഥത്തിൽ ഋതുക്കൾ ഉത്സവമാഘോഷിക്കുന്നത് മരങ്ങളിലും ചെടികളിലുമാണ്. നാം വെറും കാഴ്ചക്കാർ. ഒരു മരം എഴുതുന്ന ആത്മകഥയിൽ എത്ര അദ്ധ്യായങ്ങളുണ്ടാകും! എത്രയെത്ര ജീവിതങ്ങൾ! പക്ഷികളും ശലഭങ്ങളും തലമുറകളായി ചൊല്ലിയേൽപ്പിച്ച എത്ര കഥകൾ... ഹോ... ഏത് ഇതിഹാസവും കുമ്പിട്ടുപോകും. വല്ലാത്ത ചിന്തകൾ:

''ടീച്ചർ... ആ കാണുന്നതാ ഞങ്ങടെ വീട്.''

അവൻ ചൂണ്ടിയ ദിക്കിലേക്ക് മരങ്ങളിൽ നിന്ന് ഞാൻ ഉണർന്നു. കുറച്ചു മുകളിൽ മരങ്ങളുടെ ഇടയിൽ കുറെ ചെറിയ വീടുകൾ. ഒരു വീടിന്റെ മുന്നിൽ ആൾക്കാര് കൂടി നിൽക്കുന്നു. നിലവിളിയും ബഹളോം കേൾക്കാം

''എന്റെ വീട്ടിലാ. പ്രശ്നമാ. നമുക്ക് തിരിച്ചു പോകാം ടീച്ചർ. എനിക്കു പേടിയാ.''

എന്തോ ഒരത്യാഹിതം മനസ്സിൽ കണ്ടു. ആരെന്നറിയാതെ ഉള്ളു നൊന്തു.

''എന്തായാലും വന്നതല്ലേ. നമുക്കു നോക്കാം നീ വാ.''

''വേണ്ട ടീച്ചർ. ടീച്ചർക്കവരെ അറിയാത്തകൊണ്ടാ. രീതികൾ തെറ്റിച്ചാ കൊന്നുകളയും.''

ഉള്ളൊന്നു കാളിയെങ്കിലും മുന്നോട്ടു പോയി. വീടിന് തൊട്ടടുത്തെത്തിയപ്പോൾ അവൻ ഒരു മരത്തിനു പിന്നിലേക്ക് വലിഞ്ഞു.

''ടീച്ചറേ അവിടെന്താന്ന് നോക്ക്. ഞാൻ പിന്നെ വരാം. നേരെ എന്നെ കണ്ടാ പ്രശ്നമാവും.''

''അയ്യോ... എന്നെ കൊല്ലല്ലേ.''

നടന്നെത്തവെ ഒരു നിലവിളി വന്ന് ചങ്കിൽ ചുറ്റി. മുറ്റത്ത് തെങ്ങിലൊരാളെ കെട്ടിയിട്ടിരിക്കുന്നു. നാലഞ്ചുപേർ ചുറ്റിലുമുണ്ട്. രണ്ടു പേരുടെ കൈകളിൽ വലിയ പത്തലുണ്ട്. കുറച്ചുപേർ തിണ്ണയിലും മുറ്റത്തുമായി അവിടവിടെ കൂടി നിൽക്കുന്നു.

''അയ്യോ...'' പത്തലു പൊങ്ങിത്താഴ്ന്നു.

ഒരു ഭയം ഉള്ളിൽ നുരഞ്ഞുപൊന്തി. തിരിച്ചു പോയാലോ. ഒരു നിമിഷം നിന്നു.

''ആരാ അവിടെ?''

ചോദ്യത്തിനുത്തരമായി മുറ്റത്തെത്തി നിന്നു.

കേശൂന്റെ അമ്മ മാല മുന്നിൽ.

''ടീച്ചറെന്താ പറയുന്നേ. ഞാക്ക് ഒരേയൊരു മോനാ അവൻ. നാളെ ഈ വീട്ടുക്ക് കാരണോരും കുടിക്ക് മൂപ്പനുമാവണ്ടോനാ.''

മാല പൊട്ടിത്തെറിച്ചു.

''എന്റെ കേച്ചനെന്തിയേ ടീച്ചറേ?''

ഒരു മൗനം ഉത്തരമായി ചൂഴ്ന്നു.

''അവനിഷ്ടമല്ലാത്ത കല്യാണത്തിന് എന്തിനാ നിർബന്ധിക്കുന്നേ. അവനൊരാളെ ഇഷ്ടമാണല്ലോ. അതങ്ങ് നടത്തിക്കൊടുത്തുകൂടേ. വീടിന് കാരണോരും കുടിക്ക് മൂപ്പനുമായി വരുംകാലമിരിക്കുമല്ലോ.''

''ആരെ?'' ഒരമ്മയുടെ തേങ്ങൽ.

''ഒരാളെ ഇഷ്ടമാന്നാ പറഞ്ഞേ. മരിച്ചാലും മറക്കാനാവാത്ത, പിരിഞ്ഞിരിക്കാൻ പറ്റാത്ത ഇഷ്ടം. പേരു പറഞ്ഞത് ഞാനങ്ങു മറന്നു. ആ... വെള്ളേന്ന് മറ്റോ ആണെന്നാ തോന്നുന്നേ.''

നിവർന്നു നിന്ന മാല കൈ വീശി സ്വന്തം നെഞ്ചത്ത് ഒറ്റയടി. ഒരു നിലവിളി അകമ്പടി വന്നു.

''ആ ആളിനെയാ അവടെ കെട്ടിയിട്ടു തച്ചു കൊല്ലുന്നേ.''

നിലവിളികൾക്കിടയിലൂടെ ഞെരുങ്ങിയിറങ്ങിയ വാക്കുകൾ എന്നെ അടിമുടി ഉലച്ചുകളഞ്ഞു. വിശ്വാസം വരാതെ തെങ്ങിൻ ചുവട്ടിലേക്ക് കണ്ണുകൾ പാഞ്ഞു. പത്തിരൂപത്തിരണ്ടു വയസ്സുള്ള ഒരു ചെറുപ്പക്കാരനെയാണ് കെട്ടിയിട്ടിരിക്കുന്നത്. സംശയംകൊണ്ട് മാലയെ നോക്കി. തലയാട്ടിക്കൊണ്ട് അവൾ വീണ്ടും അങ്ങോട്ടു തന്നെ കൈ ചൂണ്ടി. ഉള്ളിലൊരു കൊള്ളിയാൻ മിന്നി. മനസ്സിലെന്തോ കത്തിയെരിഞ്ഞു. ശ്ശെ... ഒറ്റ നിമിഷംകൊണ്ട് തെങ്ങിഞ്ചോട്ടിലെത്തി.

''നിന്റെ പേരെന്താ?''

അവന്റെ തല കുനിഞ്ഞിരുന്നു.

വെളുത്ത ശരീരത്തിന്റെ മൃദുലതകളിൽ വടികൾ വരഞ്ഞെടുത്ത ചോരച്ചാലുകൾ. പെൺകുട്ടികളുടേതുപോലെയുള്ള മുലകൾ.

''നിന്റെ പേരെന്താടാ?'' ഞാൻ നിന്നു വിറച്ചു.

''അമ്മാവോട് പറയെടാ.''

പത്തലുകാരന്റെ ശബ്ദം ചാട്ടുളിപോലെ പാഞ്ഞു വന്നു.

''വെള്ള.''

അവന്റെ തല പൊങ്ങി. ഒരു സ്ത്രൈണത ഉടലാകെ നിന്നു. എന്റെ തല കറങ്ങി. ലജ്ജയും ഭയവും ദേഷ്യവുംകൊണ്ട് ഞാൻ തിളച്ചു പൊന്തി. മുറ്റത്തുനിന്നു വഴിയിലേക്ക് പാഞ്ഞു.

''സന്ധ്യാവിളക്കിനു മുൻപ് കേച്ചൻ വന്നില്ലെങ്കിൽ കരിങ്കോഴിക്കു പകരം വെള്ളെ.''

ആരോ അലറുന്നുണ്ടായിരുന്നു.

മരത്തിന്റെ നിഴലിൽ നിന്ന് കേശൂനെ വലിച്ചിറക്കി. തെങ്ങിഞ്ചോട്ടിലെത്തി.

''എടാ... ഇവനാണോ നീ പറഞ്ഞ ആ ഒരാൾ?''

കേശു തല താഴ്ത്തി നിന്നു.

''നീ പറഞ്ഞ വെള്ള ഇതാണോന്ന്?''

അവൻ തലയുയർത്തി വിതുമ്പി.

അതെയെന്നു തലയാട്ടിത്തീരുന്നതിനു മുൻപ് ഉള്ളിൽ തിളച്ച ഒരു കുടം ലജ്ജയും ദേഷ്യവും നിരാശയുംകൊണ്ട് ഞാൻ പൊട്ടിത്തെറിച്ചത്രെ! അലറിയെന്നാ പിന്നീട് കേശു പറഞ്ഞത്.

മുറ്റം നിശ്ചലമായി. വെള്ളയും ഞെട്ടി. ഒരില പോലും അനങ്ങുന്നില്ല. നിശ്ശബ്ദത ഭ്രാന്തു പിടിച്ചോടി നടന്നു. അവൻ ഭയന്നുവിറയ്ക്കുന്നുണ്ടായിരുന്നു.

പ്രതീക്ഷയറ്റ് കേശു നിന്നു. അവന്റെ ദൈന്യം എന്റെ കണ്ണുകളിൽ തറഞ്ഞു. നോക്കിനിൽക്കെ ഒരു അണക്കെട്ട് അവന്റെ കണ്ണുകളിൽ പൊട്ടിത്തകർന്നു. ആ പ്രളയത്തിൽ നിലയില്ലാതെ ഞാനും.

''ടീച്ചറേ...'' കണ്ണീരിൽ മുങ്ങിയ ഒരു വിളി എന്നിലെ അമ്മയെ നോവിനാൽ പതപ്പിച്ചുകളഞ്ഞു.

''മോനേ...''

ഒരമ്മയുടെ മാറിലേക്കവൻ വീണു. കാലങ്ങളുടെ ജന്മങ്ങളുടെ നിരാസവും അടിച്ചമർത്തലും അവന്റെ ഹൃദയത്തിൽനിന്ന് പുഴയായി ആർത്തലച്ച് ഒഴുകിക്കൊണ്ടിരുന്നു.

''വെള്ളയെ ഇവിടെ കൊണ്ടുവരൂ.''

എന്റെ നിർദ്ദേശപ്രകാരം വെള്ള സ്വതന്ത്രനായി. പുഞ്ചമട തുറന്നുവിട്ട വെള്ളംപോലെ വെള്ളയെന്ന വേദന തന്റെ അടുത്തേക്ക് ഒഴുകിയെത്തി.

''മോനേ... നിന്റെ അച്ഛനും അമ്മയും?''

''അമ്മ ചത്തുപോയി. അപ്പനുണ്ട്.''

അവന്റെ വാക്കുകൾ കണ്ണീരിൽ നൊന്തിറങ്ങി. ആൾക്കൂട്ടത്തിൽ നിന്നൊരാൾ ഒന്നനങ്ങി. മുരടനക്കി.

''ഞാനാ ചിണ്ടൻ. ന്റെ മോനാ...''

ചോരയുടെയും കണ്ണുനീരിന്റെയും തീരത്തുകൂടി തെന്നി കേശുവും വെള്ളയും തിണ്ണയിലേക്ക് കയറി. അവർ രണ്ടുപേരെയും കൊണ്ട് ഞാൻ മുറിക്കുള്ളിൽ കയറി.

സാന്ത്വനത്തിന്റെയും വാത്സല്യത്തിന്റെയും പെയ്ത്തുകളിൽ വെള്ളയും കേശുവും നനഞ്ഞു കുതിർന്നുകൊണ്ടിരുന്നു. നിമിഷങ്ങൾക്ക് വേഗത കൂടുതലായിരുന്നു. ഒരു തോർച്ചയിൽ കതകു തുറന്ന് ഞാൻ വെളിയിൽ വന്നു. വെള്ളയുടെയും കേശുവിന്റെയും മാതാപിതാക്കളെ തെരഞ്ഞു. മാലയും കേളനും ചിണ്ടനും തൊഴുതു നിന്നു. അവരെയും കൂട്ടി ഞാൻ മുറിയിലേക്ക് പോയി.

സാന്ത്വനവും ശാന്തിയും പകർന്ന്, അവരുടെ കണ്ണീരിന്റെ തിളപ്പിലേക്ക്, ജീവിതത്തിലേക്ക് നിറഞ്ഞൊഴുകുന്ന തണുപ്പിന്റെ മന്ത്രണങ്ങളായി, മരുന്നായി, നദിയായി താൻ മാറിയ നിമിഷങ്ങൾ... അല്ല മണിക്കൂറുകൾ...

സ്വന്തം ജീവിതം വിധിക്കു വിടില്ലെന്നും സ്വയം നിർവചിക്കുമെന്നും സ്വന്തം ഉയിരിടങ്ങളിൽ ഉണർവ്വോടെ നിറഞ്ഞു ജീവിക്കുമെന്നും ശപഥം ഹൃദയത്തിൽനിന്ന് ഹൃദയത്തിലേക്ക് മൗനമായി ഒഴുകിപ്പരന്നു.

അവർ എഴുന്നേറ്റു കണ്ണുകൾ തുടച്ചു.

''ന്നാലും... ങ്ങടെ ചങ്കുപൊട്ടുവാ.''

മാലയുടെ ദുഃഖവും ദേഷ്യവും തികട്ടി വന്നു. ആരും ഒന്നും മിണ്ടിയില്ല. തേങ്ങൽ അല്പം തോർന്നപ്പോൾ കേളൻ ശാന്തനായി.

''ടീച്ചറമ്മ ചൊല്ലിയതാക്കും ഉണ്മെ. ഒരുമിച്ചല്ലാമേ... ഉയിരോടിരുക്കുമാട്ടേന്ന് ശൊന്നാ. എന്നാ പണ്ണുവേ....'' ഇടവേളയിൽ കേളൻ കണ്ണും മുഖവും തുടച്ചിട്ട് തുടർന്നു. ''മലയ്ക്കു പുതൃതാലും അതാക്കും സത്യം. ഓരോത്തരും അവരോർടെ എടങ്ങളിൽ നെറയട്ടെ. എങ്കിരുന്താലും ഉയിരോടിരുന്താ പോതും. അതു പോതും മാലേ....'' കേളൻ പ്രസ്താവന നടത്തി. പതുക്കെപ്പതുക്കെ എല്ലാരുടെയും മുറുക്കം അയഞ്ഞുതുടങ്ങി.

''അതെ, അതാണ് വേണ്ടത്.'' എന്റെ വാക്കുകൾ കോരിയൊഴിച്ച് ഉള്ളിലെ അഗ്നി കെടുത്താൻ അവർ ശ്രമിച്ചു. അവർ തൂവൽപോലെ ഭാരമില്ലാത്തവരായി. ഒരു നിശ്വാസം തുഴഞ്ഞ് അവർ മുറിക്കു പുറത്തേക്ക് നീങ്ങി. കേശുവും വെള്ളയും അവരുടെ മാതാപിതാക്കളും വന്യമായ ഒരു ശാന്തതയിൽ എന്നോട് ചേർന്നു നിന്നു. അഭൗമമായ ഒരു പുഞ്ചിരി അവരെ വലംവച്ചു.

പകലറുതിയിലേക്ക് വീഴുന്ന സൂര്യൻ വിതുമ്പിച്ചോന്നു.

''ഇവരെ ഇപ്പോൾ ഞാൻ കൊണ്ടുപോവ്വാ. ഈ മലയുടെ താഴ്വാരങ്ങളിൽ നീണ്ടുനിവർന്നു കിടക്കുന്ന ഭൂപ്രദേശങ്ങളുണ്ട്. അവിടെ സ്നേഹം പൂത്തുവിരിഞ്ഞു നിൽക്കുന്ന ജീവിതങ്ങളുണ്ട്. പുത്തൻ കാഴ്ചകളും പുതിയ രീതികളും അവർ അറിയട്ടെ. അവർ ജീവിതം കണ്ടും കൊണ്ടും നിറയട്ടെ. അവർ നിറഞ്ഞവരായി മടങ്ങിവരട്ടെ. കുന്നിനെ പുഴയാക്കാനും പുഴയെ കുന്നാക്കാനും മെനക്കെടണോ?''

എല്ലാവരും നിശ്ശബ്ദരായി ഞങ്ങൾക്ക് പോകാൻ വഴിയൊരുക്കി.

മലയിറങ്ങുമ്പോൾ വെള്ളയും കേശുവും മുന്നിൽ നടന്നു.

കഞ്ചിക്കോട് ഇൻഡസ്ട്രിയൽ എസ്റ്റേറ്റിൽ വെള്ളയ്ക്ക് താൽക്കാലിക ജോലിയും അവർക്ക് താമസിക്കാൻ ഒറ്റമുറി ക്വാർട്ടേഴ്സും തരപ്പെടുത്തിക്കൊടുത്തു.

''വെഷമിക്കണ്ട മക്കളെ. നിങ്ങൾക്കും ജീവിക്കാൻ ഈ ഭൂമിയിലിടമുണ്ട്. നിങ്ങൾ നിങ്ങളായി നിറഞ്ഞു ജീവിക്കുക. ആരെയും ഭയക്കേണ്ടതില്ല. കേശൂ, നാളെ മുതൽ നീ കോളജി വരണം.''

മനസ്സുകൊണ്ട് അവർക്ക് നന്മ നേർന്നു. അവരുടെ കണ്ണുകളിൽ ഒരു ജീവിതം കത്തിനിന്നു.

''ടീച്ചർ ഉറങ്ങുവാന്നോ. കോയമ്പത്തൂരായി. ഇറങ്ങ്. സ്ഥലമായി.''

വെളിയിൽ കേശു കൈയിൽ പിടിച്ച് വെപ്രാളപ്പെട്ടു.

മയക്കത്തിൽ നിന്ന് ഞെട്ടിയുണർന്ന് ബാഗെടുത്തു പ്ലാറ്റ്ഫോമിലേക്ക് ഓടിയിറങ്ങി.

''ബോഗിയും സീറ്റ്നമ്പരും മെസേജ് ചെയ്തത് നന്നായി. അല്ലേൽ ടീച്ചർ ഉറങ്ങിയങ്ങ് മദ്രാസിൽ വരെ പോയേനേ.''

അവൻ വെറുതെ ചിരിച്ചു, ഞാനും.

''വെള്ളയെവിടെ?''

''അവൻ ഫാക്ടറീലൊണ്ട്.''

റെയിൽവേസ്റ്റേഷനു വെളിയിൽ പാർക്കു ചെയ്തിരിക്കുന്ന കാറിനു നേർക്ക് കേശു എന്നെ ആനയിച്ചു.

കേശു മുൻസീറ്റിലും ഞാൻ പിൻസീറ്റിലുമായി യാത്ര തുടർന്നു.

ഇന്ത്യാ ഗവൺമെന്റിന്റെ സഹായത്തോടെ അവർ തുടങ്ങുന്ന ട്രൈബൽ മരുന്നുനിർമ്മാണശാല ഞാൻ ഉദ്ഘാടനം ചെയ്യണമത്രെ!

■

എപ്പിലെപ്സി

ഒരു സങ്കടം തണുത്തു കനത്ത് മച്ചിലേക്ക് പടരുന്നതറിഞ്ഞ് അന്ന കണ്ണുകളടച്ച് ഉറക്കത്തെ ധ്യാനിച്ചു. പുറത്ത് രാത്രിമഴ പുലമ്പുന്നു. മഴയിൽ കുഴഞ്ഞ രാവിനെ വാരിവിഴുങ്ങിയ മാവ്, ഇരുട്ടിനെ ഒക്കത്തുവച്ച് മഴയെ തുപ്പി മുറ്റത്തേക്ക് എറിഞ്ഞു. മഴയുടെ ഇറക്ക ങ്ങളിലെവിടെയോ വച്ച് ഒരു മയക്കം വന്ന് അന്നയെ തൊട്ടു. ബോധ ത്തിലേക്ക് പൊടുന്നനെ ഒരു മരക്കൊമ്പൊടിഞ്ഞുവീണു. അന്ന പിടഞ്ഞുണർന്നു. വീണ്ടും രാത്രിമഴയിലേക്ക്.

മേൽക്കൂരയിലേക്ക് ചാഞ്ഞുകിടക്കുന്ന കൊമ്പു വെട്ടിക്കണം. നാളെത്തന്നെ വേണം. ധ്യാനത്തിനിടയിൽവന്ന ഓർമ്മയെ മനസ്സിന്റെ ബുക്കിലെ 'നാളെ' എന്ന് എഴുതിയ പേജിൽ കുറിച്ചിട്ടു. ആ പേജി ലൂടെ കണ്ണോടിച്ച അന്ന അസ്ഥാളിച്ചു. ആയിരമായിരം ഉൾപ്പെയ്ത്തു കൾ മുറ്റിക്കുറുകിയ ചെറുകുറിപ്പുകൾ: നാളെയാകാമെന്ന അടി ക്കുറുപ്പുകളിൽ ഇപ്പോഴും സാഫല്യമണയാതെ തൂങ്ങിയാടുന്ന കുഞ്ഞുസ്വപ്നങ്ങൾ, കൗമാരസംഭ്രമങ്ങൾ, പ്രണയപ്രതീക്ഷകൾ, ചോര മണക്കുന്ന സത്യപ്രതിജ്ഞകൾ, മനംനൊന്ത ജീവിതത്തുടി പ്പുകൾ പരാജയപ്പെട്ട യൗവനത്തിന്റെ പടപ്പുറപ്പാടുകൾ... ഭദ്രദീപം കൊളുത്തി അലങ്കരിക്കണമെന്നു കരുതി ചമച്ച സ്വപ്നഗേഹങ്ങൾ...

വായിക്കാനാവാതെ പേജുകൾ മറിഞ്ഞു. മച്ചിൽനിന്ന് ഇരുളി ലൂടെ ഒരു സങ്കടം അവളെ തേടിയെത്തി കണ്ണുകളിൽ തളംകെട്ടി. അവൾ ധ്യാനം തുടർന്നു. നിദ്രയുടെ പടികളിൽ തട്ടി സാവധാനം ഒരു കെട്ട് ഇരുൾ അഴിഞ്ഞിറങ്ങി ചുറ്റും പതഞ്ഞുയർന്നു. ഇരുട്ടിന്റെ ആ കടലിലേക്ക് അവളെ ആരോ വലിച്ചെറിഞ്ഞു. അകലെ, കണ്ണെത്തും ദൂരത്ത് നിലയില്ലാതെ മുങ്ങിത്താഴുന്ന രണ്ട് കൈകളും ഒരു നില വിളിയും ചങ്കിൽ കുത്തിത്തറഞ്ഞു. താഴ്ന്നു പോകുന്ന ജീവന്റെ പിടച്ചിലിൽ കടൽ, കുമിളകളായി തിളച്ചു. ഒരു കൊടുങ്കാറ്റ് പാഞ്ഞു വന്ന് കുമിളകളെ ആകാശത്തേക്ക് എടുത്തെറിഞ്ഞു. കുമിളകളിൽ

ഒരു ജീവന്റെ പിടച്ചിൽ. ഭീതിപ്പെടുത്തുന്ന ഉയരങ്ങളിൽനിന്ന് കുത്തനെ ഉൾക്കടലിലേക്ക് വീഴുന്നു.

''അയ്യോ...'' അലറി വിളിച്ച അന്ന കിടക്കയിൽ ഒന്നു പിടഞ്ഞു. വിയർത്തു. ഇരുട്ടിന്റെ ഒളിയിടങ്ങളിൽ നിന്നിറങ്ങി വരുന്ന പേടി സ്വപ്നങ്ങൾ കാലങ്ങളായി അവളുടെ രാത്രികളെ ചുഴറ്റിയെറിഞ്ഞു കൊണ്ടിരുന്നു. ജഗ്ഗിൽനിന്ന് കുടിച്ച ഒരു കവിൾ വെള്ളത്തിന്റെ തണുപ്പിൽ വെപ്രാളമലിയിച്ച് അവർ വീണ്ടും പ്രാർത്ഥിച്ചു. എങ്ങു നിന്നോ ഒരു സാന്ത്വനമൊഴുകി വന്ന് കണ്ണുകളെ തഴുകിയടച്ചു.

ഫോൺ നിർത്താതെ ബെല്ലടിക്കുന്നതു കേട്ടു മയക്കത്തിനും ഉറക്കത്തിനുമിടയിലുള്ള ഒരു മലഞ്ചെരിവിൽനിന്ന് ഉരുണ്ടു വീണ അന്ന ഞെട്ടിയെണീറ്റു. ജന്മങ്ങളായി ഒരു വിളിക്കുവേണ്ടി കാത്തിരുന്നവളെപ്പോലെ. ലൈറ്റിടാൻ മെനക്കെടാതെ അവൾ വേഗം ഫോൺ എടുത്തു. അവൾ വിറയ്ക്കുന്നുണ്ടായിരുന്നു. ഹൃദയം പറിഞ്ഞു വന്നു ചെവിയിൽ പെരുമ്പറ കൊട്ടി.

''അപ്പുവിന്റെ അമ്മയല്ലേ?''

''അതെ. ആരാ?''

''ഞാൻ ജോൺസൺ. നിങ്ങളുടെ മകളെ ഇന്ന് ഞാൻ വിവാഹം കഴിച്ചു. അവളെ ഇനി തെരക്കരുത്.''

പാറയിൽ ഉരഞ്ഞു മൂർച്ച വന്ന ശബ്ദം അവരുടെ കർണ്ണപടം കുത്തിക്കീറിക്കളഞ്ഞു.

ഒരു നിമിഷംകൊണ്ട് ലോകം കത്തിപ്പോയി.

''ങ്ഹേ.... ആരാ നിങ്ങൾ? എന്റെ മോൾ എവി....''

ഫോൺ കട്ട് ആയി. അങ്ങേ തലയ്ക്കൽ നിന്ന് ആരുടെയൊക്കെയോ പൊട്ടിച്ചിരികൾ വെടിച്ചില്ലുപോലെ പാഞ്ഞു വരുന്നുണ്ടായിരുന്നു. അവർ വിറങ്ങലിച്ചു നിന്നു. ഭിത്തിയിലെ ക്ലോക്ക് മൂന്നു വട്ടം തേങ്ങിയൊതുങ്ങി. പൊടുന്നനെ ഇരുട്ടിന് കട്ടികൂടി. അവർക്ക് ശ്വാസം മുട്ടി. അന്നയുടെ തലച്ചോറിൽ ഒരു മിന്നൽ വന്ന് കത്തിയെരിഞ്ഞു.

''എന്റെ മോളേ...'' ഒരലർച്ചയോടെ അവർ നിന്നനിൽപ്പിൽ കമിഴ്ന്നടിച്ചു വീണു.

താഴെയിരുന്ന ചെമ്പുചരുവം തുള്ളിത്തെറിച്ചു പറന്നു. പാറയുടെ ഉച്ചിയിൽ ഇരുമ്പുകൂടം കൊണ്ടടിക്കുമ്പോഴുള്ള ഒരു കിലുക്കം. തല മുതൽ പാദംവരെ പ്രകമ്പനം കൊണ്ടു. ഞരമ്പുകൾ വലിഞ്ഞു പൊട്ടുംവിധം കൈകാലുകൾ നിവർത്തിപ്പിടിച്ച് സർവശക്തിയും പുറത്തേക്ക് പായിച്ചു. ഒറ്റ അലർച്ച. അലർച്ചയിൽ ഞെട്ടി മഴ പോലും

സ്തംഭിച്ചു. താങ്ങാനാവാത്ത വിഷമം ഇരച്ചുകയറിയ ഞരമ്പുകൾ പൊട്ടിത്തെറിക്കാൻ മത്സരിച്ചു. പല്ലുകൾ കടിച്ചു പൊട്ടിച്ചു. സംഘട്ടനത്തിൽ മുറിവേറ്റ നാവ് രക്ഷപ്പെടാനായി വായിൽനിന്ന് പുറത്തേക്ക് ചാടി ചലനമറ്റു.

മഴ തിമിർത്തു. മഴയുടെ താളത്തിലേക്ക് ഒരു ഇടിമിന്നൽ പാഞ്ഞു വന്നുടഞ്ഞു. ഒരു ചീളു മിന്നൽത്തെളി അന്നയുടെ ബോധത്തിന് തീ കൊളുത്തി. വീണതിന്റെ വേദനയും വാരിപ്പിടിച്ച് അവൾ ചാടിയെണീറ്റു ലൈറ്റിട്ടു. ഡോർ തുറന്ന് വെളിയിലേക്ക് ഓടി, മഴയിൽ കുതർന്ന രാവ് അകത്തേക്കും.

''കർത്താവേ എന്റെ മോളെ കാത്തോളണേ...''

ഓട്ടത്തിനിടയിലുള്ള വിങ്ങലും പ്രാർത്ഥനയും മഴ വടിച്ചെടുത്ത് നിലത്തിട്ടു. അടുത്തു കണ്ട പ്രകാശത്തിന്റെ വാതിൽക്കലെത്തി.

''ശാന്തേ... ശാന്തേ...''

അകത്തെ മുറിയിൽ ലൈറ്റ് തെളിഞ്ഞു.

''അയ്യോ അന്നേ നിനക്കെന്തു പറ്റി? ആരാടീ ഈ കടുംകൈ ചെയ്തത്? '' നെഞ്ചിലടിച്ച് ശാന്ത വിങ്ങി.

''എന്നെ ആരും ഒന്നും ചെയ്തില്ല. ഞാൻ ഒന്നു വീണതാ. ഓട്ടുചരുവത്തിന്റെ വക്കുകൊണ്ടാ നെറ്റി മുറിഞ്ഞത്.''

വാക്കുകൾക്കൊപ്പം ചിതറിയ ചോരത്തുള്ളികളും അടക്കം ചെയ്ത തേങ്ങലുകളും ചോദ്യത്തിന്റെ ഉത്തരമായി.

''പല്ലു കടിച്ചപ്പോൾ നാവിനറിയാതെ കടി കിട്ടി. മുറിഞ്ഞു. അതാ വായിലപ്പടി ചോര.''

ശാന്ത നീട്ടിയ വെള്ളം വാങ്ങി കുലുക്കുഴിഞ്ഞു തുപ്പി. കഥ പറയുമ്പോൾ നാവിൽനിന്ന് രക്തം കിനിയുന്നുണ്ടായിരുന്നു. ശാന്ത അന്തിച്ചു നിന്നു.

''ഞാനെന്തു ചെയ്യും ശാന്തേ. എന്റെയുള്ളിൽ തീ കത്തുവാ. എന്റെ കർത്താവേ... എനിക്കുവയ്യ.''

ചോരയിൽ പൊതിഞ്ഞെറിഞ്ഞ വാക്കുകൾ ശാന്തയിലെ അമ്മയെ നോവിച്ചു. ''മത്തായിച്ചന് ഇന്ന് നൈറ്റ് ഡ്യൂട്ടിയാ. നീ സമാധാനപ്പെട്. എന്തെങ്കിലും വഴിയുണ്ടോന്ന് നോക്കാം. നിന്റെ കെട്ടിയോനെ അറിയിച്ചോ?''

''ഇല്ല മൊബൈൽ എവിടെ വെച്ചെന്ന് ഓർമ്മയില്ല.''

''ശാന്തേ... എന്റെ മോൾ...'' ഒരു വിതുമ്പൽ മുറിതിങ്ങി രാത്രി മഴയിൽ തുളുമ്പി.

''നീ വാ. നമുക്കു നോക്കാം.'' കുട നിവർത്തിക്കൊണ്ട് ശാന്ത പടിയിറങ്ങി.

ഏതോ രക്ഷാകേന്ദ്രം തേടി ഇരുൾ വകഞ്ഞു പോകുന്ന രണ്ടു സങ്കടങ്ങൾ.

അവരുടെ അകത്തും പുറത്തും മഴ കനത്തുനിന്നു. മരങ്ങളിൽ വിളഞ്ഞുനിന്ന ഇരുട്ട് ഞെട്ടറ്റ് മണ്ണിലേക്ക് മറിഞ്ഞു വീണു പടർന്നു.

''ബഹുമാനപ്പെട്ട കുറത്തികാട് എസ്.എച്ച്.ഒ. മുമ്പാകെ മാവേലിക്കര താലൂക്കിൽ തെക്കേക്കര പഞ്ചായത്തിൽ ആറാം വാർഡിൽ ആഞ്ഞിലിമൂട്ടിൽ വീട്ടിൽ ബേബിച്ചൻ കുര്യൻ ഭാര്യ 45 വയസ്സുള്ള അന്നമ്മ കുര്യൻ ബോധിപ്പിക്കുന്ന പരാതി.

സർ, എന്റെ ഒരേയൊരു മകളും 21 വയസ്സു പ്രായമുള്ളവളുമായ അപർണ്ണ കുര്യനെ കാണാനില്ല. മംഗലാപുരം സെന്റ് സേവ്യേഴ്സ് കോളജിൽ അവസാന വർഷം ബി.ഫാമിന് പഠിക്കുകയാണ്. കഴിഞ്ഞ ക്രിസ്തുമസ് അവധിക്കു വന്നിട്ടു പോയതിനുശേഷം ഇങ്ങോട്ടു ഫോൺ ചെയ്തിട്ടില്ല. ഞാൻ ഇടയ്ക്ക് അങ്ങോട്ടു വിളിച്ചാൽ തിരക്കാണ്, പഠിക്കാനുണ്ട് എന്നൊക്കെ പറഞ്ഞ് പെട്ടെന്ന് ഫോൺ കട്ട് ചെയ്യും. ഇന്ന് വെളുപ്പിനെ മൂന്നുമണിക്ക്...''

പരാതി വായിച്ച എ.എസ്.ഐ ലംബോധരൻ കണ്ണുകളടച്ച് കൈകൾ കൂട്ടിത്തിരുമ്മി കസേരയിലേക്ക് മലർന്നമർന്നു. ഒരു നൊമ്പരം ഇരച്ചിറങ്ങി അയാളിൽ നിറഞ്ഞു പൊള്ളി. മകൾ മീനാക്ഷി ഡിഗ്രിക്ക് പഠിച്ചുകൊണ്ടിരുന്നപ്പോൾ എഫ്.ബി വഴി പരിചയത്തിലായ ഒരു മദ്ധ്യവയസ്കന്റെ കൂടെ... പിന്നെ കണ്ടിട്ടില്ല. കേട്ടിട്ടില്ല.

കണ്ണിലുരുണ്ടുകൂടിയ ഓർമ്മകളെ കണ്ണാടി വച്ചു മറച്ചുകൊണ്ടയാൾ പരാതിയിലേക്ക് ഉണർന്നു.

''നിങ്ങളിലാരാ അന്നമ്മ?''

''ഇവളാ. ഞാൻ ശാന്ത. ഞങ്ങൾ കസിൻസാ.''

''നിങ്ങടെ മുഖത്ത് നല്ല പരിക്കൊണ്ടല്ലോ. ചോരയൊലിക്കുന്നു ആരേലും നിങ്ങളെ ആക്രമിച്ചോ?''

''ഇവൾക്ക് ജന്നി വന്നതാ. ജന്നി വന്നു വീട്ടിൽ വീണതാ..''

''മരുന്നൊന്നും വച്ചില്ലേ?''

''ഇല്ല. വെപ്രാളംകൊണ്ട് നേരെ ഇങ്ങോട്ട് പോന്നു.''

''ഓ... മരുന്ന് എന്തെങ്കിലും വയ്ക്കേണ്ടതായിരുന്നു. തിരിച്ചു പോകുമ്പോൾ ഏതേലും ആശുപത്രീന്ന് മരുന്നു വയ്ക്കണം''

''ശരി സർ.''

''ഇങ്ങോട്ടു വിളിച്ച നമ്പരിൽ തിരിച്ചു വിളിച്ചാരുന്നോ?''

''ഇല്ല. ലാന്റ്ഫോണിലാ കോൾ വന്നത്. നമ്പരറിയില്ല.''

''അവൾക്ക് വല്ല പ്രേമോ വല്ലോം...''

''ഒന്നും അറിയില്ല. അവളു വരുമ്പോഴൊക്കെ കൂടെ കുറച്ച് ഫ്രണ്ട്സ് ഉണ്ടാകും''

''കൂടെ പഠിക്കുന്നവർ?''

''ആണെന്നാ അവളു പറഞ്ഞേ. എന്നാ എനിക്കൊറപ്പില്ല. അതിൽ രണ്ട് പേർക്ക് പത്തിരുപത്തെട്ട് വയസ്സ് തോന്നും. എല്ലാരും കൂടി മുറിയടച്ച് ഇരുന്നാൽ മണിക്കൂറുകൾ കഴിഞ്ഞാലേ തൊറക്കൂ. അവരെ കണ്ടാലേ ഒരു മാതിരിയാ. ചിരീം സംസാരോം ഒന്നും ശരിയല്ല. എല്ലാരുംകൂടി കള്ളും മയക്കുമരുന്നും കഴിക്കുന്നൊണ്ടെന്നാ എനിക്കു തോന്നുന്നേ.''

''അന്ന പാവാ. ഒന്നും ചോദിക്കത്തില്ല. ഞങ്ങളൊരു മിറ്റമാ. എനിക്കെല്ലാം കാണാം. ഒരു ദിവസം വല്യ പാട്ടും ബഹളോം. വന്ന വന്മാരു തമ്മിൽ വഴക്കൊണ്ടായി. കുത്തും വെട്ടുമായി. ചോര കണ്ടപ്പം അന്നയ്ക്ക് ജന്നി വന്നു. അപ്പോ അവരെല്ലാം വണ്ടിയേക്കേറിപ്പോയി. അപ്പുമോളും അവരുടെ കൂടങ്ങ് പോയി.''

''ഓ... മയക്കുമരുന്നു റാക്കറ്റിൽ പെട്ടാൽ തിരിച്ചുകിട്ടത്തില്ല. വഴി പിഴച്ചങ്ങ് പോവത്തേ ഒള്ളൂ.'' എ.എസ്.ഐ. എന്തൊക്കെയോ ചോദിച്ചുകൊണ്ടിരുന്നു.

അന്നയ്ക്ക് ഒന്നും പറയാനില്ലായിരുന്നു.

പൊലീസ്സ്റ്റേഷന്റെ സുരക്ഷിതത്വത്തിലും കൊടിയ ഭയവും വേദനകുഴഞ്ഞ ഒരു മൗനവും അന്നയുടെ ഉള്ളിൽ കൊടുമ്പിരിക്കൊണ്ടു. കാട്ടുമരുന്നുകളും മനുഷ്യമാംസവും തീയിൽ പുകഞ്ഞു വേവുന്നതിന്റെ ഗന്ധം നാസാരന്ധ്രങ്ങളിലേക്ക് ഇരച്ചുകയറി. അവളുടെ ഉള്ളിൽ ഒരു കാട് കത്തിക്കൊണ്ടിരുന്നു. അടുത്ത നിമിഷം ആയിരം ഇടിമിന്നലുകൾ ഒന്നിച്ചെത്തി തലച്ചോറിലെവിടെയോ നൊന്തണഞ്ഞു. ഒരു തിരശ്ശീല ഉയർന്നു. മറ്റൊരു മിന്നൽ വന്ന് രംഗവേദി തെളിച്ചു. ചുടലപ്പറമ്പ്... ചോരയിറ്റുന്ന ശൂലങ്ങളുമായി കൊലച്ചിരി പടർത്തി നാലഞ്ചാളുകൾ പൂർണ നഗ്നരായി താണ്ഡവമാടുന്നു. ചുടലച്ചാരംകൊണ്ട് നഗ്നത മറച്ച് ആർത്തട്ടഹസിച്ചു നിന്ന ഒരു സ്ത്രീസാമ്രാജ്യത്തെ ശൂലംകൊണ്ട് വീതം വച്ചെടുക്കാൻ അലറിയടുക്കുന്ന അട്ടഹാസങ്ങൾ. വെന്തുപുകയുന്ന ചുടലകളിൽനിന്ന് അഗ്നി കോരി വിഴുങ്ങുന്ന തീവാരിത്തെയ്യങ്ങൾ. രക്ഷതേടി ഓടിക്കുഴയുന്ന ഒരു നിലവിളി തീക്കുണ്ഡത്തിൽ തട്ടി വെന്തുപോകുന്നു. ഭസ്മം പൂശിയ മാറത്ത് ശൂലങ്ങൾ തറഞ്ഞു കേറുന്നു.

‘‘അയ്യോ എന്റമ്മേ...’’ ചങ്കുപൊട്ടിത്തകരുന്ന ഒരു കരച്ചിൽ അന്നയെ തൊടുന്നു.

‘‘അയ്യോ എന്റെ മോളേ...’’ ഒരലർച്ചയോടെ അന്ന പിറകോട്ടു മറിഞ്ഞതും ഇത്രയും നേരം ചോദിച്ചിട്ടും നിങ്ങക്ക് മിണ്ടാട്ടമില്ലേയെന്ന് എ.എസ്.ഐ. ദേഷ്യപ്പെട്ടതും ഒന്നിച്ചായിരുന്നു.

കൈകാലുകൾ ശക്തമായി ബലം പിടിച്ചു വലിച്ചു നിവർത്തി അന്ന നിർത്താതെ വിറച്ചു. കണ്ണുകൾ പുറത്തേക്ക് തള്ളി. പല്ലുകൾ കടിച്ചു പൊട്ടിച്ചു. ചുണ്ടുകൾ പൊട്ടി. വായിൽ കൂടി ചോര കലർന്ന നുരയും പതയുമൊഴുകി.

‘‘അയ്യോ എന്റെ ദൈവമേ...’’ ലംബോധരനിലെ പൊലീസുകാരൻ വെന്തു വിയർത്തു.

‘‘എടാ രാജേഷേ... ഹോസ്പിറ്റലിലേക്ക് ഫോൺ ചെയ്ത് ആംബുലൻസ് വേഗം വരാൻ പറ.’’ പാറാവു നിന്ന പൊലീസുകാരൻ ഓടി.

‘‘എന്റെ ഗുരുവായൂരപ്പാ... അനർത്ഥമൊന്നും ഉണ്ടാവല്ലേ.’’

എ.എസ്.ഐയും രാജേഷും ശാന്തയും അവരവരുടെ ദൈവങ്ങളോട് പ്രാർത്ഥിച്ചു. ഒരു നിമിഷംകൊണ്ട് അവർ ബലഹീനരും അഭയാർത്ഥികളും തുല്യരുമായി.

ചീറി വന്നു നിന്ന അംബുലൻസ് അന്നയുമായി ആശുപത്രിയിലേക്ക് പാഞ്ഞു. കൂടെ ശാന്തയും ഒരു വനിതാ പൊലീസും. പിറകെ ജീപ്പിൽ എ.എസ്.ഐ. ലംബോധരനും.

‘‘സ്വല്പം ക്രിട്ടിക്കൽ ആണ്. ഐ.സി.യു.വിലേക്ക് മാറ്റണം. എഴുതിയിട്ടുണ്ട്.’’ കൂടി നിന്നവരോട് പറഞ്ഞിട്ട് ഡോക്ടർ നടന്നു. എ.എസ്.ഐ. ഓടി ഡോക്ടറുടെ അടുത്തെത്തി.

‘‘ഡോക്ടർ, അപകടം ഒന്നും...’’

‘‘വരില്ലെന്നു കരുതാം. ആദ്യം ബോധം തെളിയട്ടെ.’’

മാത്യു ഉടനെ വരുമെന്നും സ്റ്റേഷനിലോട്ട് പറഞ്ഞുവിടാമെന്നുമുള്ള ശാന്തയുടെ വാക്കുകളിൽ തൂങ്ങി അടുത്ത നിമിഷത്തിൽ ലംബോധരൻ സ്റ്റേഷനിലെത്തി. ഉറക്കക്ഷീണം, മുൻപിൽ പതഞ്ഞിരിക്കുന്ന ചായയുടെ ആവിയിലമരവെ, ഒരു ദിവസത്തെ സംഭവങ്ങൾ അയാളുടെ മുന്നിൽ പീലിവിടർത്തി. ഒരു വാക്കിന്റെ മൂർച്ചയിൽ മുറിഞ്ഞും ഒരു നിമിഷത്തിന്റെ ഭാരത്താൽ ഉടഞ്ഞും തീരുന്ന ജീവിതങ്ങൾ. കൊടുമുടിയുടെ ഔന്നത്യത്തിൽനിന്ന് നേരെ കൊക്കയുടെ ആഴത്തിലേക്ക് വീണ സാമ്രാജ്യങ്ങൾ. തന്റെ മുൻപിലുള്ള മേശയ്ക്ക് എത്രയെത്ര കഥകൾ പറയാനുണ്ടാവും! ജീവിതം കൊടുംപീഡനമായിത്തീർന്ന എത്രയോ നിസ്സഹായരുടെ കണ്ണീരിനു സാക്ഷിയാണ്

ഈ എഴുത്തുമേശ. എഴുതിയ വാക്കുകളെല്ലാം സങ്കടത്തിന്റെയും ദേഷ്യത്തിന്റെയും വൈരാഗ്യത്തിന്റെയും മൂശയിൽ നിന്ന് ഉരുവം കൊണ്ടതായിരുന്നു. പ്രേമത്തിന്റെ കേസായാലും എഴുതിത്തീരുമ്പോൾ ജയിലിന്റെയും കണ്ണീരിന്റെയും വേർപിരിയലിന്റെയും ഇരുട്ടിലാണ് അവസാനിക്കുക.

''സർ, ഞാൻ മാത്യുവാ. ജന്നി വന്നു ഹോസ്പിറ്റലിൽ അഡ്മിറ്റു ചെയ്ത അന്നമ്മയുടെ കസിൻ.''

''ങ്ഹാ... മനസ്സിലായി വാ ഇരിക്ക്.''

ചിന്തയിൽനിന്ന് മാത്യുവിലേക്കുള്ള ദൂരം ഒറ്റച്ചാട്ടത്തിന് കടന്നു ലംബോധരൻ.

''അന്നമ്മയുടെ വീട് ഞാൻ രാത്രി വന്നാ പൂട്ടിയത്. താക്കോൽ എന്റെ കൈയിൽ ഉണ്ട്. അവളുടെ മോള് പഠിക്കാൻ മിടുക്കിയാ. പക്ഷേ മംഗലാപുരത്ത് പോയതിനുശേഷം ഈയിടെയായി ആ കൊച്ചിന്റെ കൂട്ടുകെട്ടു ശരിയല്ല. ഡിജെ പാർട്ടിയേം മരുന്നിനേം കുറിച്ചാ അവളുടേം കൂട്ടരുടേം വർത്താനം ന്നാ ശാന്ത പറഞ്ഞത്. ഈ പിള്ളേരടേത് കുത്തഴിഞ്ഞ ജീവിതവാ സാറേ. മയക്കുമരുന്നു വിപ്പനയുമൊണ്ടെന്നാ കേട്ടത്. പാവം അന്ന. മനസ്സ് നൊന്താ അപ്പം ജന്നി വരും. എന്തുചെയ്യാം, നല്ല പണോം ഒണ്ട്. ഒറ്റ മോളുവാ. പക്ഷേ...'' മാത്യു പെട്ടെന്ന് മൗനിയായി. എന്നിട്ട് ''സാർ... കുട്ടിയെക്കുറിച്ച് വല്ല വിവരവും? ''

''കുട്ടിയുടെ ഫോണിലെ കാൾ ഡീറ്റയിൽസ് എടുക്കാൻ കൊടുത്തിരിക്കുവാ. ഉടനെ കിട്ടും. എന്നിട്ടു പറയാം. അന്നമ്മയ്ക്ക് ബോധം വന്നോ''

''ഇല്ല, ഇപ്പഴും ഐ.സി.യു.വിൽത്തന്നാ. അന്നയുടെ ഭർത്താവ് കുര്യച്ചനെ വിളിച്ചു ഞാൻ വിവരം പറഞ്ഞു. അയാൾ ഉടനെ വരാമെന്നാ പറഞ്ഞത്.''

''ഓകെ. നമുക്ക് അന്നമ്മയുടെ വീടുവരെ ഒന്നു പോവാം. മാത്യുവിന് വണ്ടിയൊണ്ടല്ലോ.''

ഗേറ്റ് കടന്ന് ആഞ്ഞിലിമൂട്ടിൽ വീട്ടുമുറ്റത്തേക്ക് വണ്ടി കയറി. പരസ്പരം തൊടാതെ ഒറ്റത്തടിവൃക്ഷങ്ങൾ പോലെ പോരിനൊരുങ്ങി നിൽക്കുന്ന ചെടികൾ വലിയ കനത്ത ഇലകളുള്ളവ. അവയുടെ ഇടയിൽ മുറ്റത്തിന്റെ വഴുക്കലിലേക്ക് വണ്ടി തെന്നി നിന്നു. പച്ച തിന്നു കൊഴുത്ത ഇലകൾക്കിടയിൽ ഒരു വസന്തത്തിന്റെ തിണർപ്പ് തിരഞ്ഞ ലംബോധരനിലെ കാൽപ്പനികൻ കുണ്ഠിതനായി. പകൽസമയത്തും ഇരുട്ട് ഒളിച്ചിരിക്കുന്ന പരിസരത്ത് പുതഞ്ഞു

പോയ വീട്. തേക്കിന്റെ സമൃദ്ധി തിറകൂടിയിരുന്ന മേൽക്കൂരയും ഭിത്തികളും. അകത്തളത്തിലേക്ക് കാലെടുത്തു വച്ചപ്പോൾ തണുപ്പു വിളഞ്ഞുപൂത്ത മണം. ദുഃഖത്തിന്റെയും ഏകാന്തതയുടെയും അദ്ധ്യായങ്ങൾ കോറിയിട്ട ഇരിപ്പിടങ്ങളിൽ ഭൂതകാലം പെറ്റിരിക്കുന്നു. മാത്യു ലൈറ്റിട്ടു. ഇരുട്ടു വഴങ്ങിക്കൊടുക്കുന്നില്ല. എങ്കിലും അന്നമ്മ മറിഞ്ഞുവീണ സ്ഥലവും തറയിലെ രക്തവും ഓട്ടുചരുവവും കണ്ട് ലംബോധരനിലെ പൊലീസുകാരൻ ബോധ്യപ്പെട്ടു. ശാന്ത പറഞ്ഞത് സത്യമാണ്. അപകടം തന്നെ.

''അവർക്കു ബോധം തെളിയുമ്പോൾ അറിയിക്കണം.''

തിരികെ സ്റ്റേഷനിലിറങ്ങിയപ്പോൾ മാത്യുവിനെ ഓർമ്മിപ്പിച്ച്, മുറ്റത്ത് നിരന്ന പരാതികളുടെ നേരെ ലംബോധരൻ നടന്നു.

വലുതും ചെറുതുമായ മിന്നലുകൾ അന്നയുടെ ബോധമണ്ഡ ലത്തിൽ വന്നു പൊലിഞ്ഞുകൊണ്ടിരുന്നു. ഐ.സി.യുവിലായതിനു ശേഷം സൂര്യൻ എത്ര പ്രാവശ്യം ഉദിച്ചണഞ്ഞുപോയെന്ന് അന്ന യോട് ആരും പറഞ്ഞില്ല.

ഇരുളിന്റെ കനത്തിലേക്ക് നിലാവു പെയ്തിറങ്ങുന്ന രാത്രികളി ലൊന്നിൽ പ്രപഞ്ചം പൂത്തുപോകുന്ന ഒരു മിന്നൽ അന്നമ്മയെ തീണ്ടി. തിരശ്ശീല ഉയർന്നു. കാലത്തിന്റെ രംഗവേദികളിലൊന്നിൽ മേശപ്പുറത്ത് പ്രഭാതഭക്ഷണം തയ്യാറാക്കി വച്ചിരിക്കുന്നു.

''മോളേ അപ്പൂ, ബാ കഴിക്കാം. നീ ഇന്നലെ ഉച്ചയ്ക്ക് മാംഗ്ലൂരിൽ നിന്ന് വന്നപാടെ മുറിയടച്ച് കെടന്നതല്ല്യോ. അത്താഴമുണ്ണാനും വന്നില്ലല്ലോ. ബേം വാ മണി പത്താവാറായി.''

വിളി കേൾക്കാത്തതിനാൽ മുകളിലത്തെ നിലയിലെ മുറിയുടെ വാതിൽക്കൽ എത്തി മുട്ടി ഉറക്കെ വിളിച്ചു.

''അപ്പൂ... അപ്പൂ...''

ഏറെ നേരത്തിനുശേഷം ഒരു ഞരക്കത്തോടെ വാതിൽ തുറന്നു. കുഞ്ഞങ്ങ് ക്ഷീണിച്ചുപോയിരുന്നു. മുടി അലങ്കോലപ്പെട്ടും മുഖം വാടിയും കണ്ണുകൾ തിളക്കമറ്റും കാണപ്പെട്ടു.

''എന്താ മോളേ.... വയ്യായോ?''

''നല്ല തലവേദന. അല്പംകൂടി കെടക്കട്ടമ്മേ. ഞാൻ പിന്നെ കഴിച്ചോളാം.''

വാതിൽ ചാരി അവൾ കിടക്കയിലേക്ക് വീണു.

''എടീ... ആശുപത്രീപ്പോണോ?''

''വേണ്ടമ്മേ. അല്പം കൂടിയുറങ്ങിയാൽ മതി.'' ഒരു വിറയൽ അവളുടെ തൊണ്ടയിൽ നിന്നിടറിവീണു.

ഇപ്പഴത്തെ പിള്ളാർക്ക് ഒരു ചിട്ടയുമില്ലല്ലോ കർത്താവേ... അതും കെട്ടുപ്രായം തികഞ്ഞിട്ടു പോലും.

മണി 12 ആയി. ഇടവേളകളിലൊന്നിലും അവൾ താഴെ വന്നില്ല. മനസ്സൊന്നു പിടഞ്ഞു. കർത്താവേ എന്റെ കുഞ്ഞിന് എന്തുപറ്റി. ശരവേഗത്തിൽ അവളുടെ മുറിയിലെത്തി കുലുക്കി വിളിച്ചു.

''മോളേ അപ്പൂ...''

അവൾ തുള്ളൽപ്പനി വന്നപോലെ വിറയ്ക്കുന്നുണ്ടായിരുന്നു.

''എന്റെ പരുമലത്തിരുമേനീ... ഞാൻ നൂറ്റൊന്നു മെഴുകുതിരി കത്തിച്ചോളാമേ... എന്റെ കുഞ്ഞിനൊന്നും വരുത്തല്ലേ...''

''എണീക്ക് മോളേ. ആശുപത്രീപ്പോകാം.'' എഴുന്നേൽപ്പിക്കാൻ പിടിച്ചപ്പോൾ തന്റെ കൈകളിൽ അവളുടെ വിറപൂണ്ട കൈകൾ മുറുകി. നല്ല ചൂട്. കണ്ണുകൾ നിറഞ്ഞു കവിയുന്നു. കടുത്ത ഒരു ദുഃഖം അണപൊട്ടി ഒഴുകാൻ അവളുടെ ചുണ്ടുകളിൽ വിറപൂണ്ടു നിന്നു.

''അമ്മേ.... അമ്മേ...''

കൈകളിലെ പിടുത്തം മുറുകി. കണ്ണുകളിൽ ദുഃഖം കുടം കമിഴ്ത്തി.

''എന്താ മോളേ... ന്റെ മോൾക്ക് അമ്മയുണ്ട്. മോളു വിഷമിക്കാതെ. അമ്മയോടുപറ.''

''അമ്മേ.... എനിക്കിത്തിരി ലിക്വർ വേണം. അല്ലേ ഞാൻ ഇപ്പം കിടുങ്ങിച്ചാവും. എന്റുള്ളു പെടയ്ക്കുന്നമ്മേ. അമ്മേ പ്ലീസ്...''

അവൾ ഭയാനകമായി വിറച്ചു. തല പൊട്ടിത്തെറിച്ചു. ഭൂമി കുലുങ്ങി സർവനാശം വിതച്ചു. കണ്ണിലിരുട്ടു കയറി. കഴുഞ്ഞ് താഴെ ഇരുന്നു.

''അമ്മേ... പ്ലീസ്...''

ഒരു കരച്ചിൽ അവിടെ തറഞ്ഞു നിന്നു. അച്ചായന്റെ അലമാരിയിൽ നിന്നെടുത്ത അരക്കുപ്പി വിസ്കി വെള്ളമൊഴിക്കാതെ കുപ്പിയിൽനിന്ന് നേരിട്ട് ഒറ്റ മൊത്തിന് കുടിച്ചുതീർത്ത മകൾ അപ്പുവിനെ ഭയത്തോടും അറപ്പോടും അത്ഭുതത്തോടും താൻ നോക്കി നിന്നു. ഇന്നുവരെ ഇതിന്റെ വൃത്തികെട്ട രുചിയറിയണമെന്ന് തനിക്ക് തോന്നിയിട്ടില്ല.

''നീ എന്തുകൊണ്ട് ഇതുവരെ ഇക്കാര്യം എന്നോട് പറഞ്ഞില്ല.''

രംഗവേദിയിലേക്ക് ചാടി വന്ന അച്ചായനു മുൻപിൽ താൻ കൈകൾ കൂപ്പി.

ക്ഷമിക്കച്ചായാ. എനിക്ക് പേടിയാരുന്നു. അച്ചായനെ എനിക്ക് തീപോലെ പേടിയാരുന്നു. ഇതു മാത്രമല്ല, അവളുടെ ലേറ്റ് നൈറ്റ്

പാർട്ടിയുടെ കാര്യവും ഞാൻ പറഞ്ഞിട്ടില്ല. എനിക്കു വയ്യ അച്ചായാ. എന്നോട് ക്ഷമിക്കൂ.''

ഒരു നിമിഷത്തെ മൗനത്തിനു ശേഷം താൻ തുടർന്നു.

''അച്ചായാ, എനിക്ക് ഒട്ടും വയ്യ. മോളെ നോക്കണേ. അവളെ തിരികെ ജീവിതത്തിലേക്ക് കൊണ്ടുവരണേ.''

കൂപ്പിയ തന്റെ കൈകൾ വഴുതി. പെട്ടെന്ന് ഇരുട്ട് വന്ന് രംഗ വേദി അണച്ചു.

''അന്നയ്ക്ക് ഇത്തിരി കൂടുതലാ. വെന്റിലേറ്ററിലേക്ക് മാറ്റി. അവ ളോട് ഒന്നു സംസാരിക്കാൻ വന്നിട്ട് ഇതുവരെ എനിക്ക് പറ്റിയില്ല മാത്യൂ. എനിക്ക് പേടിയാകുന്നു. എന്റെ അന്നയ്ക്കെന്തെങ്കിലും...''

മംഗലാപുരത്തു നിന്ന് മാത്യു വിളിച്ചപ്പോൾ കുര്യൻ തേങ്ങി. അന്നയുടെ കാര്യം സംശയമാണെന്ന് ഡോക്ടർ മുൻപ് പറഞ്ഞത് കുര്യന്റെ കാതിൽ പൊള്ളി.

കർത്താവേ... അപ്പൂന്റെ കാര്യം പറയാനാ അവനെ അങ്ങോട്ടു വിളിച്ചത്. ഇനി എങ്ങനാ പറയുക. കുര്യച്ചൻ പറഞ്ഞിട്ട് അവളെ തിരക്കാൻ വന്നതാ. ഭീകരമായി ബലാൽസംഗം ചെയ്യപ്പെട്ട് മാറിൽ നിറയെ കത്തികൊണ്ട് വരയപ്പെട്ട്... ചോര കട്ടപിടിച്ച്... ഹോ... മോർ ച്ചറിയുടെ തണുപ്പിൽനിന്ന് മുറ്റത്തേക്കിറങ്ങി ഏറെ നേരം ആലോ ചിച്ചിട്ടാണ് കുര്യച്ചനെ വിളിച്ചത്. മാത്യുവിന്റെ വിഷമം കുന്നുകയറി. മംഗലാപുരത്തുനിന്ന് ആംബുലൻസുമായി വീട്ടിലേക്ക് വരുന്ന വഴി നീളെ അകാലത്തിൽ മരണപ്പെട്ടവരെക്കുറിച്ച് മാത്യു ആലോചിച്ചു കൊണ്ടിരുന്നു. പൂവണിയാത്ത ഒരു കൊട്ട സ്വപ്നങ്ങൾ അടക്കം ചെയ്ത ആ മഞ്ചത്തിനു പുറത്ത് തലചായ്ച്ച് വെറുതെ തേങ്ങി.

മാത്യു ചെന്ന ആംബുലൻസിന് ചുറ്റും ആളുകൾ തിക്കിത്തിരക്കി.

''അയ്യോ അപ്പൂ...എന്റെ മോളേ...''

ആരൊക്കെയോ ബോധം കെട്ടുവീണു.

''അമ്മേം മോളേം ഒരേപോലെ കൊണ്ടുപോയല്ലോ. കർത്താവേ... നീ പരീക്ഷിക്കരുതേ...'' ഏറെപ്പേരുടെ കരച്ചിൽ ഒരു പ്രാർത്ഥന പോലെ പെയ്തു. വീടിന്റെ മുറ്റത്ത് മറ്റൊരു ആംബുലൻസ് ആളൊ ഴിഞ്ഞ് കിടന്നു. അമ്മയും മോളും അലങ്കരിച്ച പേടകങ്ങളിൽ ശാന്ത മായി ഉറങ്ങി. അകത്ത് വേനലു തിന്ന പുഴ പോലെ കുര്യൻ കണ്ണീർ വറ്റി വെടിച്ചു കീറിയിരുന്നു.

■

ഉൾപ്പെയ്ത്ത്

തകർത്തു പെയ്യുന്ന മഴ രാവിലെ 11 മണിയായിട്ടും തളരാതെ പകലിനെ വെല്ലുവിളിച്ചുകൊണ്ടിരുന്നു. പൊന്തിനിൽക്കുന്ന കൂറ്റൻ കെട്ടിടങ്ങളുടെ ഇടയിൽ മഴ നനച്ചുപിടിച്ച മരങ്ങൾ. അങ്ങ് താഴെ നെറ്റിയിൽ നിറദീപങ്ങൾ പേറി നെടുമ്പാശ്ശേരി വിമാനത്താവളം. കാരണമറിയാത്ത ഒരു ഉള്ളുലച്ചിലിൽ പെട്ട് സരസ വിവിധവികാരങ്ങൾക്കടിപ്പെട്ടുപോയി. മരുഭൂമിയിലെ മണൽത്തിളപ്പിൽ പൊരിഞ്ഞു പൊങ്ങി കൊച്ചിയുടെ പച്ചപ്പിലേക്ക് എമിറേറ്റ്സ് ഫ്ളൈറ്റിന്റെ ആഡംബരം ഒഴുകിയിറങ്ങി. മഴ വിരിച്ച തിരശ്ശീലഞൊറികൾക്കിടയിലൂടെയുള്ള ദൂരക്കാഴ്ചകൾ...

ലഗ്ഗേജില്ലാതിരുന്നതിനാൽ ഹാൻഡ്ബാഗുമായി വേഗം എക്സിറ്റ് ഗേറ്റിലെത്തി. മഴയെ തടുത്തുവാരി പോർട്ടിക്കോയിലിട്ട ഒരു കാറ്റ് അവളെ ആകെ നനച്ചുകളഞ്ഞു. നനവിന്റെ അസൗകര്യവും പേറി ഒഴിഞ്ഞ കോണിലെ കസേരകളിലൊന്നിൽ അവൾ ഇരുന്നു.

എപ്പോഴും പ്രണയവും ഉന്മാദവും ഒളിച്ചുവച്ചിരിക്കുന്ന ഒരു സൗന്ദര്യമാണ് മഴ. മരുഭൂമിയുടെ ഉലകളിൽ ഊതിക്കാച്ചിയ സ്വപ്നങ്ങളും പ്രതീക്ഷകളും മനസ്സിലേറ്റി പിന്നെ മണ്ണിന്റെ ശ്വാസത്തിലേക്ക് പറന്നെത്തുന്നവർ ലഗ്ഗേജുകൾ എത്താൻ ഊഴം കാത്തു. ഉറ്റവരെ തിരഞ്ഞു വെളിയിൽ കാത്തുനിന്നു. ആളുകൾ വെളിയിലേക്കിറങ്ങിക്കൊണ്ടിരുന്നു.

കാത്തിരുന്നവരുടെയുള്ളിൽ, കണ്ണുകളിൽ സ്വപ്നങ്ങൾ കത്തിയാളി. സമാഗമങ്ങളുടെ തള്ളലിൽ പുഞ്ചിരികൾ പൊട്ടിച്ചിരികളായി മാറി.

തൊട്ടപ്പുറത്തെ സീറ്റിലിരുന്ന ഹുസൈൻ ലഗ്ഗേജുകളുമായി ഇറങ്ങി വന്നപാടേ ചെറിയ മൂന്നു പെൺകുട്ടികൾ അയാളെ വന്നു പൊതിഞ്ഞു; പിന്നിലായി തട്ടമിട്ട ബീവിയും. നോക്കിനിൽക്കെ അവരുടെയിടയിൽ ഒരു ലോകം ഉയർന്നുപൊങ്ങി. സന്തോഷമുള്ള കുടുംബം.

അതൊരു രസാ... മഴയിൽനിന്ന് അടർന്ന ഒരു കുളിരെത്തി സരസയുടെ കണ്ണുകളെ തഴുകി.

ഇന്നലെ രാത്രി വൈകിയാണ് മോൻ വിളിച്ചത്.

''അമ്മേ പാർവ്വതീടച്ഛൻ മരിച്ചു. ക്യാൻസറായതിനാൽ നാളെത്തന്നെയാ അടക്കം. അമ്മ അവിടൊന്നു പോണം. വേഗം റെഡിയായിക്കോ. വെളുപ്പിന് ആറരയ്ക്കുള്ള ദുബായി കൊച്ചിൻ ഫ്ളൈറ്റിൽ അമ്മയ്ക്ക് ടിക്കറ്റ് എടുത്തിട്ടുണ്ട്.''

കമ്പനി ഏല്പിച്ച അസൈൻമെന്റിന് രണ്ടുപേരും ന്യൂയോർക്കിനു പോയിരിക്കുവാ. രണ്ടാഴ്ച അവിടെ ഉണ്ടാകുമെന്നാ പറഞ്ഞത്.

പെട്ടെന്ന് വന്ന ഒരു മൗനത്തിൽ താൻ ആഴ്ന്നുപോയി.

''ഞാൻ പോണോ മോനേ? എനിക്കെന്തോ ഒരു...''

''അമ്മ പോണം. ചത്താൽ തീരാത്തതായി ഒന്നുമില്ലമ്മേ.''

''നിങ്ങളു വരുന്നില്ലേ?''

''ഞങ്ങക്കിന്ന് വരാൻ ടിക്കറ്റില്ല. രണ്ടു പേർക്കൂടെ റിട്ടേൺ ടിക്കറ്റ് അടുത്താഴ്ചത്തേക്കാ ബുക്ക് ചെയ്തിരുന്നത്. ന്യൂയോർക്കീന്ന് ഡൈറക്ട് ടിക്കറ്റ് നോക്കുവാ.''

''ശരി മോനേ, ഞാൻ പോവാം. മ്മടെ പാർവതീടച്ഛനല്ലേ.''

അതെ ബാലൻപിള്ളയെ പാർവതീടച്ഛനായല്ലാതെ ബന്ധുക്കാരനായി കൂട്ടാനാവില്ല. ഞങ്ങളെ കൊല്ലാൻ വന്നയാളാ. പെലച്ചെറുക്കൻ പെണ്ണിനെ പ്രേമിച്ചു കെട്ടിയെന്നു പറഞ്ഞ് അയാൾ കൈക്കാരേം കൂടി വന്ന് ഞങ്ങളുടെ വീട്ടിൽ കയറി തല്ലുണ്ടാക്കി. പെരയ്ക്ക് തീയിട്ടു.

''കണ്ണങ്കാട്ടെ തേപ്പെലേന്റെ മോൾ സരസേടെ മോനാ അക്ഷയ്. അവൻ ബാലൻപിള്ളേടെ അല്ല ആരുടെ മോളേ ആയാലും ഇഷ്ടമാണേൽ കെട്ടും.''

അരിവാളു മിന്നിച്ച് താൻ അലറി. നാവും അരിവാളും കൊണ്ടു ജയിച്ച ദിവസങ്ങൾ. കൂട്ടത്തല്ലൊടുങ്ങി. അച്ഛനും ബാലൻപിള്ളയ്ക്കുമുൾപ്പെടെ ആർക്കൊക്കെയോ വെട്ടേറ്റു. തന്റെ കാലിനും കൈയ്ക്കും വെട്ടേറ്റു. വലതുകൈയുടെ തള്ളവിരലറ്റുപോയി. അവൾ ദീർഘമായിശ്വസിച്ചു.

12 വർഷം എത്ര വേഗമാണ് കടന്നുപോയത്. അന്ന് പോയതാ. മോന്റെ കൂടെ ബോംബെയിലേക്ക്. അവിടെ നിന്ന് ദുബായിലേക്ക്. തിരുവനന്തപുരത്ത് എൻജിനീയറിംഗിന് അവനും പാർവ്വതീം ഒരുമിച്ചാ

പഠിച്ചേ. ജോലി കിട്ടിയതും ഒരു സ്ഥലത്ത്. അയാൾടെ ഒരേയൊരു മോളാത്രെ. കൊന്നാലും തരത്തില്ലെന്ന്. ബാലൻപിള്ള അവളുടെ ഉള്ളിൽ തിളച്ചു.

''അക്ഷയിന്റെ അമ്മയല്ലേ? ഞാൻ ശ്രീധരൻ വണ്ടി കൊണ്ടു വന്നിട്ടുണ്ട്. അക്ഷയ് യൂബർ ബുക്ക് ചെയ്തിരുന്നു.''

മഴയിലേക്കുണർന്ന സരസയുടെ മുമ്പിൽ ഒരു താടിക്കാരൻ. അവൾ കണ്ണ് തിരുമ്മി ഒന്നുകൂടി നോക്കി. ആറടിപ്പൊക്കത്തിൽ ഒരുത്തൻ വീതുളി പോലെ വെട്ടി നിറുത്തിയ കൃതാവിന്റെ ചുവട്ടിൽ മേൽമീശ വളർന്ന് വട്ടം കെട്ടിപ്പിടിച്ചിരിക്കുന്നു. യുദ്ധമുഖങ്ങളിൽ നിന്ന് വാരിയെടുത്ത തഴമ്പിന്റെ തിടമ്പ് നെറ്റിയിൽ. കണ്ണിലൊരു ത്സവം പെടയ്ക്കുന്നു. അമ്പത്തഞ്ചിന്റെ നിറവിലും ഉടയാതെ ആറാട്ടി നൊരുങ്ങി നിൽക്കുന്ന മെയ്ത്തുടിപ്പ്. മോഹൻലാലിന്റെ ചിത്രങ്ങളിൽ കണ്ടു മറന്ന കഥാപാത്രങ്ങളിൽ നിന്നിറങ്ങി വന്ന ഒരാൾ അവളെ തോണ്ടി. ആടുതോമ... മുറുക്കാൻകറ പിടിച്ച പല്ലു കാണിച്ച് അയാൾ ചിരിച്ചു. സരസയുടെ ഉള്ളിലൊരു കൊള്ളിയാൻ മിന്നി. കനത്ത മഴ, ഒറ്റയ്ക്കുള്ള യാത്ര... ഭയം നിറഞ്ഞ ഒരാകർഷണം വയറ്റിൽ നിന്നുകത്തി.

''ഞാനും കോമല്ലൂക്കാരനാ. പുല്ലന്റെ തെക്കേലെ നീലാണ്ടപ്പിള്ള യുടെ എളേ മോനാ. സരസേ എനിക്കറിയാം. ചൊനക്കര സ്കൂളിൽ ഞാൻ എട്ടിലാരുന്നപ്പം സരസ പത്തിലാരുന്നു.''

ഒരു മൗനം പറന്നുവന്ന് അയാളിൽ നിറഞ്ഞു, സംശയം അവളിലും.

''ഇപ്പോൾ സിറ്റിയിൽ ടാക്സി ഡ്രൈവറാ. യൂബെറിലാ. നാട്ടി ലോട്ട് ഒരോട്ടം വന്നപ്പം ഞാനെടുത്തതാ. നാട്ടിപ്പോയിട്ട് കൊറച്ചു കാലമായി. അതുകൊണ്ടാ.''

കാറിന്റെ പിൻസീറ്റിൽ അമർന്നിരുന്ന് കാലങ്ങളെ ചേർത്തു പിടിച്ച് അവൾ നിശ്വസിച്ചു.

''ഇത്തവണത്തെ മകരത്തിലും മഴ കടുക്കുമെന്നാ തോന്നുന്നേ. കുറെ ദിവസമായിട്ട് മഴയാ. വെട്ടിക്കോട്ടു പാടമെല്ലാം ഇപ്പഴേ മുങ്ങി.''

കാലം തെറ്റി വന്ന പെരുമഴ പുറത്തും ശ്രീധരൻ അകത്തും തോരാതെ പെയ്തുകൊണ്ടിരുന്നു.

കഴിഞ്ഞ നാല്പതു വർഷത്തിനുള്ളിൽ ഒരു ഗ്രാമം വിശപ്പിന്റെ നിലവിളിയിൽനിന്ന് കഞ്ഞിയുടെ തിളപ്പിലേക്കും ഊണിന്റെ നിറ വിലേക്കും അവിടെ നിന്ന് ഷവർമ്മയിലേക്കും നൈറ്റ്ഫുഡിലേക്കും വളർന്നതിന്റെ കഥകൾ അയാൾ പറഞ്ഞുകൊണ്ടിരുന്നു. അയാളുടെ സംസാരത്തിലെ ഒരു പരിചിതത്വവും ഊഷ്മളതയും സ്നേഹവും

കാറിനുള്ളിൽ മുളയിട്ട് വള്ളി വീശി. അയാളുടെ സത്യസന്ധത അവൾക്കിഷ്ടമായി.

''അമ്പലത്തിലിന്ന് കൊടിയേറ്റാ. സരസേ എറക്കിയിട്ട് ഞാൻ അമ്പലത്തിലൊന്ന് പോയി വന്നോട്ടെ. തിരികെ ഇങ്ങോട്ടുള്ള ഓട്ടവും എനിക്കാ. ചൊനക്കര കാളമൂട്ടിലെ കഞ്ഞി കുടിച്ചിട്ട് പത്തിരുപതു വർഷമായി.''

നാട്ടിലെ വിശേഷങ്ങളെ സ്നേഹനിർഭരമായ മൂളൽകൊണ്ട് കോരിയെടുത്ത് അവൾ നാട്ടുവഴികളിലൂടെ പടർന്നു.

''ഇപ്രാവശ്യം കോമല്ലൂക്കാള കലക്കുംന്നാ കേട്ടേ. തറേലെ സോമനും നന്ദനത്തിലെ വക്കീലും കൈതക്കാട്ടേലെ പങ്കജാക്ഷനും എല്ലാരും കൂടി കാശു മുടക്കി പുതിയ കാളേ പണിയിച്ചതാ. ആറ് കരേലും ഏറ്റവും വല്യകാളയാന്നാ കേട്ടേ. എമ്പതടി പൊക്കോം അതിനൊത്ത വിരിവും. തലേലെ കൊത്തുപണിയാത്രെ അതിലും കേമം.''

മുത്തുക്കുടകളും മയിലാട്ടങ്ങളും അമ്മൻകുടങ്ങളും താളമേളങ്ങളും തുള്ളലുകളും നിറഞ്ഞ ലഹരിയായി പകൽപ്പൂരം അവന്റെ കണ്ണിൽ പൂത്തിരിയായി. അത് പടർന്ന് അവളിലും കത്തിപ്പിടിച്ചു.

ചൊനക്കര ആറാട്ട്.... ഒരു ഗ്രാമത്തിന്റെ... അല്ല അനേകം ഗ്രാമങ്ങളുടെ ഉത്സവത്തിളപ്പ്. കരകളുടെ പകൽകാഴ്ചകൾ ഒന്നിന് പിറകെ ഒന്നായി വഴിനീളെ ഉത്സവം വിളമ്പി വർണ്ണങ്ങളിൽ വിളഞ്ഞ് അഗ്നിശോഭ പടർത്തി സന്ധ്യയിലേക്ക്. ആറാട്ട് വരവ് സരസയെ കളിക്കണ്ടത്തിലേക്ക് വലിച്ചിട്ടു.

കശുവണ്ടിത്തൊഴിലാളികളും ദരിദ്രകർഷകരും കൂലിപ്പണിക്കാരും പങ്കിട്ട ദാരിദ്ര്യത്തിന്റെയും ബഹളങ്ങളുടെയും ഇടയിലേക്ക് പറയെഴുന്നെള്ളി വരുന്ന ചൊനക്കരത്തേവര്. കൊടിയേറി പത്താം നാൾ ആറാട്ട്. കാളേടെ കൂടെ കളിക്കണ്ടത്തിലോട്ട് പറന്നിരുന്ന കണ്ണങ്കാട്ട് തേപ്പെലയന്റെ മോളു സരസ... ഓർമ്മയുടെ ഉമ്മറങ്ങളിൽ കാഴ്ചകൾ നിറഞ്ഞു. കളിക്കണ്ടത്തിൽ കാഴ്ചക്കാളകൾ നിരന്ന് എടുപ്പിലും പൊടിപ്പിലും കെട്ടഴകിലും മത്സരിച്ചു. ആഘോഷം വാനോളമായി. മേളങ്ങൾ കൊഴുത്തു. വെടിക്കെട്ടുകൾ തകർത്തു. ഒരാവേശം അവളിൽ പെട്ടെന്ന് കൊട്ടിക്കേറി. മുന്നോട്ടാഞ്ഞിരുന്ന് നാടിനെക്കുറിച്ചുള്ള വാർത്തയ്ക്കുവേണ്ടി അവൾ പ്രകമ്പനം കൊണ്ടു. അവൾ സംസാരിച്ചുതുടങ്ങിയപ്പോഴേക്കും ശ്രീധരൻ മൗനിയായി.

ഒരു വിഭ്രമം അയാളിൽ പടർന്നിറങ്ങി. മേളങ്ങളിൽ നിന്നുതിർന്ന ഒരു വെടി ഉള്ളിൽത്തറച്ചപോലെ പെട്ടെന്ന് ഒരു ഓർമ്മ പാഞ്ഞുവന്ന്

അയാളെ കൊത്തി. ഒരു ഇടിമിന്നൽ തെന്നി വന്ന് കണ്ണുപൊത്തി. അറിയാതെ സഡൻ ബ്രേക്ക് ഇട്ടു. ഓർമ്മിക്കരുതെന്ന് ആഗ്രഹിച്ച തെന്തോ ഒന്ന് ഉള്ളിൽ തിളച്ചുമറിഞ്ഞു വരുന്നു. കാറിനുള്ളിൽ മൗനം കനത്ത് നിറഞ്ഞു. ഉത്സവം കൊടിയിറങ്ങി.

''ചൊനക്കരയാറാട്ടിനു പോയിട്ട് ഒത്തിരിക്കാലമായോ? ശ്രീധരൻ എന്താ ഒറ്റയ്ക്ക് എറണാകുളത്ത്? കുടുംബം?''

''എന്താ ഉറങ്ങ്വാ?'' ആ ചോദ്യത്തിൽ അയാളിലെ മനുഷ്യൻ ഒന്നു മുറുകി അയഞ്ഞു.

''അതൊരു കഥയാ...''

''അവള് ഒരുത്തന്റെ കൂടെ എറങ്ങിപ്പോയി.''

''ങ്ഹേ... എന്ന്, എന്താ ഒണ്ടായേ?''

''2001 മകരം പന്ത്രണ്ടാന്തിയേ... എത്രയോ കാലങ്ങളായി ഓർമ്മ കൾ ചുമന്നു നടക്കുന്ന ഒരു ഒറ്റയാനാണ് ഞാൻ.''

അയാൾ ഒരു നിശ്വാസമായി ഉടഞ്ഞു.

''ങ്ഹാ... പോട്ടെ. ഓരോരുത്തർക്കും ഓരോ ജീവിതം. എന്റെ കഥ തിരിച്ച് വരുമ്പം പറയാം. നമ്മൾ ഇങ്ങെത്താറായി.''

അവൾ പെട്ടെന്ന് നിശ്ശബ്ദയായി; അയാൾ വാചാലനും.

''ഞാൻ പട്ടാളത്തിൽ ഡ്രൈവറായിരുന്നു. ക്യാപ്റ്റൻ ഗുൽബീന്ദർ സിങ്ങിന്റെ ടീമിനൊപ്പം പട്രോൾ ഡ്യൂട്ടിയാരുന്നു. സ്വാതന്ത്ര്യ ദിനാഘോഷം വരുന്നതുകൊണ്ട് കർഫ്യൂ പ്രഖ്യാപിച്ചിരിക്കുകയായിരുന്നു. ഏത് സമയവും ത്രീവ്രവാദിആക്രമണം ഉണ്ടാകാമെന്ന അവസ്ഥ. സിറ്റി മുഴുവൻ പട്ടാളക്കാർ റോന്തുചുറ്റുന്നു. സകല ദൈവങ്ങളേം വിളിച്ചോണ്ടാ ഞാൻ വണ്ടി ഓടിച്ചത്. ഒരു കിലോമീറ്റർ മുന്നിൽ ചെന്നപ്പോഴാണ് എനിക്ക് ശ്വാസം വീണത്. എങ്ങുനിന്നും ആക്രമണം ഉണ്ടായില്ല. ക്യാപ്റ്റൻസാബ് പറഞ്ഞിട്ട് ഞാൻ വണ്ടി നിർത്തി. തിരിഞ്ഞു നോക്കി. അങ്ങു ദൂരെ റോഡിൽ ചുവന്ന പൊട്ടു പോലെ ഒരു ജീവൻ ആളിയൊടുങ്ങുന്നു. ബൈനോക്കുലറിൽ കൂടി പരിസരം വീക്ഷിച്ചിട്ട് പരിസരത്തെങ്ങും ആരുമില്ലെന്നു കണ്ട് വണ്ടി തിരിച്ചുവിടാൻ ക്യാപ്റ്റൻസാബു പറഞ്ഞു. ഞങ്ങൾ പട്ടാളക്കാർക്ക് രാജ്യസ്നേഹവും മനുഷ്യസ്നേഹവും ഒരുപോലാ. രണ്ടിനും ജീവൻ കൊടുക്കും.''

''ങ്ഹും... ശരിയാ.'' അവൾക്ക് അതിൽ തർക്കമില്ലായിരുന്നു.

''സ്ഥലത്തെത്തിയിട്ടും ആരും ഇറങ്ങിയില്ല. ജവാൻമാർ ക്യാപ്റ്റന്റെ ഓർഡർ കാത്തിരുന്നു. ലൈറ്റ് ഓഫ് ചെയ്തായിരുന്നു വണ്ടി

ഓടിച്ചുവന്നു നിർത്തിയത്. അപ്പോഴും റോഡിലെ കത്തുന്ന തീയിൽ നിന്ന് ഒരു ഞരക്കം കേൾക്കാമായിരുന്നു. റോഡിൽ തൊട്ടടുത്തെങ്ങും കെട്ടിടങ്ങളോ തീവ്രവാദികൾക്ക് ഒളിച്ചിരിക്കാൻ പറ്റിയ പഴുതുകളോ ഇല്ലായിരുന്നു. പരിസരവീക്ഷണം നടത്തി അപകടസാധ്യതയില്ലെന്നു മനസ്സിലായപ്പോൾ ക്യാപ്റ്റനും ജവാന്മാരും വളരെ ശ്രദ്ധിച്ച് പുറത്തിറങ്ങി. ഓരോ ജവാനെ വണ്ടിക്കു മുന്നിലും പിന്നിലും ഫയറിംഗ് പൊസിഷനിൽ നിർത്തിയിട്ട് ക്യാപ്റ്റൻ സാബും രണ്ടു ജവാന്മാരും വെന്തുപിടയുന്ന മനുഷ്യന്റെ അടുത്തേക്ക് നീങ്ങി. കൈയിൽ കരുതിയിരുന്ന ചാക്കുകൊണ്ട്, തീയാളിനിന്ന ആളിനെ പൊതിഞ്ഞെടുത്തു വേഗം വണ്ടിയുടെ അടുത്തേക്ക് വന്നു.

പേര് രാംഗോപാലെന്നാണെന്നും കാശ്മീരിപണ്ഡിറ്റാണെന്നും തീവ്രവാദികൾ തട്ടിക്കൊണ്ടുവന്ന് ഹൈവേയിലിട്ട് കത്തിച്ചതാണെന്നും അയാൾ ക്യാപ്റ്റൻസാബിനോട് പറഞ്ഞു. അയാൾ വല്ലാതെ കരയുന്നുണ്ടായിരുന്നു. വെള്ളം ചോദിച്ചപ്പോൾ അയാളുടെ വായ തുറന്ന് ജവാൻ സാദിഖ് വെള്ളം ഒഴിച്ചു കൊടുക്കാൻ മൊബൈൽ ഫോൺ ഓൺ ചെയ്തു. എല്ലാവരും ജാഗ്രതയോടെ നിൽക്കാൻ സാബ് ഓർഡർ ചെയ്തു.

ഒരിറക്കു വെള്ളം അകത്തെടുത്തപ്പോൾ ആകാശം ഇടിഞ്ഞു വീണപോലെ ഇരുട്ടിന്റെ മറവിൽ നിന്ന് വെടിപൊട്ടി. എവിടെ നിന്നോ പാഞ്ഞു വന്ന ബുള്ളറ്റുകൾ സാദിഖിന്റെ കനിവും തീയിൽ വെന്തയാളുടെ വേദനയും അവസാനിപ്പിച്ചു. ബുള്ളറ്റ് വന്ന ദിശയറിയാത്തതിനാൽ ക്യാപ്റ്റൻ സാബും ജവാന്മാരും നാലു ചുറ്റിലും വെടിയുതിർത്തു. സാദിഖിനെ താങ്ങിയെടുത്തപ്പോഴേക്കും മറ്റ് രണ്ടു ജവാന്മാർക്കും വെടിയേറ്റു. തലങ്ങും വിലങ്ങും തീയുണ്ടകൾ മിന്നൽ വേഗത്തിൽ പാഞ്ഞു. ക്യാപ്റ്റൻസാബ് വീഴുന്നതുകണ്ട് ഞാനിറങ്ങി തോളിലെടുത്ത് അകത്തേക്ക് ഇട്ടു. കുനിഞ്ഞു നിന്ന എന്റെ പുറത്ത് വെടിയുണ്ട തറച്ചുകേറി. വെടി കൊണ്ടെങ്കിലും എല്ലാരും എങ്ങനെയോ വണ്ടിക്കുള്ളിൽ പാഞ്ഞുവീണു. വേദനകൊണ്ടു പുളഞ്ഞെങ്കിലും 20 കിലോമീറ്റർ അപ്പുറത്തുള്ള സൈനികാശുപത്രി ഉന്നം വച്ച് ഞാൻ വണ്ടി പായിച്ചു. ക്യാപ്റ്റൻ സാബും നാലു ജവാന്മാരും നിലവിളിക്കുന്നുണ്ടായിരുന്നു. എനിക്ക് ബോധം പൊയ്ക്കൊണ്ടിരുന്നു. കണ്ണിൽ ഇരുട്ടു കയറി. കൈകൾ കുഴഞ്ഞു. കഷ്ടിച്ചു വലതു കാലെടുത്തു ബ്രേക്കിൽ വച്ചു. വലതുവശത്തുള്ള കലുങ്കിലോട്ട് വണ്ടി ഇടിച്ചുകേറി. പെട്ടെന്ന് ഒരു ഇരുട്ടു വന്ന് എല്ലാം മൂടിക്കളഞ്ഞു.

''അയ്യോ...'' ഒരു വിറയൽ വന്ന് അവളെ അടിമുടി തൊട്ടു.

''നാലു ദിവസം കഴിഞ്ഞാ ബോധം വീണേ. പൊറത്ത് നാല് ഓപ്പറേഷൻ നടത്തിയാ ബുള്ളറ്റ് എടുത്തേന്നാ ഡോക്ടർ പറഞ്ഞേ.

അര മൊതൽ കഴുത്തു വരെ ബാൻഡേജായിരുന്നു. ആശുപത്രി മുറിയുടെ കർട്ടനുപിന്നിൽ മരണം ഒളിച്ചിരിപ്പുണ്ടെന്ന് തോന്നിച്ച ദെവസങ്ങൾ. ക്യാപ്റ്റൻ സാബിനും ജവാന്മാർക്കും ഓപ്പറേഷൻ കഴിഞ്ഞെന്നും സുഖമാകുന്നെന്നും വേറെ വാർഡിൽ ആണെന്നും നേഴ്സ് ഫിലോമിന പറഞ്ഞപ്പോൾ മാനത്തുനിന്ന് ഒരു പുഞ്ചിരി ഇറങ്ങിവന്ന് ഹൃദയം തിങ്ങി. ചുണ്ടുകൾ താനേ വിടർന്നു. വെടിയേറ്റേലും ക്യാപ്റ്റൻസാബിനേം ജവാന്മാരേം രക്ഷപ്പെടുത്താൻ സാധിച്ചല്ലോന്ന് ഓർത്തപ്പം ഒരു സന്തോഷോം അഭിമാനോം ഒക്കെ ഉണ്ടായി.

രണ്ടു മാസം കഴിഞ്ഞ് ഐ.സി.യുവിൽനിന്ന് വാർഡിലേക്കു മാറ്റിയ അന്ന് വൈകുന്നേരം മാത്രമാ ഞാൻ മാത്രേ രക്ഷപ്പെട്ടൊള്ളെന്ന് അറിയുന്നേ. എന്റീശ്വരാ.... എന്റെ ചങ്കുപൊട്ടിപ്പോയി. അലറിക്കരഞ്ഞ് മുറിവുകൾ പൊട്ടി. എന്നെ കൂടി കൊന്നുകളഞ്ഞേക്കാൻ പറഞ്ഞ് ഞാൻ കെടക്കയിൽ പെടഞ്ഞു. അവിടെ എന്റെ കൂടെ ഉണ്ടായിരുന്ന ഹവീൽദാർ പളനി എന്നെ അമർത്തിപ്പിടിച്ചു കെടക്കയിലൊതുക്കി. ഞാൻ കരഞ്ഞു കെഞ്ചി. ഒടുവിൽ ആത്മഹത്യ ചെയ്യാനായി മൂന്നാം നെലയിലെ വാർഡിൽ നിന്ന് ചാടാൻ പല പ്രാവശ്യം നോക്കിയതാ. പെണ്ണുമ്പിള്ള കൂടൊണ്ടാരുന്നു. അതുകൊണ്ട് നടന്നില്ല.

ആ ബാലൻപിള്ള ചത്തപ്പം അവിടെ വരെയൊന്നു പോണമെന്നു തോന്നി. ചത്താലും തീരാത്ത പകയുണ്ടോ? എനിക്കാരോടും ഇപ്പോൾ ദേഷ്യമില്ല. സരസേ. മരണത്തെ മാത്രം കാത്തിരിക്കുന്ന മനുഷ്യരുടെ ഇടയിൽ ജീവിച്ചിട്ടുണ്ടോ? വേദനയ്ക്കും സങ്കടത്തിനും ഒരു സ്ഥാനവുമില്ലാത്ത ജീവിതങ്ങൾ. ഞാൻ അവിടെയായിരുന്നു ഏറെക്കാലവും. എന്നെ ഇപ്പം ഒന്നിനും നോവിക്കാനാവില്ല ആർക്കും. വിശ്വംഭരനോടും നന്ദിനിയോട് പോലും എനിക്ക് വിരോധമില്ല. ഒരു ജീവിതം ഉടഞ്ഞ് അവളുടെ കണ്ണുകളിൽ തിങ്ങി.

''ബാലൻപിള്ളയ്ക്ക് എന്താരുന്നു ദേഷ്യം?''

''അതാണെന്റെ ജീവിതകഥ. ഇപ്പോ എല്ലാം നിസ്സാരമായി തോന്നുന്നു. അതാ തിരിച്ചുവരുമ്പോ പറയാമെന്ന് പറഞ്ഞേ.''

ഒരുതരം ആരാധന അയാളോട് എങ്ങനെ വന്നുവെന്നാലോചിച്ച് അവൾ സീറ്റിലേക്ക് മലർന്നു.

''അതെ... ചത്താലും തീരാത്ത പെണക്കമുണ്ടോ? ക്യാൻസറായി ക്കിടന്നിട്ടും ആരും പോയിക്കണ്ടില്ല. പുള്ളിക്കാരൻ യാചിച്ചിട്ടും കൊച്ചുമക്കളെ കാണിക്കാഞ്ഞത് കഷ്ടമായിപ്പോയി.''

''അതെ കഷ്ടമായിപ്പോയി.'' ഓർമ്മകളെ തള്ളിമാറ്റി ഒരു മയക്കം സരസയെ പൊതിഞ്ഞു.

* * *

‘‘വണ്ടിയൊന്ന് നിർത്താമോ?’’

ഓരം ചേർന്ന് നിന്ന വണ്ടിയിൽനിന്ന് സരസ ഇറങ്ങി. ഡിക്കിയിൽ ചാരിനിന്ന് പടിഞ്ഞാറൻമാനത്തെ ചുവപ്പിലേക്ക് നോക്കി. പറഞ്ഞറിയിക്കാനാവാത്ത ഒരു വികാരം അവളിൽ പതഞ്ഞൊഴുകി. ഏതൊക്കെയോ അണക്കെട്ടുകൾ തകർന്നു. ചാറ്റൽ മഴ തോണ്ടി മാറ്റി ശ്രീധരൻ ഇറങ്ങി. കാറ്റിൽ പടർന്ന ഒരു തേങ്ങൽ അയാളെ വലം വച്ചു നിന്നു.

‘‘സരസേ...’’

അയാൾ പറഞ്ഞതൊക്കെ മഴ തൊട്ടു വന്ന ഒരു കാറ്റു വീശിയെറിഞ്ഞു. അയാൾ ഒരല്പംകൂടി അവളുടെ അടുത്തേക്ക് നീങ്ങി നിന്നു. ചങ്കു പെടയ്ക്കുന്ന മൗനം ഏറെ നേരം അവർക്കിടയിൽ കനം വച്ചു. അവന്റെ മണം തൊട്ട് അവൾ തേങ്ങി.

‘‘സരസേ...’’

അയാൾ ഒഴുകിത്തുളുമ്പി. ഒരു വിറയലോടെ അവൾ മുഖമുയർത്തി. ഉച്ചിയിൽ നിന്നഴിഞ്ഞിറങ്ങിയ ഒരു ഭ്രാന്തിൽ അവൾക്കു ചുറ്റും സന്ധ്യ കത്തി. മിന്നൽ വേഗത്തിൽ അയാളുടെ വലതു കൈപ്പത്തി പിടിച്ചവൾ സ്വന്തം നെഞ്ചത്തു വച്ചു മിണ്ടാതെ നിന്നു. കണ്ണുകളടച്ചു.

‘‘ഞാൻ...’’ അവൾ തുടിച്ചു.

‘‘എനിക്കറിയില്ല ശ്രീധരാ, നിന്നെ എനിക്കറിയില്ല. നിന്റെ കഥകൾ ഇവിടെ തീരുമല്ലോ എന്നോർക്കുമ്പോൾ... പറിഞ്ഞുപോകുന്ന പോലെ എന്റെ ഹൃദയം പെടയ്ക്കുന്നു.’’

അവളുടെ കണ്ണിൽ നിന്നുരുകി വീണ ഒരു പൊള്ളലിൽ അയാളൊന്നുലഞ്ഞു. പണ്ടേ മാഞ്ഞുപോയ ഒരു നിലാവു വന്ന് ശ്രീധരനിൽ നിറഞ്ഞു.

■

ഒരു ബോംബും
കുറെ മനുഷ്യരും

"എടിയേ... ഓ, എടീ പാരതിയേ..."

"എന്തുവാ മനുഷ്യാ കാലത്തേ കെടന്ന് തൊള്ള തൊറക്കുന്നേ..."

അടുക്കളയിൽനിന്ന് തിണ്ണയിലേക്ക് വരുന്ന വഴിയേ ഭാരതിയമ്മ കാറി.

തിണ്ണയിൽ, ഭാസ്കരപിള്ള മുറ്റത്തേക്ക് കൈ ചൂണ്ടി മിഴിച്ചു നിൽക്കുന്നു. തിണ്ണയിൽനിന്ന് മുറ്റത്തേക്ക് മൂന്നു പടികളുണ്ട്. മൂന്നാമത്തെ പടിക്കു തൊട്ടു താഴെ മണ്ണിൽ ഒരു പെട്ടി ഇരിക്കുന്നതുകണ്ട് ഭാരതിയമ്മ ഞെട്ടി. ചെറിയതാണെങ്കിലും പുതിയ പെട്ടി.

മോൻ ഗോപാലകൃഷ്ണൻ പട്ടാളത്തീന്ന് ഇപ്രാവശ്യം വന്നപ്പഴാ തിണ്ണയ്ക്ക് ടൈൽസ് ഇട്ട് പടികെട്ടിയത്. അതിന്റെ തൊട്ടു താഴെ മണ്ണിലാ പെട്ടി.

"ഭഗവാനേ... വല്ലോനും വല്ല കൂടോത്രോം കൊണ്ടുവച്ചതാരിക്കുമോ. അല്ലേലും ഞങ്ങൾ ഒരു വീട് വച്ചതിന് എല്ലാർക്കും കണ്ണുകടിയാ. തെക്കേലെ അനിയൻപുള്ളേം അപ്പുറത്തെ കോവാലനും ഇവിടുത്തെ കേറിത്താമസം കഴിഞ്ഞേപ്പിന്നെ നേരെ കണ്ടാ മിണ്ടത്തില്ല. എന്റെ പരദേവരേ... അനർത്ഥമൊന്നും വരുത്തല്ലേ."

നിന്നനിൽപ്പിൽ ഭാരതിയമ്മയുടെ മനസ്സിൽകൂടി സമ്മിശ്രവികാരങ്ങൾ കടന്നുപോയി. അവർ കെട്ടിയോന്റെ അടുത്തേക്ക് നീങ്ങി നിന്നു.

"ദേണ്ട്..."

"അയ്യോ..."

ഒറ്റ തോണ്ടലിൽ ഭാസ്കരപിള്ള ഞെട്ടിത്തിരിഞ്ഞു.

"ഓ..." സഹിക്കാനാവാത്ത വേദനയിൽ അയാൾ ഒന്നു പുളഞ്ഞു.

മിനിഞ്ഞാന്നത്തെ അടിപിടിയിൽ പെടലിക്കും തോളിനും കൈയ്ക്കും നീരുണ്ട്; വീഴ്ചയിൽ ദേഹത്താകെ വേദനയും.

''എന്തോന്നാ മനുഷ്യാ, ഞെട്ടുന്നേ.''

''എടീ അങ്ങോട്ട് പോകണ്ടാ, അത് ബോംബാന്നാ തോന്നുന്നേ.''

ഭീകരന്മാർ ബോംബുണ്ടാക്കി മനുഷ്യരെ കൊല്ലുന്ന കഥകൾ ഗോപാലകൃഷ്ണൻ ഇപ്രാവശ്യം വന്നപ്പോൾ പറഞ്ഞത് അയാളുടെ മനസ്സിൽ മിന്നിമാഞ്ഞു.

''ങ്ഹേ... അയ്യോ...'' ഭാരതിയമ്മ വീണ്ടും ഞെട്ടി.

ബോംബാണേൽ ആരാരിക്കും വച്ചത്. ഈ പൊര തകർക്കാൻ തന്നെ വച്ചതാരിക്കും. അവരുടെ മനസ്സിൽ ആയിരം ചിന്തകൾ ഒന്നിച്ചിറങ്ങി വന്ന് കഥകൾ നെയ്തു. കഴിഞ്ഞ ചൊവ്വാഴ്ച കോവാലന്റെ പശു ഇപ്പറത്തെ വാഴത്തൈ കടിച്ചു തിന്നു. ''പശൂനെ കുറുക്കിക്കെട്ടണ്ടായോ സരസൊതീ... ഈ വാഴത്തൈയെല്ലാം പശു തിന്നല്ലോ'' എന്നൊന്ന് പറഞ്ഞതേ ഒള്ളൂ. അവളും കോവാലനും അയ്യത്തോട്ടെറങ്ങി പൂരമ്പാട്ടങ്ങ് തൊടങ്ങി. താനും വിട്ടുകൊടുത്തില്ല. കുറെ കഴിഞ്ഞപ്പം അവരുടെ മോൻ, പാറമടേ പണിക്കു പോന്ന ആനന്ദൻ ഇറങ്ങി വന്നു. കള്ളിലാറാടി അവനങ്ങനെ നിന്നു തുള്ളി.

''എടീ.... ന്തരവളേ...ഓ... നിന്റെയൊക്കെ ഒരു ബങ്ക്ളാവ്... കൂടുതൽ മൂത്താ... ഈ പട്ടിബങ്ക്ളാവൊണ്ടല്ലോ... അത് വെടിമരുന്നു കൊണ്ട് ബോമ്പൊണ്ടാക്കി പാറ പൊട്ടിക്കുന്ന പോലെ പൊട്ടിച്ച്... തകർത്ത്... ചാരമാക്കിക്കളയും. നെനക്കെന്നെ അറിഞ്ഞുകൂടാ.''

അവൻ കാർക്കിച്ചു തുപ്പിയത് ഇപ്പഴും ചങ്കിൽ ഒലിച്ചു വീഴുന്നു. മോന് പട്ടാളത്തീ ജോലി കിട്ടയപ്പം മൊതല് അവർക്ക് ഞരക്കം തൊടങ്ങീതാ. ലോണെടുത്ത് ഒരു വീടും കൂടെ വച്ചപ്പഴേക്കും പിന്നെ കെടക്കപ്പൊറുതിയില്ല. നാശങ്ങള്... ദേണ്ടെ വീട്ടില് ബോംബും കൊണ്ടുവച്ചിരിക്കുന്നു.

ധനുമാസത്തിലെ പുലർകാലക്കുളിരിനെ വകഞ്ഞ് ചൂളംവിളിച്ചുകൊണ്ട് തെക്കോട്ടു പാഞ്ഞുപോയ തീവണ്ടി ഭാരതിയമ്മയെ ഓർമ്മകളിൽനിന്ന് ഉണർത്തി. എപ്പോൾ വേണമെങ്കിലും പൊട്ടാൻ പാകത്തിൽ ഒരു പെട്ടിബോംബ് തിരുമുറ്റത്ത് ഇരിക്കുന്നത് കണ്ട് അവർ സകലദൈവങ്ങളേയും പ്രാർത്ഥിച്ചു. തൂണും ചാരി വിഷണ്ണനായി താടിക്കു കൈ കൊടുത്തിരിക്കുന്ന ഭാസ്കരപിള്ള, അടൂരിന്റെ ഏതോ അവാർഡുപടത്തിലെ നായകനെപ്പോലെ മൗനിയായി കാണപ്പെട്ടു.

''നിങ്ങള് ബോംബും കെട്ടിപ്പിടിച്ചോണ്ടിരുന്നോ. ആ പഞ്ചായത്ത് മെമ്പറിനെയോ മറ്റോ വിളിച്ചോണ്ടുവന്ന് കാണിക്ക് മനുഷ്യാ.''

പരിഭവവും ദേഷ്യവും സമാസമം കലർന്ന സ്വരത്തിൽ ഭാരതിയമ്മ പരിഹാരമാർഗ്ഗം നിർദ്ദേശിച്ചു. അല്ലെങ്കിലും കണ്ണനാകുഴി കരയിൽ പട്ടി കടിച്ചാലും പാമ്പു കടിച്ചാലും ആനയിടഞ്ഞാലും ഇടിവെട്ടി യാലും പെണ്ണിറങ്ങിപ്പോയാലും അവിഹിതഗർഭമായാലും എല്ലാം പഞ്ചായത്ത് മെമ്പർ ഭീമസേനൻപിള്ള ഇടപെട്ട് ഒരു പരിഹാരം ഉണ്ടാക്കും. ഭാരതി പറഞ്ഞതിൽ കാര്യമുണ്ടെന്നു കണ്ട ഭാസ്കര പിള്ള എണീറ്റുപോകാൻ ഒരു ശ്രമം നടത്തി.

‘‘അയ്യോ... എന്ത് വേദനയാ പാരതീ. എന്റെ നടൂം തോളും വിങ്ങുന്നു. കാല് നെലത്ത് കുത്താൻ വയ്യ.’’

‘‘കണക്കായിപ്പോയി. വല്ലവന്റേം തല്ലും കൊണ്ടേച്ച് വന്നു കെട ക്കുവാ. എന്തെങ്കിലും കാര്യമായ കാര്യത്തിനാന്നോ?’’

‘‘ങ്ഹാ.... അതുകള. ഈ ഭാസ്കരപിള്ള തല്ലു കൊടുത്തിട്ട് തന്നാ വരുന്നത്. ഒരു കാര്യമില്ലെങ്കിലും നമ്മളെ കൊച്ചാക്കാൻ വന്നാൽ വിടണോ. ഞാനേ വെടിക്കാരൻ ശങ്കരപ്പിള്ളേടെ മോനാ.’’

‘‘വിളക്കിത്തലനായര് എന്നാ വെടിക്കാരനായത്? മുടി മുറിക്കു ന്നോൻ പടക്കമൊണ്ടാക്കിയെന്നോ?’’

‘‘എടീ... +++ നിന്റെ തന്തയൊണ്ടല്ലോ ആ... പൂട്ടുകാരൻ കൃഷ്ണ പിള്ള. അയാൾക്ക് വല്യ കൊലമഹിമയല്ല്യോ.’’

ഭാസ്കരപിള്ളയുടെ ബി.പി. കൂടി. രക്തം ഇരച്ചുകേറി. മിനി ഞ്ഞാന്ന് അടി കിട്ടിയേടമെല്ലാം വിങ്ങുന്നു. വിളക്കിത്തലനായര് എന്ന വിളി കേട്ടാൽ അയാൾക്ക് അടക്കാനാവാത്ത ദേഷ്യം വരും.

‘‘ഞങ്ങൾ ഒന്നാന്തരം കുടുംബക്കാരാ. നിങ്ങളെപ്പോലെ...’’ ഭാരതി യമ്മ വിട്ടുകൊടുത്തില്ല. ആരോഗ്യസ്ഥിതി അനുവദിക്കാത്തതിനാൽ അയാൾ ഒതുങ്ങിക്കൊടുത്തു.

‘‘എടീ, എനിക്ക് നടക്കാൻ വയ്യാ. നീയൊന്നു പോയി ഭീമസേനൻ പിള്ളയെ വിളിച്ചോണ്ടു വാ. എനിക്കു വയ്യാന്ന് നീ മെമ്പറോട് പറ യണം.’’ എപ്പോഴുമെന്നപോലെ ഇപ്പഴും തോറ്റുകൊടുത്തുകൊണ്ട് അയാൾ മൊഴിഞ്ഞു.

മുറ്റത്ത് അയയിൽ കിടന്ന തോർത്ത് എടുത്ത് തോളിൽ ഏങ്കോ ണിച്ചിട്ട് ഭാരതി യാത്രയായി.

‘‘നിങ്ങൾ എങ്ങോട്ടും പോകല്ലേ. മെമ്പറേങ്കൊണ്ട് ഞാനിപ്പ വരാം.’’ പോകുന്ന വഴി ഭാരതിയുടെ താക്കീത്.

‘‘ഞാനിതിന്റെ കീഴിലിരുന്നാ ഇതിവിടിരുന്നു പൊട്ടിയാലോ.’’

‘‘നിങ്ങടെ കരിനാക്കു വളച്ചൊന്നും പറയാതെ മനുഷ്യാ. പൊട്ടിയാ പൊട്ടട്ടെ. എന്നാലും അതാരും കൊണ്ടുപോകാതെ നോക്കണം.’’

'ഇതിന്റെ കല്ലും നെല്ലും ഇന്ന് തിരിയണം. എന്റെ വീട് തകർക്കാൻ ഈ ബോംബ് ആരാ കൊണ്ടുവച്ചേന്നറിയണമല്ലോ. ഇതാ കോവാലന്റെ മോൻ തന്നാരിക്കും.' മനസ്സിൽ ഉറപ്പിച്ച ശേഷം ഭാരതി നടത്തത്തിന് വേഗത കൂട്ടി.

ബോംബ് പൊട്ടിയാൽ ഏതു വഴി ഓടണമെന്നാലോചിച്ച് ഭാസ്കരപിള്ള ചുറ്റും നോക്കി.

പൊന്നുരുക്കിയൊഴിച്ചപോലെ പ്രഭാതരശ്മികൾ മുറ്റമാകെ പടരുന്നു. വളർന്നു നിൽക്കുന്ന പുല്ലിന്റെ തുമ്പുകളിൽ ധനുമാസരാവിന്റെ സമ്മാനം പ്രഭാതത്തിന്റെ ലാളനമേറ്റ് വജ്രങ്ങളായി. കാലൊടിഞ്ഞ ഒരു മൈന ഒറ്റക്കാലിൽ ചാടിച്ചാടി മുറ്റത്തിന്റെ നീളമളക്കുന്നു. ഇണയില്ലാത്ത മൈനയെ കാണുന്നതുതന്നെ ദോഷമാണ്.. ഒറ്റക്കാലുള്ളതാണേ പറയുകയും വേണ്ട. കഷ്ടകാലം തന്നെ. ഒറ്റക്കാലൻ മൈനയെ കണ്ടതോടുകൂടി ബോംബ് പൊട്ടുമെന്നുറപ്പിച്ച ഭാസ്കരപിള്ള മുറ്റത്തെ കപ്പമാവിൻ ചുവട്ടിലോട്ട് മാറി ഓടാൻ തക്കം പാർത്തു നിന്നു.

''ഓയ്... നല്ല പെടയ്ക്കുന്ന മത്തി. വായോ...'' മീൻകാരൻ സുലൈമാൻ സൈക്കിളേൽ മുറ്റത്തേക്ക് കേറി.

''എടാ സുലൈമാനേ, നീ പൊക്കോ. ഇന്നു മീം വേണ്ട.''

''ഭാരതിയമ്മ ഇല്ലേ പുള്ളേച്ചാ?''

''ഓ... ഞാമ്പറഞ്ഞാ പോരായോ നെനക്ക്.''

''അല്ല, വീടോരാന്നല്ലോ എന്നും മീം വാങ്ങുന്നേ.''

''എന്നാ സൈക്കിളവിടെ വച്ചേച്ച് നീ ഇങ്ങോട്ട് വാ. ഒരു പൊഹയെടുക്കാം.''

''അല്ല പിള്ളേച്ചാ, കല്യാണസദ്യയ്ക്ക് അടിയൊണ്ടായെന്നോ പിള്ളേച്ചൻ എടയ്ക്ക് പെട്ടെന്നോ ഒക്കെ കേക്കുന്നല്ലോ.''

ബീഡിപ്പുകയുടെ വളയങ്ങളിൽ ലയിച്ചുകൊണ്ടുള്ള കുശലാന്വേഷണത്തിൽ ഭാസ്കരപിള്ള ഒന്നു വിജൃംഭിച്ചു.

''എടാ അങ്ങനാടാ ആണുങ്ങള് അടി കൊടുക്കും. ചെലപ്പം രണ്ടെണ്ണം കിട്ടീന്നുമിരിക്കും.''

''കൊച്ചാട്ടാ, ബീഡിയൊണ്ടോ ഒന്നെടുക്കാൻ?'' വേലി ചാടി വന്ന ശബ്ദത്തെ ''ങ്ഹാ'' എന്ന ഒറ്റ മൂളലിൽ ഭാസ്കരപിള്ള തളച്ചു.

''ആ... ശൊനകമ്പിള്ളേ എന്തോണ്ട് വിശേസം? മീം വല്ലോം വേണോ?''

കിട്ടിയ സമയത്ത് കുശലാന്വേഷണവും മാർക്കറ്റിംഗും ഒന്നിച്ച് നടത്തിയ സുലൈമാന് മുഖമടച്ച് ഒരാട്ടാണ് തിരിച്ചു കിട്ടിയത്.

‘‘ഫ്ഭാ... പോടാ പരിഞ്ഞില് സുലൈമാനേ...****# # # എടാ ശൊനകമ്പിള്ളയല്ലെടാ. എന്റെ പേര് സുഗുണൻ പിള്ളേന്നാടാ.’’

‘‘അത് പിന്നെനിക്കറിയത്തില്യോ. നാട്ടുകാര് അങ്ങനെ വിളിക്കുന്നോണ്ട് അതേ നാക്കീ വരൂ.’’

‘‘ങ്ഹാ....പോട്ടെടാ... സുഗുണാ, നീയുമില്ലാരുന്നോ മിനിഞ്ഞാന്നത്തെ കല്യാണത്തിന്?’’ ഭാസ്കരപിള്ള സമാധാനപ്രിയനായി.

‘‘ഒണ്ടാരുന്നു. ആദ്യത്തെ പന്തി കഴിഞ്ഞപ്പഴേ ഞാനിങ്ങു പോന്നു. പശു ചന നെറഞ്ഞു നിക്കുവാരുന്നു. അവളിന്നലെ പെറ്റു. കാളക്കിടാവാ. അവിടടീം പിടീമാരുന്നെന്നു പറഞ്ഞു. കൊച്ചാണൊണ്ടാരുന്നല്ലോ. എന്തവാരുന്നു?’’

‘‘എടാ, ആ കുട്ടമ്പിള്ളയില്യോ, അയാള് വല്യ കുടുംബക്കാരനും നമ്മളൊക്കെ താഴ്ന്നവരുമാണെന്നാ അയാടെ ഒരിത്. വെളക്കിത്തല നായന്മാര് എന്നേ ഒറിജിനൽ നായരായെന്ന് അയാളെപ്പോലുള്ളവർ സമ്മതിക്കത്തില്ല.’’

‘‘അതു ശരിയാ... കഴിഞ്ഞാഴ്ചേം അയാള് അമ്മിണീടെ ചായക്കടേ നിന്നപ്പം നമ്മടെ ട്രാൻസ്പോർട്ട് കണ്ടക്ടർ ശങ്കരപ്പിള്ള ആ വഴി നടന്നു പോയി. അതിന് പുറകെ ‘ഓ... വല്യ ഉദ്യോകക്കാരൻ... എന്തായാലും തൊരുവക്കാരനല്ല്യോ.... ആ ഗമ കാണിക്കും’, എന്ന് കുട്ടമ്പിള്ള കളിയാക്കി. ഞാങ്കേറിയേറ്റു.’’

‘‘എടാ, അവർ തൊരുവനായരല്ല, ചക്കിട്ടനായമ്മാരാ. നെനക്കറിയത്തില്ല്യോ? വെളക്കിത്തലേക്കാൾ കൊറഞ്ഞവരാ.’’ കിട്ടിയ തക്കത്തിന് ഭാസ്കരപിള്ള വിളമ്പി.

‘‘ആന്നോ. ആ... ആർക്കറിയാം. അതൊക്കെ പോട്ടെ. അടീടെ കാര്യം പറ.’’

‘‘ആ... കുട്ടമ്പിള്ളയാരുന്നു ദേഹണ്ണക്കാരൻ. രണ്ടാം പന്തിക്കാ ഞാനിരുന്നേ. അയാളാ പപ്പടം വെളമ്പിയേ. എന്റെ അപ്പറത്തിരുന്ന ഗോപാലകൃഷ്ണകൈമളിനും. ഇപ്പൊറത്തിരുന്ന രവീന്ദ്രനുണ്ണിത്താനും വല്യ പപ്പടമാ വെളമ്പീത്. എനിക്ക് ഒരു കൊച്ചു പപ്പടം. പോരാത്തതിന് വക്കു മുറിഞ്ഞത്. അയാളത് മനപ്പൂർവം ചെയ്തതാ. ചോയിച്ചപ്പം ചെവരക്കാരന്മാർക്ക് അത്രേം മതീന്ന്. എനിക്കരിച്ചു കേറി വന്നു. ചോറും പരിപ്പും കൊഴച്ചത് ഒരുരുള എടുത്ത് അയാടെ കണ്ണു മച്ചം ഒരേറ്വച്ചുകൊടുത്തു. പിന്നീട് നടന്നതൊന്നും ഓർമ്മയില്ല. 18 പേർ ഗവണ്മെന്റാശുപത്രീ കെടപ്പുണ്ട്. പൊലീസ് കേസെടുത്തെന്നാ കേട്ടേ. കല്ലുവെട്ടുകാരൻ കുട്ടൻചാന്നാരുടെ അയേ കെടന്ന ഒരു കയിലി ഉടുത്തോണ്ടാ വീട്ടിവന്നു കേറീത്.

''അതെങ്ങനാ അണ്ടർവെയർ ഇട്ടു ശീലമൊണ്ടെങ്കിലല്ലേ.'' പെണ്ണുമ്പിള്ളേടെ വക കമന്റും തെറീം. കല്യാണവീട്ടീന്ന് കുട്ടൻ ചാന്നാരുടെ വീട്ടി വരെ ഒരു ഫർലോംഗ് തുണിയില്ലാതെ ഓടി യേന് പെണ്ണുമ്പിള്ള കൊന്നില്ലെന്നേ ഒള്ളൂ.''

''പിള്ളേച്ചാ ദൂരെ എവിടെങ്കിലും വല്ല വിശേഷത്തിന് പോകു മ്പഴെങ്കിലും അതൊക്കെ ഇടണ്ടായോ?''

സുലൈമാൻ അണ്ടർവെയറിന്റെ പോക്കറ്റിൽ കൈയിട്ടെന്തോ തിരഞ്ഞു.

പെട്ടെന്ന് ഒരു പൊലീസ് ജീപ്പ് പാഞ്ഞു വന്ന് റോഡിൽ നിന്നു. രണ്ടു പൊലീസുകാർ ഇറങ്ങിയതും ഭാസ്കരപിള്ള കാലു വേദന മറന്ന് പാഞ്ഞു. സുലൈമാനും സുഗുണനും ഓടി മറഞ്ഞു.

''വെറുതെ എന്തിനാ... നമ്മളായിട്ട്...'' പോകുന്ന പോക്കിൽ സുഗുണന്റെ വക ന്യായീകരണം സുലൈമാൻ സമ്മതിച്ചു.

''എവിടെ സാധനം?'' ഭാസ്കരപിള്ളേടെ മുറ്റത്തേക്ക് കയറിയ മൈക്കിളുപൊലീസ് അന്വേഷണം ആരംഭിച്ചു. പിറകിൽ വന്ന കാറിൽ നിന്ന് ഭാരതിയമ്മ ഇറങ്ങി ഓടി വന്നു. പിറകെ ഭീമസേനൻപിള്ളയും.

''സാറേ ദേണ്ടേ ഈ പെട്ടിയാ.. അപ്പൊറത്തെ കോവാലന്റെ മോൻ വച്ചതാ. ഈ പൊര തകർക്കാൻ''

''നിങ്ങളോടാരു പറഞ്ഞു? പൊലീസിന്റെ പണി അത് അന്വേ ഷിക്കലാണ്. ഞങ്ങളെ പണി പഠിപ്പിക്കല്ലേ പെമ്പറന്നോരേ.'' മൈക്കിൾ പൊലീസ് ചൊടിച്ചു.

''ഇവിടെ ആണുങ്ങളാരുമില്ലേ, നിങ്ങടെ ഭർത്താവ്?''

''അയ്യോ ഇവിടൊണ്ടാരുന്നല്ലോ. നിങ്ങളെവിടാ മനുഷ്യാ. ഇങ്ങോട്ടു വാ.''

ഭാസ്കരപിള്ള വന്നില്ല, ആരും വന്നില്ല.

''ശ്ശെടാ ഇങ്ങേരിതെവിടെപ്പോയി കെടക്കാ?''

ഭാസ്കരപിള്ളയെ വീടിനകം മുഴുവൻ തെരഞ്ഞ ഭാരതിയമ്മ അരിശത്തോടെ ഉറക്കെ വിളിച്ചു പറഞ്ഞു.

''എടോ പാക്കരപിള്ളേ, ഇയാൾ ഇങ്ങോട്ടിറങ്ങി വാ. മിനിഞ്ഞാ ന്നത്തെ സംഭവത്തിൽ പൊലീസ് ഇയാളെ അറസ്റ്റ് ചെയ്യാൻ വന്ന തല്ല. ബോംബിന്റെ കാര്യം നോക്കാൻ വന്നതാ.''

പറമ്പിലെ വരിക്കപ്ലാവിന്റെ കവിട്ടയിലോട്ട് നോക്കി ഭീമസേനൻ പിള്ള വെടി പൊട്ടിച്ചു. ഭാസ്കരപിള്ള ബോംബിന്റെ കാര്യം മറന്നു പോയിരുന്നു. പെട്ടെന്ന് മുറ്റം നിറയെ ആളുകൾ പുതുമഴയിൽ ഈയൽ

ഇളകി വരുന്നതുപോലെ വന്ന് നിറഞ്ഞു. പല വിധ കഥകൾ മുറ്റത്തും പറമ്പിലും നിറഞ്ഞു.

''എല്ലാവരും ഒരു പത്തു മീറ്റർ ദൂരെ മാറണം. എടോ പാക്കര പിള്ളേ, ഒരു കയർ എടുത്ത് കെട്ടിത്തിരിയെടോ.''

മൈക്കിൾ പൊലീസ് ആജ്ഞാപിച്ചു.

''ആൾക്കാരു കയറിന് വെളിയിൽ നിന്നാ മതി.''

നിമിഷങ്ങൾക്കുള്ളിൽ സേഫ് സോൺ തിരിക്കപ്പെട്ടു. എന്നാൽ അവർ എപ്പോൾ വേണമെങ്കിലും ഉള്ളിലോട്ട് ചാടിക്കയറാനായി ആയം പിടിച്ചു നിന്നു. നിക്കണോ പോണോ എന്ന മട്ടിൽ ഭീമ സേനൻപിള്ള, പണ്ട് കുമാരസംഭവത്തിൽ, അപ്രതീക്ഷിതമായി ശിവനെ കണ്ട പാർവ്വതി, കുന്നിൽ തടഞ്ഞ പുഴപോലെ നിന്നതിനെ ഓർമ്മി പ്പിക്കും മട്ടിൽ ഒരു കാല് പൊക്കിപ്പിടിച്ചുകൊണ്ട് മൈക്കിൾ പൊലീ സിനെ ദയനീയമായി നോക്കി.

''ആ... പിള്ള നിക്ക്. ഒരു ഇൻഡിപെന്റന്റ് സാക്ഷി വേണം.''

പിള്ള ചുറ്റുമുള്ള നാട്ടുകാരെ നോക്കി ഞെളിഞ്ഞു നിന്ന്, മീശ യൊന്ന് തടവി തന്റെ പഞ്ചായത്ത് മെമ്പർസ്ഥാനം ഉറപ്പിച്ചു. ആളുകൾ തിക്കിത്തിരക്കി.

''കയറുപൊട്ടിക്കുമല്ലോ പണ്ടാരങ്ങള്.''

ഏറ്റവും മുന്നിൽനിന്ന് തള്ളുകൊണ്ട് ഞെരുങ്ങിയ ജാനകിയമ്മ പല്ലില്ലാത്ത വായ തുറന്ന് പ്രാകി.

ആൾക്കാരെ കയറിന് വെളിയിലാക്കി തിരികെ വന്ന മൈക്കിൾ പൊലീസിന്റെ മനസ്സിൽ ഒരു അഴകൊഴമ്പൽ. ഒരു ചെറിയ ലെഡു പൊട്ടി.

''വല്ല സ്വർണമോ കാശോ വല്ലോം...''

''അങ്ങനെ വരുമോ... ഏയ്...''

ചിന്തകൾ വലകെട്ടിയ മനസ്സുമായി അയാൾ താഴെയിരുന്ന് പെട്ടി യിൽ കൈവച്ചു. ആൾക്കാർ ശ്വാസം അടക്കിപ്പിടിച്ചു. മുറ്റത്തേക്ക് ഓടിക്കയറാൻ പെണ്ണുങ്ങൾ കൈലിയുടെ കോന്തലയെടുത്ത് എളി യിൽ കുത്തി നിന്നു. ആണുങ്ങൾ മുണ്ട് മുറുക്കിയുടുത്ത് മടക്കി ക്കുത്തി.

''എടോ കാലിച്ചാക്കൊണ്ടേല് പത്ത്ചാക്ക് മണല് ഈ പെട്ടി യുടെ ചുറ്റിലും വയ്ക്കണം.''

മൈക്കിൾ പൊലീസ് ഗൗരവക്കാരനായി.

പത്തിന് പകരം മണലു നിറച്ച ഇരുപത് ചാക്ക് ഹാജരായി. പെട്ടിയുടെ ഓരോ വശത്തും അഞ്ച് ചാക്കിന്റെ മണൽഭിത്തി ഉയർന്നു.

പെട്ടിയുടെ പുറത്ത് വെള്ളമൊഴിച്ചും ലാത്തികൊണ്ട് ചില പ്രയോഗങ്ങൾ നടത്തിയും ഹരിച്ചും ഗുണിച്ചും ഒറ്റയ്ക്ക് ഉലാത്തിയും മാനത്തോട്ട് നോക്കി ഗാഢമായി ആലോചിച്ചും മൈക്കിൾപൊലീസ് ബോംബ് ഡിറ്റക്ഷൻ ടെസ്റ്റ് നടത്തി.

മൈക്കിൾപൊലീസ് രണ്ട് വിരലുമിട്ട് പ്രസ്സ് ചെയ്തപ്പോൾ ക്ലിക്ക് എന്ന ശബ്ദത്തോടെ പെട്ടിതുറന്നു. ഉള്ളിൽ എന്താണെന്ന് കാണാൻ ആളുകൾ തിക്കിത്തിരക്കി.

''മുറുക്കാൻ കൊണ്ടു വാ...''

ഒരു മുറം നെറയെ മുറുക്കാൻ വന്നു. വാ നിറച്ച് മുറുക്കാൻ ചവച്ച് നീട്ടിത്തുപ്പി മൈക്കിൾപൊലീസ് പ്രഖ്യാപിച്ചു.

''പെട്ടിയിൽ ബോംബില്ല.''

''ശ്ശോ...'' ഭാസ്കരപിള്ളയും ഭാരതിയമ്മയും ഒരുപോലെ സങ്കടപ്പെട്ടു. കോവാലനുമായുള്ള ഒരു യുദ്ധം തത്ക്കാലത്തേക്ക് ഒഴിവായതിൽ അവർക്ക് കടുത്ത നിരാശത തോന്നി.

''ബോംബല്ലേ പിന്നെന്തുവാ?''

ഇതിന്റെ ഉള്ളിലൊരു പൊതിയാണ്. വർണക്കടലാസ്സിൽ പൊതിഞ്ഞ പൊതി ഉയർത്തി മൈക്കിൾപൊലീസ് അനൗൺസ് ചെയ്തു. ഞാൻ അത് അഴിക്കാം. ആൾക്കാരുടെ പ്രതീക്ഷ കുന്നും മലയും കേറി. വർണക്കടലാസ് അഴിച്ചു. ഉള്ളിൽ മറ്റൊരു പൊതി. അതിൽ റബ്ബർ ബാന്റ് ഇട്ടിരിക്കുന്നു.

''വല്ല കള്ളക്കടത്തുകാരും സ്വർണ്ണോം വല്ലോം...''

കൂടി നിന്നവർ ആഗ്രഹങ്ങൾ പറഞ്ഞു. പെട്ടി തുറന്നു. ഒരു പൊതിയും കൂടെ ഒരെഴുത്തും. ''എന്തുവാ... സാറേ ഞങ്ങളെയും കൂടി കാണിക്ക്.'' ആൾക്കാർ കലമ്പി.

ബോംബ് അല്ലെന്നറിഞ്ഞ് ആൾക്കാർ സേഫ്സോൺ മറികടന്ന് പെട്ടിയിലെ രഹസ്യത്തിലേക്ക് ഞാന്ന് ഇറങ്ങാൻ ശ്രമിച്ചു. പൊലീസ് അലറി.

''പെട്ടിയിൽ വല്ല സ്വർണമോ നോട്ടുകെട്ടുകളോ ആണെങ്കിലോ. വല്ല കള്ളക്കടത്തുകാരും....''

അടയ്ക്കാചേളാവ് തലയിൽ വച്ചുകൊണ്ട് ചമ്പൻ തങ്കച്ചൻ മുന്നിൽനിന്ന് വിളിച്ചുപറഞ്ഞു.

''രണ്ട് പഴമാ. പോടാ...പന്ന*** മാറി നിൽക്കെടാ. എല്ലാവരും കയറിന് വെളിയിൽ പോ. ഭാസ്ക്കരപിള്ളയും ഭാരതിയമ്മയും മാത്രം ഇവിടെ നിന്നാൽ മതി. ബാക്കിയെല്ലാവരും വെളിയിൽ ഇറങ്ങ്.''

മൈക്കിൾപൊലീസിന്റെ അലർച്ചയിൽ ആളുകൾ പായൽ പോകുന്നതുപോലെ കയറിന് വെളിയിലേക്ക് വീണ്ടും ഒഴുകിയിറങ്ങി.

പൊതി അഴിച്ച് മൈക്കിൾപൊലീസ് താഴെ നിവർത്തിവച്ചു. അദ്ദേഹത്തിന് ആശ്ചര്യംകൊണ്ട് പൊറുതിമുട്ടി. അദ്ദേഹം ഉയർത്തിക്കാണിച്ച സാധനം കണ്ട് ജനങ്ങൾ അന്ധാളിച്ചു. ആർക്കും ചിരി അടക്കാനായില്ല. ഫോറിൻ ആയിരിക്കും. ചിലർ പറഞ്ഞു.

പൊതിയോടൊപ്പം ഉണ്ടായിരുന്ന വെള്ള പേപ്പർ മൈക്കിൾ പൊലീസ് ഭാരതിയമ്മയുടെ കയ്യിൽ കൊടുത്തു.

''എന്തുവാ അതൊന്ന് ഒറക്കെ വായിച്ചാട്ടെ. ഞാൻ കണ്ണാടിയെടുത്തില്ല. വല്ല ഭീഷണിയുമാണോന്നറിയാമല്ലോ.''

കയ്യിൽ ഇരുന്ന പേപ്പർ നോക്കി ഭാരതിയമ്മ ഉറക്കെ വായിച്ചു.

''ഈ കവറിൽ പന്ത്രണ്ട് എണ്ണമുണ്ട്. ഒരു മാസത്തേക്ക് ഒരെണ്ണം വച്ച് ഒരു വർഷത്തേക്കുള്ളത്. ഓരോ വർഷവും കവർ എത്തിക്കുന്നതായിരിക്കും. ഭാസ്കരപിള്ളച്ചേട്ടൻ വിശേഷാൽ പരിപാടിക്ക് പോകുമ്പഴെങ്കിലും ഇത് ധരിച്ചോണ്ടേ പോകാവൂ. നാട്ടിലെ ചെറുപ്പക്കാരുടെ പൊതു അഭ്യർത്ഥനയാണ് എന്ന് സെക്രട്ടറി, ശ്രീരഞ്ജിനി ആർട്സ് & സ്പോർട്സ് ക്ലബ്.''

വായന തീരുന്നതിന് മുൻപ് കയ്യടിയും പൊട്ടിച്ചിരിയും ഇടിവെട്ടിയിറങ്ങി.

■

ശ്മശാനങ്ങളിലെ ഉയിർപ്പുകൾ

ഡോ. ബിന്ദു ഡി.

മനസ്സിൽ കവിതയുള്ള ഒരാൾക്ക് കവിതയിൽ നിന്ന് കഥയിലേക്ക് നടക്കുക അത്ര പ്രയാസമുള്ള കാര്യമല്ല. കാവ്യാത്മകഭാഷണങ്ങളിലൂടെ കഥയുടെ ലാവണ്യം കൃത്യമായി അനുഭവപ്പെടുത്താൻ അത്തരമൊരാളുടെ എഴുത്തുകൾക്ക് കഴിയും. പ്രമേയം വൈയക്തികമോ സാമൂഹികമോ ഏതുമാകട്ടെ, കഥയെ ഒരു സുന്ദരവസ്തുവാക്കിത്തീർക്കാനുള്ള ലാവണ്യതന്ത്രങ്ങൾ അവിടെ സുലഭമായിരിക്കും. ശ്രീ. എസ്. ദേവമനോഹറിന്റെ 'ജനിക്കാത്തവരുടെ ശ്മശാനം' എന്ന കഥാസമാഹാരത്തിലൂടെ മനസ്സോടിക്കുമ്പോൾ, ഉള്ളിൽ ഭാരം വച്ചു തരുന്ന അനുഭവങ്ങളാണിതിലെ പല കഥകളും എന്ന് നമ്മൾ തിരിച്ചറിയുന്നു.

''മരണങ്ങളുടെ സാക്ഷിയായ പാളത്തിലൂടെ നിരർത്ഥകതയുടെ അർത്ഥമറിഞ്ഞ് ഒരാൾ നടക്കുന്നു'' എന്നെഴുതിയത് കവി എ. അയ്യപ്പനാണ്. ഇവിടെ വിസ്താരങ്ങളുടെ സാക്ഷിയായ പാളത്തിലൂടെ ഇഴഞ്ഞുപോകുന്ന, ശാമുവൽ ഉൾപ്പെടെയുള്ള നിസ്സഹായതയുടെ ആൾരൂപങ്ങളെ, സാക്ഷി എന്ന കഥയിൽ നമ്മൾ പരിചയപ്പെടുന്നു. പ്രതിയിൽനിന്ന് സാക്ഷിയിലേക്കും സാക്ഷിയിൽനിന്ന് പ്രതിയിലേക്കുമുള്ള ചോദ്യോത്തരങ്ങളുടെ കയറ്റിറക്കങ്ങളിൽ, ആടുകൾ പട്ടികളാകുകയും പട്ടികൾ ആടുകളാകുകയും ചെയ്യുന്ന കൗശലങ്ങളിൽ, ഇടറി വീണുപോകുന്നവർ.

പെൺകുഞ്ഞുങ്ങളെ ഗുഡ്ടച്ചും ബാഡ്ടച്ചും പഠിപ്പിക്കുമ്പോൾ പലപ്പോഴും നമ്മൾ മറന്ന് പോകുന്ന ഒന്നുണ്ട്. പെൺമക്കളെ കെട്ടിപ്പിടിച്ചുമ്മവയ്ക്കാൻ കഴിയാത്ത

നിസ്സഹായതയിൽ അനാഥമായി ഉടഞ്ഞുപോകുന്ന പിതൃത്വങ്ങൾ. സ്വന്തം കുഞ്ഞിനോടുള്ള സ്നേഹം പ്രകടിപ്പിക്കാനാവാത്ത സന്ദിഗ്ദ്ധാവസ്ഥയിൽ ഗതികെട്ടു നില്ക്കുന്ന അച്ഛൻ എന്നത് പുതിയ കാലത്തിന്റെ യാഥാർത്ഥ്യമാണ്. തീവ്രമായ അനുഭവപ്പെടുത്തലാണീ കഥ. സാമൂഹികവും വൈകാരികവുമായ പലതരം സംഘർഷങ്ങളുടെ ആന്തരികഭാരം ചുമക്കുന്ന മനുഷ്യരുടെ സങ്കീർണമായ മനസ്സുകളുണ്ടിതിൽ. ഈ കഥ വായിക്കുമ്പോൾ അനുഭവിക്കുന്നത് ഒരു കഥയല്ല. നിസ്സഹായരായ ചില മനുഷ്യർ, ചെന്ന് പെട്ടുപോകുന്ന ഇരുളിന്റെ ഇടങ്ങളെയാണ്, തൊട്ടാൽ പൊള്ളുന്ന വാക്കുകളിലൂടെ കഥാകൃത്ത് കാണിച്ചു തരുന്നത്.

നൈതികവും ധാർമ്മികവുമായ നിലപാടുകൾ ഈ കഥാകൃത്തിന്റെ മനുഷ്യബോധത്തെ നിയന്ത്രിക്കുന്നത് കാണാം. സവിശേഷമാണിതിലെ ഭാഷാപ്രയോഗങ്ങൾ. 'എല്ലാവരുടെ കണ്ണിലും കനത്ത ഒരു മഴ കുടുങ്ങിക്കിടക്കുന്നുണ്ടായിരുന്നു. പ്രതിക്കൂട്ടിൽ നിന്നുരുകി വീണ, തേങ്ങലുകൾ ശാമുവലിന്റെ കരളിൽ തൊട്ട് പൊള്ളിക്കുടുന്ന് ഗോളാകൃതിയിൽ കണ്ണുകളിൽ തൂങ്ങിയാടി എന്നിങ്ങനെ വാക്കുകളുടെ സൗന്ദര്യം ഈ ഭാവകേന്ദ്രത്തെ തിളക്കമുള്ളതാക്കുന്നു. ഇവിടെ കണ്ണുനീർ എന്നത് കണ്ണുനീർ മാത്രമല്ല, ഒരവസ്ഥ തന്നെയാകുന്നു.

'കോടതിമുറി നിറഞ്ഞ് കവിഞ്ഞ് ആൾക്കാർ വാതിലിൽ കട്ടപിടിക്കാൻ തുടങ്ങി, കൊലചെയ്യപ്പെട്ട സ്നേഹത്തിന്റെ ചിതാഭസ്മവും പേറി നിലവിളികൾ പ്രതിക്കൂട്ടിൽ കയറുകയും ഇറങ്ങിപ്പോകുകയും ചെയ്തുകൊണ്ടിരുന്നു. സ്വപ്നങ്ങളുടെ കുരുതിക്കളങ്ങളിൽ ഇളകിയെത്തിയ കാറ്റ് മഴയിൽ കുതിർന്ന് കോടതിമുറിയാകെ ഇഴഞ്ഞു നടന്നു എന്നിങ്ങനെ, കഥയെഴുത്തിന്റെ ഓരോ സന്ദർഭത്തിലും കഥാകൃത്ത് പ്രയോഗിക്കുന്ന പദനിരകൾ, കഥയുടെയും കഥയെഴുത്തിന്റെയും സൂത്രമറിയുന്ന എഴുത്തുകാരനെ കാണിച്ചു തരുന്നു. കൂടുതൽ സൂക്ഷ്മവും സാന്ദ്രവുമായ ഈ ഭാഷാനുഭവം ചെറുകഥയെന്ന സാഹിത്യരൂപത്തിനുണ്ടായിരിക്കേണ്ട ഏകാഗ്രതയും സംക്ഷിപ്തതയും അടയാളപ്പെടുത്തുന്നു.

കഥ പലകാലത്തും പല ഭാവുകത്വങ്ങളെയാണ് ഉൾക്കൊള്ളുന്നത്. പക്ഷേ സാമൂഹിക പ്രശ്നങ്ങളെ അതിന്റെ

സങ്കീർണതയിലും മാനുഷികതയിലും ഊന്നിക്കൊണ്ട് ആവിഷ്കരിക്കുക എന്നതാണ് അതിന്റെ പൊതുസ്വഭാവം. ദേവമനോഹറിന്റെ സാക്ഷി എന്ന കഥയും അതിന്റെ പൊതുസ്വഭാവത്തോട് ചേർന്ന് നില്ക്കുന്നു.

വായിച്ചുതീരുമ്പോൾ വൈകാരികമായ ഒരു തകിടം മറിയലിൽ, ഒരു ശൂന്യതയിൽ നമ്മളെ കൊണ്ടെത്തിക്കുന്ന കഥയാണ് 'മരണം' കോരുന്നവർ. ആഘോഷിക്കാനായുള്ള ഒരു യാത്രയിൽ, സുഹൃത്തുക്കളെ കാത്തിരിക്കുന്ന ഇടവേളയിൽ രാമചന്ദ്രന്റെ ഉള്ളുണർത്തിയ കാഴ്ച. നമ്മൾ കാണുന്നു. കഥയുടെ തുടക്കത്തിൽ, ദേവാങ്കണങ്ങൾ കൈയൊഴിഞ്ഞ താരകത്തെ പ്രത്യക്ഷവത്ക്കരിക്കുന്ന ജോൺസൺമാഷിന്റെ അഭൗമസംഗീതത്തിന്റെ മായികതയിൽ അഭിരമിക്കാൻ ആസ്വാദകഹൃദയം ഒരുങ്ങിവരുമ്പോഴാണ് 'സാറേ ഇത് പഴമാ വാരിയെടുക്കണം' എന്ന ശബ്ദം മുള്ള് വാരിയെറിയുമ്പോലെ കാതും മനസ്സും തുളയ്ക്കുന്നത്.

പതിനേഴോ പതിനെട്ടോ വയസ്സുള്ള പെൺകുട്ടിയുടെ അഴുകിയ ജഡം അതിന്റെ എല്ലാ ബീഭത്സതയോടെയും അവിടെ അവതരിപ്പിക്കപ്പെടുന്നു. കായലിൽ ഒരു ജഡം പൊങ്ങുന്നത് എണ്ണിയാൽ തീരാത്തത്ര ആശങ്കകളും സംശയങ്ങളും ഒപ്പം കെട്ടിവച്ചുകൊണ്ടാണ് ആത്മഹത്യയേക്കാൾ കൊലപാതകത്തിന്റെയും ബലാത്സംഗത്തിന്റെയും സാദ്ധ്യതകളിലേക്കാണ് ചർച്ചകൾ കൂടുതൽ നീങ്ങുന്നത്. ഈ ആശങ്കകൾക്കൊന്നിനും കഥാവസാനത്തിലും ഉത്തരം കിട്ടുന്നില്ലെങ്കിലും ആരുടെയോ ഇരയായ ഒരു പെൺജന്മത്തിന്റെ ഒപ്പം നമ്മളും സഞ്ചരിക്കുന്നു. ജീവനങ്കുരിച്ച ആദിമഗർഭപാത്രത്തിന്റെ ഉള്ളറകളിൽ നിന്ന് മൃതിയോടൊപ്പം മണ്ണിന്റെ പ്രാചീനതയിലേക്ക് അവർ നീന്തിയടുത്തു എന്ന് കഥാകൃത്ത് പറയുമ്പോൾ, മരണത്തിന്റെയും ഗർഭപാത്രത്തിന്റെയും സാന്നിദ്ധ്യം ഈ കഥയെ ജീവിതത്തിന്റെ പര്യായമാക്കുന്നു; ഒപ്പം ഇരയാക്കപ്പെടലിന്റെ തത്ത്വശാസ്ത്രം നമ്മുടെ ചിന്താലോകത്തിലേക്ക് സത്വരമായി കടന്നു വരുന്നു. മരണത്തിന്റെ പകർപ്പായി ജീവിതവും ജീവിതത്തിന്റെ പകർപ്പായി മരണവും ഈ കഥയിൽ തെളിയുന്നു.

ഗർഭത്തിലേ മരിച്ചുപോയ ഒരു കുഞ്ഞിന്റെയും കുഞ്ഞിന്റെ അമ്മയുടെയും മരണം, ഒരു കുടുംബത്തെ മുഴുവൻ ശ്മശാന

തുല്യമായ അവസ്ഥയിലേക്ക് മാറ്റുന്നതിന്റെ ഹൃദയദ്രവീകരണക്ഷമമായ അനുഭവമാണ് 'ജനിക്കാത്തവരുടെ ശ്മശാനം' എന്ന കഥ. മരണമാണ് ഇവിടെയും വിഷയം. മിശ്രവിവാഹവും മതേതരത്വവും പോലെയുള്ള നവോത്ഥാനമൂല്യങ്ങൾ കടന്നുവരുന്നുവെങ്കിലും, കുടുംബബന്ധങ്ങളുടെ സംഗീതം സൃഷ്ടിച്ച് അതിനു മേലെ മരണത്തിന്റെ മുദ്ര പതിപ്പിച്ച് വായനക്കാരുടെ ഹൃദയത്തിൽ ഒരു ഭാരം കയറ്റി വച്ചുതരുന്നു ഈ കഥ.

നായാട്ടിൽ എപ്പോഴും വേട്ടക്കാരനും ഇരയും ഉണ്ടാകും. ഇരയാകലും ഇരയാക്കലും സംഭവിക്കാറുണ്ട്. നായാട്ട് എന്ന പേരിൽ തന്നെ ഒരു കഥ ഈ സമാഹാരത്തിൽ ഉണ്ട്. പക്ഷേ വേട്ടയാടുന്നവരും ഇരയാകുന്നവരുമെന്ന സങ്കല്പം ഈ സമാഹാരത്തിലെ പല കഥകളിലുമുണ്ട്. ഇരയാകുന്നത് മനുഷ്യർതന്നെയാകണമെന്നില്ല. അത് എന്തായാലും വേട്ടക്കാരുടെ ലക്ഷ്യം എന്നും, ആധിപത്യവും അധികാരവും അടങ്ങുന്ന ലാഭങ്ങൾ തന്നെയാണ്. നായാട്ട് എന്ന കഥയിൽ ഇരയാകുന്നത് ദളിതരാണെങ്കിൽ പലായനം എന്ന ആനക്കഥയിൽ അത് വനവും വന്യമൃഗങ്ങളുമാണ്. എപിലെപ്സി എന്ന കഥയിൽ അത് പക്വതയില്ലാത്ത പുതുതലമുറയാണ്. അരിവാൾത്തലയിലെ രാത്രി എന്ന കഥയിലെത്തുമ്പോൾ ഇരയാക്കപ്പെടുന്നത് പെണ്ണുടലാണ്.

പുതിയ കാലത്തിന്റെ മുദ്രകളെ അതിന്റെ രൂക്ഷതയോടെ ഒപ്പിയെടുത്ത കഥയാണ് 'എപിലെപ്സി.' വിപണികേന്ദ്രീകൃതമായ ആഗോളസാമ്പത്തികവ്യവസ്ഥയുടെ ആധിപത്യം പുലരുന്ന ഈ കാലത്ത് ജീവിതത്തിന്റെ ഇതരവിതാനങ്ങളെല്ലാം അതിന് കീഴ്പെട്ടുപോകുന്നു. മൂല്യങ്ങളും മനുഷ്യബന്ധങ്ങളെ സ്നിഗ്ദ്ധമാക്കുന്ന ആർദ്രഭാവങ്ങളുമെല്ലാം വിപണിയുടെ പിടിയിൽ അപ്രസക്തമാകുന്നു. ഈ ലോകാവസ്ഥ മനുഷ്യരിൽ ഏൽപിക്കുന്ന ആഘാതത്തിന്റെ ചിത്രം ഈ കഥയിലുണ്ട്. മുകളിൽ പറഞ്ഞ ഇരയും വേട്ടക്കാരും ഇവിടെയും സജീവമാണ്. താത്ക്കാലികസുഖങ്ങൾക്ക് വേണ്ടി എന്തിനെയും മാറ്റിമറിക്കാൻ കഴിയുന്ന, ഉപേക്ഷിക്കാൻ കഴിയുന്ന, കടുപ്പമുള്ള മനസ്സുമായി പുതുതലമുറ നിവർന്നു നില്ക്കുന്നു. പലപ്പോഴും ആസുരഭാവങ്ങളുടെ അന്തർധാരകളിലൂടെയാണവർ സഞ്ചരിക്കുന്നത്. ജീവിതമൂല്യങ്ങൾക്ക്

പ്രാധാന്യമുള്ള വിദ്യാഭ്യാസപദ്ധതിയുടെ ഉപഭോക്താക്കളായിരുന്ന മുതിർന്ന തലമുറയിൽപെട്ടവർ പഠിച്ച പാഠങ്ങളൊന്നും അംഗീകരിക്കാനാകാത്തവിധം സ്വാർത്ഥമായ മനസ്സുമായി ജീവിക്കുന്നവരാണവർ. അവർക്ക് ജീവിതമോ കുടുംബമോ ബന്ധങ്ങളോ പ്രധാനമല്ല. ലഹരിറാക്കറ്റുകളുടെ ഇരയായി മാറുമ്പോൾ മാതാപിതാക്കളുടെ കണ്ണീർ അവർ പരിഗണിക്കുന്നേയില്ല. അദൃശ്യരായ വേട്ടക്കാരുടെ നിയന്ത്രണത്തിൽ പാവകളായിത്തീരുന്നു ഈ ഇരകൾ. സാമൂഹിക ജീവിതത്തിലെ അപസാമാന്യതകൾക്കും ജീർണതകൾക്കുമെതിരെയുള്ള നീതിശാസ്ത്രമാകുന്നു ഈ കഥ. ഹൃദയം പൊട്ടുന്ന കരച്ചിലുകളാണതിന്റെ താളം.

പ്രകൃതിയിൽ തന്റെ സ്ഥാനത്തെക്കുറിച്ചുള്ള തെറ്റായ അവബോധത്തിൽ നിന്നാണ് പ്രകൃതിയുടെ അധികാരി താനാണെന്ന വികലബോധം മനുഷ്യനിൽ ഉടലെടുക്കുന്നത്. ഒറ്റ ചിന്നംവിളിയിൽ ഹരിതസാമ്രാജ്യത്തിന്റെ സുരക്ഷിതത്വം ഉറപ്പിച്ചു നിർത്തിയിരുന്ന ഭൂതകാലത്തിൽ നിന്ന്, മുറിവേറ്റ ഉടലും വേദനയിൽ വെന്തുനീറുന്ന മനസ്സുമായി, വിശപ്പും ദാഹവും ക്ഷീണവുമായി ദൈന്യമായി അലയുന്ന വർത്തമാനകാലത്തിൽ എത്തിനില്ക്കുന്ന സഹ്യന്റെ മകന്റെ ചിത്രം അവതരിപ്പിക്കുന്ന 'പലായനം' എന്ന കഥ, ഈ വികലബോധത്തിന്റെ തീവ്രാനുഭവമാണ്.

കാട് വെട്ടിത്തെളിച്ച് വന്യതയെ തകർത്തെറിഞ്ഞ് പുതിയ അതിരുകൾ ഉണ്ടാക്കി സർവം അധീനതയിലാക്കിയ മനുഷ്യന്റെ അത്യാഗ്രഹത്തിന് ഇരയാകുന്നത് കാടിന്റെ യഥാർത്ഥ അവകാശികളാണ്. അതിൽ എല്ലാ ജീവജാതികളും ഉൾപ്പെടും. പ്രപഞ്ചത്തിന്റെ അധികാരിയെന്ന് സ്വയം ധരിക്കുന്ന, കീഴടക്കലിന്റെ ധാർഷ്ട്യവുമായി നില്ക്കുന്ന മനുഷ്യനാണ് മറുവശത്ത്. മനുഷ്യനും ഇതരജീവികളും തമ്മിലുള്ള സമ്പൂർണമായ പാരസ്പര്യത്തിലധിഷ്ഠിതമായ വികസനമെന്ന സന്ദേശം കൂടി ഈ കഥയിലുണ്ട്. ഭൂമിയുടെ ഹരിതസമൃദ്ധി കവർന്നെടുക്കുന്നവരുടെ അത്യാഗ്രഹത്തിനിരയായി തന്റേതായ ഇടം നഷ്ടപ്പെട്ട്, കുടിയൊഴിക്കപ്പെട്ട്, നിരാലംബരായി അഭയാർത്ഥികളാകേണ്ടിവരുന്നവരിൽ ആദിവാസികളും മൃഗങ്ങളുമുണ്ട്. അവരുടെയുള്ളിലെ നിശ്ശബ്ദനിലവിളികൾ ഈ കഥയുടെ അടരുകളിൽ കുടുങ്ങിക്കിടക്കുന്നുണ്ട്.

അപമാനിക്കപ്പെടുന്ന പെണ്ണിന്റെ ആത്മരോഷവും വേദനയും ആവിഷ്കരിക്കുന്ന കഥയാണ് 'അരിവാൾത്തല യിലെ രാത്രി.' ചെറുകഥയുടെ ഘടനാപരമായ സാന്ദ്ര തയും ആവിഷ്കാരത്തിലെ ഒതുക്കവും കൊണ്ട് ശ്രദ്ധേയ മാണീ കഥ. സ്ത്രീമനസ്സിന്റെ നിഗൂഢവും സ്വാതന്ത്ര്യോ ന്മുഖവുമായ ഭാവങ്ങളെ സൂക്ഷ്മതലത്തിൽ കഥാകൃത്ത് ആവിഷ്കരിക്കുന്നു. ഒറ്റയ്ക്കാകുന്ന പെണ്ണ് എപ്പോഴും ആരോ അജ്ഞാതമായി തന്നെ നിരീക്ഷിക്കുന്നു എന്ന ഭയത്തിന്റെ തടവിലായിരിക്കും. രാത്രിയിൽ ഒറ്റയ്ക്കാവുന്ന യുവതിയായ ജഗദയുടെ മനോവ്യാപാരങ്ങൾ അവതരി പ്പിച്ചുകൊണ്ടു തുടങ്ങുന്ന കഥ, 'ഇരുളിൽ പതുങ്ങി നിന്ന ഏതൊക്കെയോ രൂപങ്ങൾ തന്റെ ഉറക്കത്തെ വലിച്ചെ ടുത്തു. ഉറക്കത്തിന്റെയും ഭയത്തിന്റെയും ഇടയിൽ ഒരു യൗവനം ഇടിവെട്ടി നിന്നു, തുടങ്ങിയ പ്രയോഗങ്ങളിലൂടെ അവളുടെ അരക്ഷിതത്വത്തിന്റെ അന്തരീക്ഷം കൃത്യമായി വരച്ചിരിക്കുന്നു.

സന്ധ്യയ്ക്കുണ്ടായ ചെറിയ സംഭവത്തിന്റെ പിന്തു ടർച്ചയായി ചിലർ രാത്രിയിൽ തന്നെ ഉപദ്രവിക്കാൻ വരുന്ന തിന് സാദ്ധ്യത ഉള്ളിൽ കണ്ട ജഗദ... തലക്കീഴിൽ വച്ച അരിവാളിലും പുറത്തു കെട്ടിയ പശുവിൽ പോലും രക്ഷ കാണുന്നു. പ്രതികൂലസാഹചര്യങ്ങളിലും മനുഷ്യനിൽ പുലരുന്ന ജീവിതവ്യഗ്രതയും മാനുഷികതാത്പര്യങ്ങളും ഈ കഥയിൽ ജ്വലിച്ചു നില്ക്കുന്നു. കാലത്തിന്റെ കുരി ശിൽ പിടയുമ്പോഴും ജീവിതത്തിന് നേരെ സമരാത്മക മായ ഒരു മനോഭാവം അവളിൽ ഉണ്ട്.

സാമൂഹികജീവിതപരിണാമത്തിന്റെ ഇരകളായ മനു ഷ്യരെ പലകഥകളിലും ശ്രീ. ദേവമനോഹർ അവതരിപ്പി ക്കുന്നുണ്ട്. ജീവിതത്തിന്റെ പ്രാതികൂല്യങ്ങളോട് മല്ലടിച്ച് ജീവിച്ച അത്തരം മനുഷ്യരുടെ കഥയാണ്, നായാട്ട്, ഹോം കോഷൻ, ജനിക്കാത്തവരുടെ ശ്മശാനം, സാക്ഷി, എപ്പി ലെപ്സി തുടങ്ങിയവ. ഇവരിൽ സമൂഹത്തിന്റെ താഴെ ത്തട്ടിലുള്ളവരും അല്ലാത്തവരുമുണ്ട്. സമൂഹത്തിന്റെ താഴെത്തട്ടിലുള്ള ദളിതരും കർഷകത്തൊഴിലാളികളും മറ്റുമായ പാർശ്വവത്കൃതരിലാണ് ഈ അതിജീവനതന്ത്ര ത്തിന്റെ ഫലപ്രാപ്തി ഏറ്റവും കൂടുതലുള്ളത് എന്ന്

'അരിവാൾത്തലയിലെ രാത്രി' എന്ന കഥ സാക്ഷ്യപ്പെടുത്തുന്നു. സ്ത്രീജീവിതത്തിന്റെ ആന്തരികക്ഷോഭങ്ങൾക്ക് ശരീരനിഷ്ഠമായ ഊന്നലുകളുള്ള ആഖ്യാനം സാഹിത്യത്തിൽ സാദ്ധ്യമായത് സ്ത്രീവാദപരമായ കാഴ്ചപ്പാട് സജീവമായതോടെയാണ്. സ്ത്രീകളുടേതായ ലോകത്തേക്കിറങ്ങിച്ചെന്ന് പുരുഷാധിപത്യവ്യവസ്ഥയുടെ അടഞ്ഞ ലോകത്തോട് തന്റേതായ രീതിയിൽ ഒരു ക്ഷണികകലാപം നടത്തുന്ന ജഗദയെ അവതരിപ്പിക്കുന്നതിലൂടെ, പ്രതികൂല സാഹചര്യങ്ങളിലും മനുഷ്യനിൽ പുലരുന്ന ജീവിതവ്യഗ്രതയും അഭിമാനബോധവും ആണ് വ്യക്തമാകുന്നത്.

സ്നേഹശൂന്യത സൃഷ്ടിക്കുന്ന ദീർഘനൈരാശ്യങ്ങൾ പേറുന്ന ഒരുപാട് മനുഷ്യരെ നാം ചുറ്റിനും കാണുന്നുണ്ട്. മനുഷ്യനെ തമ്മിൽ ചേർത്തു നിർത്തുന്ന ആർദ്രഭാവങ്ങളൊക്കെ കൈമോശം വന്നുകൊണ്ടിരിക്കുന്ന സമൂഹമെന്ന് വർത്തമാനകാലസമൂഹത്തെ വിലയിരുത്തുമ്പോഴും ജീവിതത്തെ ജീവതവ്യമാക്കുന്ന എന്തോ ചിലത് ഇപ്പോഴും ഇവിടെ അവശേഷിക്കുന്നു എന്ന പ്രതീക്ഷ തരുന്ന കഥയാണ് 'ഹോംകോഷൻ'. ട്രെയിനിന്റെ ഹോം നിഗ്നൽ പശ്ചാത്തലം കഥയ്ക്ക് പുതുമ നല്കുന്നുണ്ട്. യാഥാർത്ഥ്യത്തിന്റെയും മിഥ്യയുടെയും ഇടയിലുള്ള നൂൽപ്പാലത്തിലൂടെ ആടിയുലയുന്ന ഒരു മനസ്സിൽ സ്നേഹവും വേദനയും സൃഷ്ടിക്കുന്ന കയറ്റിറക്കങ്ങളുടെ ആവേഗമാണ് ഈ കഥയുടെ ജീവനാഡി. അത്രമേൽ പ്രിയപ്പെട്ട ശെൽവന്റെ ചിതറിയ ശരീരത്തിൽ നിന്ന് ഉയർന്നു വന്ന ഉള്ളുലയ്ക്കുന്ന ഓർമ്മകളിൽ ആനന്ദ് എന്ന മഹാമനുഷ്യനെ നമ്മൾ കാണുന്നു.

ജീവിതത്തെ ഭയാനകമാക്കുന്ന നിശ്ചലതയാണ് മരണം. ആ നിശ്ചലതയിൽ നിന്നുണ്ടാകുന്ന നിശ്ശബ്ദതയാണ് ഈ കഥയുടെ കാതൽ. സന്തോഷത്തോടെ ചേർത്തുപിടിക്കുന്നവരെന്നു നമ്മൾ കരുതുന്ന എത്ര പേർ നമ്മുടെ അസാന്നിദ്ധ്യം ശ്രദ്ധിക്കും എന്ന ചോദ്യം ഒരു തിരിച്ചറിവാണ്. ഈ കഥ നമ്മെ പിടിച്ചു കുലുക്കുന്നില്ല. വായനക്കാരിലേക്ക് പതുക്കെ കടന്നു ചെന്ന് ശാന്തമായി വ്യാപിക്കുകയാണ് ചെയ്യുന്നത്. വികാരങ്ങളുടെ ആളിക്കത്തൽ ഇവിടെയില്ല. എന്നാൽ പരസ്പരസ്നേഹത്തിന്റെ മനശ്ശാസ്ത്രത്തിൽ വിശദമായി വായിക്കാൻ കഴിയുന്ന

ബന്ധങ്ങളുടെ ഹൃദ്യത ഇവിടെ തെളിയുന്നു. ഏത് മൃദു ഭാവത്തെയും ചവിട്ടിയരച്ചുകളയുന്ന ചില ജീവിതസന്ധി കളുടെ പാരുഷ്യത്തിലൂടെ കടന്നു പോകേണ്ടിവരുന്ന ഭാവശീലനായ ഒരു മനുഷ്യന്റെ ആന്തരികസംഘർഷം നമുക്കിവിടെ കാണാം. ആഖ്യാനത്തിലെ സാരള്യത്തെ അതിവർത്തിക്കുന്ന ആന്തരികസങ്കീർണത ഈ ചെറു കഥയ്ക്കുണ്ട്.

മനുഷ്യൻ കാണാത്ത പാതകളിൽ മാന്ത്രികക്കുതിര യെപ്പോലെ സഞ്ചരിക്കുന്ന മനുഷ്യമനസ്സിനെക്കുറിച്ച് മുൻപൊരു കവി എഴുതിയിട്ടുണ്ട്. അങ്ങനെയൊരു കഥ യാണ് മനോയാനം. പ്രകൃതിയുടെ നിലനില്പിനാധാര മായ സ്ത്രീപുരുഷപാരസ്പര്യം എന്ന പരമ്പരാഗത സമ്പ്ര ദായങ്ങളെ മറികടന്ന് ശരീരത്തെ വിട്ട് മനസ്സിന്റെ മാത്രം യാത്രയായി മാറുന്ന ഒരു ജീവിതമാണ് കേശു എന്ന ആദിവാസിയുവാവിന്റേത്. അവനത് തുറന്നു പറയുന്നത് അവന് അത്രമേൽ പ്രിയപ്പെട്ട ടീച്ചറോടാണ്. ആണിനും പെണ്ണിനും അപ്പുറത്തേക്കുള്ള ലിംഗപരമായ മനുഷ്യാ സ്തിത്വത്തെയും സ്വവർഗരതിപോലെയുള്ള മാനസികാ വസ്ഥകളെയും പരിഗണിക്കാനും അംഗീകരിക്കാനും തുടങ്ങുന്ന കാലത്താണ് നമ്മൾ ജീവിക്കുന്നത്. എങ്കിലും അത് കുടുംബത്തിലും സമൂഹത്തിലും ഉണ്ടാക്കുന്ന സംഘർഷങ്ങൾ വലുതാണ്.

സൂക്ഷ്മാംശങ്ങളിലേക്ക് പടർന്നു നില്ക്കുന്ന വിശദ വർണനയാണ് കഥാകൃത്തിന്റെ രീതി. ഭാഷയുടെ സർവ സാദ്ധ്യതകളും അതിനായി അദ്ദേഹം ഉപയോഗിക്കുന്നു. ആ ഭാഷയുടെ ദൃശ്യവത്ക്കരണവൈഭവം വെളിപ്പെടു ത്തുന്ന എത്രയോ ഉദാഹരണങ്ങൾ ഈ സമാഹാരത്തി ലുണ്ട്. ''അപ്പോഴാണ് ഞെട്ടിക്കുന്ന ആ കാഴ്ച കണ്ടത്. കാട്ടാടിന്റെ പിറകിൽ പത്തു വയസ്സു തോന്നുന്ന ഒരു ബാലിക. അവൾ മുടി അഴിച്ചിട്ടിരിക്കുന്നു. തലയിൽ വെള്ള മൊഴിച്ചിട്ട് തോർത്തിയിട്ടില്ല. നെറ്റിയിൽ പൊത്തിയിരി ക്കുന്ന ചാന്ത് ദേഹത്ത് രക്തത്തിന്റെ അനേകം ചാലുകൾ തീർത്തിരിക്കുന്നു. കഴുത്തിൽ അരളിപ്പൂ മാല. ചുവന്ന പട്ടുടുത്തിരിക്കുന്നു. കണ്ണുകളിൽ കൊടുങ്കാടുകൾ തപ സ്സു ചെയ്യുന്നു. ബാധ കൂടിയതുപോലെ കുട്ടി ആടുകയും തുള്ളുകയും ചെയ്യുന്നു. വലത്തെ കയ്യിൽ വെളിച്ചപ്പാടിന്റെ

വാൾ. വാളിന്റെ തുഞ്ചത്ത് നാരങ്ങ കൊത്തിപ്പിടിച്ചിരിക്കുന്നു. അത് ഉയർത്തി അവൾ ഏതോ പ്രാകൃത ഭാഷയിൽ ആക്രോശിക്കുന്നു.'' 'ഇടമലക്കുടി'യെന്ന കഥയിലെ ഈ സന്ദർഭം മാത്രം മതി അദ്ദേഹത്തിന്റെ ഭാഷയുടെ ദൃശ്യവത്ക്കരണശേഷിക്ക് തെളിവ്.

സവിശേഷമായ ഒരു പ്രാദേശികഭാഷാസ്പർശംകൊണ്ട് ചൈതന്യവത്താണ് പല കഥകളും. കഥാപാത്രങ്ങളുടെ ഹൃദയഭാവങ്ങളും സാംസ്കാരികപശ്ചാത്തലവും അനുസരിച്ച് ആ ഭാഷമാറുന്നു. പ്രതിപാത്രം ഭാഷണഭേദം എന്നാണല്ലോ! സാഹിത്യഭാഷയും വ്യവഹാരഭാഷയും തമ്മിലുള്ള വ്യത്യാസം കാലങ്ങളായി ചർച്ച ചെയ്യപ്പെട്ടിട്ടുള്ളതാണ്. എഴുത്തിന്റെ ഭാഷ ഏതാകണം എന്നതും തർക്കവിഷയമാണ്.

എഴുത്തുകാർക്ക് പ്രചോദനമാകുന്നത് എപ്പോഴും മഹത്തായ കാര്യങ്ങൾതന്നെയായിക്കൊള്ളണമെന്നില്ല. 'ഒരു ബോംബും കുറെ മനുഷ്യരും' എന്ന കഥ അത്തരത്തിൽ ഒന്നാണ്. നർമ്മപ്രിയമായ രചനയിലൂടെ ഈ കഥയെ കഥാകൃത്ത് ആനന്ദദായകമായ അനുഭവമാക്കി മാറ്റുന്നു. രസിപ്പിക്കുന്ന കഥയാണിത്. ഉള്ളിലുള്ളത് അപ്പടി പ്രകടിപ്പിക്കുന്ന മുഖം മൂടികളില്ലാത്ത നാടൻമനുഷ്യരുടെ തനിമ ആവിഷ്കരിക്കാൻ അവരുടെ തനത് ഭാഷപ്രയോഗിക്കുമ്പോഴുള്ള രസം ഒന്നുവേറെ തന്നെയാണ്.

'കുട്ടമ്പിള്ളയാരുന്നു ദേഹണ്ണക്കാരൻ. രണ്ടാം പന്തിക്കാ ഞാനിരുന്നേ. അയാളാ പപ്പടം വെളമ്പിയേ. എന്റെ അപ്പറത്തിരുന്ന ഗോപാലകൃഷ്ണ കൈമളിനും ഇപ്പറത്തിരുന്ന രവീന്ദ്രനുണ്ണിത്താനും വല്യപപ്പടമാ വെളമ്പീത്. എനിക്ക് ഒരു കൊച്ചു പപ്പടം. പോരാത്തതിന് വക്ക് മുറിഞ്ഞു പോയത്. അയാളത് മനപ്പൂർവം ചെയ്തതാ. ചോയിച്ചപ്പം ചെവരക്കാരൻമാർക്ക് അത്രേം മതീന്ന്... എനിക്കരിച്ച് കേറി വന്നു. ചോറും പരിപ്പും കൊഴച്ചത് ഒരുരുള എടുത്ത് അയാടെ കണ്ണ്മച്ചം ഒരേറ് വച്ചുകൊടുത്തു' എന്ന് വായിക്കുമ്പോൾ നമ്മൾ ഓണാട്ടുകരയിലെ ഏതോ കല്യാണ സദ്യയിലെ ബഹളം നിറഞ്ഞ അന്തരീക്ഷത്തിലാണെന്ന് തോന്നുക തന്നെ ചെയ്യും.

'ജനിക്കാത്തവരുടെ ശ്മശാനം' എന്ന സമാഹാരം പലതരത്തിലും വ്യത്യസ്തത പുലർത്തുന്ന കഥകൾ

ഉൾക്കൊള്ളുന്നു. കാവ്യാത്മകമായ ഉൾക്കാഴ്ചകൾ പ്രകടിപ്പിക്കുന്നവയാണിതിലെ പല കഥകളും. ആസ്വദിച്ചു കഴിഞ്ഞാലുടൻ വിസ്മരിക്കാൻ പറ്റുന്ന കഥകളല്ല അവ. നമ്മൾ നിരീക്ഷിക്കാൻ വിട്ടുപോകുന്ന ലോകത്തെയാണ് ചിലപ്പോഴെങ്കിലും അദ്ദേഹം അവതരിപ്പിക്കുന്നത്. മനുഷ്യന്റെ കാപട്യത്തിന്റെ ആഴങ്ങളും വഴികളും അവതരിപ്പിക്കുന്നതിനൊപ്പം, മാനുഷികതയുടെയും നിസ്വാർത്ഥതയുടെയും സ്നേഹാധിക്യത്തിന്റെയും തെളിച്ചമുള്ള വെളിച്ചവും അവതരിപ്പിക്കുന്നതിലൂടെ ദുരന്തത്തിനപ്പുറമുള്ള പ്രത്യാശയുടെ വീഥികളിലേക്ക് കഥാകൃത്ത് നമ്മെ കൊണ്ടുപോകുന്നു. ദേവമനോഹറിന് സ്നേഹാശംസ.

■